രാമരാജ്യത്തിലെ പുലി

Ramarajyathile Puli
Stories

Anoop Annoor

CHINTHA PUBLISHERS
Thiruvananthapuram

First Edition
May 2023

Second Impression
August 2023

Published & Typesetting
Chintha Publishers, Thiruvananthapuram

Printed at
Repro India Ltd, Mumbai

Cover Design
Vinod Mangoes

ISBN : 978-81-19131-23-5

CO - 3285 / 6705

₹ 170

Email: chinthapublishers@gmail.com
Website: www.chinthapublishers.com

A version is available at National Libraries
Kolkata, Mumbai, Chennai and Delhi

Distribution
DESHABHIMANI BOOKHOUSE
H O Thiruvananthapuram 695035

Branch
Head Office Kunnukuzhi • Statue Thiruvananthapuram
KSRTC Bus Terminal Thampanoor • Saphalyam Complex Thiruvananthapuram
KSRTC Bus Station Alappuzha • KSRTC Bus Station Ernakulam
Machingal Lane Thrissur • IG Road Kozhikode
Mavoor Road Kozhikode • NGO Union Building Kannur
Central Bus Terminal Complex Thavakkara Kannur

രാമരാജ്യത്തിലെ പുലി

അനൂപ് അന്നൂർ

ചിന്ത പബ്ലിഷേഴ്സ്
തിരുവനന്തപുരം-695 035
വില : ₹ 170

അനൂപ് അന്നൂർ

കൊല്ലം ജില്ലയിലെ കൊട്ടാരക്കര അന്നൂർ സ്വദേശി. അമ്മ: കെ എസ് ലീലാമണിയമ്മ, അച്ഛൻ: സി ഹരിദാസൻ നായർ. ഗവൺമെന്റ് സ്കൂൾ അദ്ധ്യാപകൻ. ആനുകാലികങ്ങളിൽ കഥകൾ എഴുതുന്നു. കഥകൾക്ക് പൊതുവിദ്യാഭ്യാസ വകുപ്പിന്റെ വിദ്യാരംഗം പുരസ്കാരം, നവനീതം പുരസ്കാരം, പുന്നപ്ര ഫാസ് പുരസ്കാരം എന്നിവ ലഭിച്ചിട്ടുണ്ട്.

പാതാളപ്പിടപ്പ് എന്ന കഥകേരള യൂണിവേഴ്സ്റ്റി തയ്യാറാക്കിയ Many voices and stories in translation എന്ന പുസ്തത്തിൽ ഉൾപ്പെടുത്തിയിട്ടുണ്ട്.

ഭാര്യ	:	ശ്രുതി എസ് ആർ
മക്കൾ	:	നിള എ എസ്, നിത എ എസ്
വിലാസം	:	അനൂപ് ഭവൻ, അന്നൂർ അമ്പലത്തുംകാല പി ഒ പിൻ: 691505, കൊല്ലം.
ഫോൺ	:	9446363160
ഇമെയിൽ	:	manuannor@gmail.com

ഉള്ളടക്കം

അവതാരിക

രാഷ്ട്രീയമനുഷ്യകഥകൾ
വി ആർ സുധീഷ് 9

രാമരാജ്യത്തിലെ പുലി 11
പാതാളപ്പിടപ്പ് 27
പ്രപഞ്ചത്തിന്റെ താക്കോൽ 34
ഫ്ളോർ ഡി റോക്ക 41
വയൽ മണമുള്ള വീട് 53
കുറ്റവും രക്ഷയും 60
പ്ലാമരം ബീറ്റിൽസ് 69
കരുവാങ്കുന്നിലെ തുന്നൽക്കാരൻ 79
നാട്ടുവിശേഷം ഡോട്ട് കോം 89
പഴയനിയമത്തിലെ രണ്ടുപേർ 99

പഠനം

കഥയുടെ താക്കോൽ പഴുത്
ഡോ. പി ആർ ജയശീലൻ 108

പ്രസാധകക്കുറിപ്പ്

സമകാലികപ്രശ്നങ്ങളെ തികഞ്ഞ നർമ്മബോധത്തോടെ അവതരിപ്പിക്കുന്ന കഥകളുടെ സമാഹാരമാണ് *രാമരാജ്യത്തിലെ പുലി*. സമൂഹത്തിലെ ലബ്ധപ്രതിഷ്ഠിത മൂല്യങ്ങൾക്കു നേരെ എയ്തുവിട്ട അമ്പുകളാണ് ഇതിലെ കഥകളോരോന്നും. എഴുത്തിന്റെയും വായനയുടെയും അനുഭവമണ്ഡലങ്ങളുടെ രസച്ചെപ്പ് തുറന്നുവരുന്ന കഥകൾ നാം ഇഷ്ടപ്പെട്ടുപോകും. നമ്മുടെ കഥയാണല്ലോ എഴുത്തുകാരൻ പറയുന്നത് എന്ന തോന്നൽ വരുത്താൻ കഴിയുമ്പോഴാണ് എഴുത്ത് എന്ന മഹാപ്രക്രിയ വിജയിക്കുന്നത്. പുതിയകാലത്തെ പങ്കപ്പാടുകളാണ് അനൂപ് അന്നൂരിന്റെ കഥകളുടെ മുഖ്യപ്രമേയം. നിലനില്ക്കുന്ന അവസ്ഥയോടുള്ള കടുത്ത പരിഹാസംകൂടിയാണിതിലെ കഥകൾ.

ചിന്ത പബ്ലിഷേഴ്സ്

"മനുഷ്യന്മാരെപ്പോലെ മണ്ണിലുള്ള ഓരോ പൊട്ടും പൊടിയും അത് അർഹതപ്പെട്ടവരെ കാത്തിരിക്കുന്നു..."

"പുസ്തകങ്ങളും..."

– കുറ്റവും രക്ഷയും

അവതാരിക

രാഷ്ട്രീയമനുഷ്യകഥകൾ

വി ആർ സുധീഷ്

കഥയും കഥയെഴുത്തുകാരും പെരുകിയ കാലമാണിത്. സംഗ്രഹിക്കപ്പെടുകയല്ല, അതിദീർഘമായി നീണ്ടുപോകുകയാണ് പുതുകഥകൾ. പറയാൻ പലർക്കും വേറിട്ട കഥകളുണ്ടെങ്കിലും, സംക്ഷിപ്തതയുടെ സൗന്ദര്യമോ ഭാഷയുടെ രാസദീപ്തിയോ മിക്ക കഥകളിലുമില്ല. കഥ പേജുകളോളം വലിഞ്ഞു നീണ്ടുപോകുന്നതിൽ മിക്കവരും അഭിരമിക്കുന്നുണ്ട്. അപരിചിതമായ ദേശങ്ങളും പ്രാദേശിക സ്വത്വവും ഭാഷാഭേദങ്ങളും വിഭിന്ന തൊഴിൽ വർഗ്ഗങ്ങളിലുള്ള മനുഷ്യരും സമീപകാല കഥകളിൽ ധാരാളമുണ്ട്. കടലോരവും കായൽക്കരയും കാടകങ്ങളും കുന്നിൻചരിവുകളുമെല്ലാം ഇന്നത്തെ കഥകളിൽ സാന്നിദ്ധ്യമായി ജീവവാസനകളെയും വിനിമയങ്ങളെയും പ്രതിഫലിപ്പിക്കുന്നുണ്ട്. വിജയിച്ച തന്ത്രങ്ങളെയും സ്ഥലരാശികളെയും അന്ധമായി പിന്തുടരുന്ന അനുകർത്താക്കളെയും കാണാം. ഫാസിസ്റ്റ് പ്രതിരോധമെന്ന നിലയിൽ കൃത്രിമമായ കഥാഗതിയും പ്രതിരൂപങ്ങളും സൃഷ്ടിക്കുന്ന പ്രവണതയും കാണാനുണ്ട്. പശുവും ഇറച്ചിയും പാലുംകൊണ്ട് സംഘപരിവാർ ആക്രമണം നടത്തുന്ന കഥയെഴുത്തുകാരുടെ ആവർത്തന മിമിക്രിയും ഈയിടെ അവതരിപ്പിക്കപ്പെട്ടു. സൂക്ഷ്മ രാഷ്ട്രീയവും സമൂഹചിത്രണവും പുതുകഥയിൽ അത്ര സുലഭമല്ല.

"പാതാളപ്പിടപ്പി"ലൂടെയാണ് അനൂപ് അന്നൂരിനെ ഞാൻ ശ്രദ്ധിക്കുന്നത്. ആ കഥ നെഞ്ചകത്ത് ഒരു പിടച്ചിൽ തന്നെയുണ്ടാക്കി. വോൾട്ടതയുള്ള ആ നാട്ടുഭാഷയുടെ വാസന ആരെയും തരിപ്പിക്കും. "പെറ്റവയറിന്റെ കമ്പട്ടേഷനാടാ" എന്ന ആക്രോശം അതിഭയങ്കരമായ പ്രകമ്പനമായി നമ്മെ നടുക്കിയുണർത്തുന്നു. ഒരു അമ്മയുടെ പ്രതികാരവേട്ടയുടെ വടംവലിയിൽ മുറുക്കികെട്ടിയ പാതാളപ്പിടപ്പിന്റെ ആഖ്യാനം പദംപദം

തിടംവെച്ച് മുന്നേറി കഥയുടെ സൗന്ദര്യശാസ്ത്രം കാണിച്ചുതരുന്നു. *രാമരാജ്യത്തിലെ പുലി* ഒരു രാഷ്ട്രീയമനുഷ്യകഥയാണ്. നാടും കാടും കടലും ചോലയും ഒരു ഉടലിൽ സൂക്ഷിക്കുന്ന ഉലകത്തെ മാറ്റിയെഴുതുകയാണ് അനൂപ്. ഫാസിസത്തിന്റെ തളർച്ചയും ജനാധിപത്യബോധത്തിന്റെ വളർച്ചയും സമർത്ഥമായി എഴുതിയ ഈ കഥയിൽ പുതിയ ലോകക്രമത്തിന്റെ കാഴ്ചപ്പാടുകളുണ്ട്. അക്ഷരവും ഭാഷയും പുസ്തകങ്ങളും കഥാപാത്രങ്ങളും പലയിടങ്ങളിലായി പ്രത്യക്ഷപ്പെടുന്ന അനൂപിന്റെ കഥകളിൽ വായിച്ച് വളരുന്ന മനുഷ്യന്റെ ലോകനന്മയാണ് അടിത്തട്ടിൽ തിളങ്ങിക്കിടക്കുന്നത്. പാരിസ്ഥിതിക സൗന്ദര്യത്തിന്റെ മറ്റൊരു വെളിച്ചവും അവയിലുണ്ട്. കഥ പറച്ചിലിന് നർമ്മത്തിന്റെ നല്ല വിടർച്ചയും!

രാമരാജ്യത്തിലെ പുലി മലയാളത്തിന് പുതിയൊരു ഭാവുകത്വം നല്കുന്നു. ആഹ്ലാദത്തോടെ പറയട്ടെ, അനൂപ് അന്നൂരിന്റെ കഥകൾക്കായി ഞാൻ കാത്തിരിക്കുന്നു.

രാമരാജ്യത്തിലെ പുലി

അശാന്തമായ ഒരു പകൽ കൂടി അവസാനിക്കുന്നു. കാടിന് ഇത് ഭീതിയുടെ കാലമാണ്. തെക്കൻകാറ്റിൽ പടർന്നുകയറിയ കാട്ടുതീ ഇനിയും ശമിച്ചിട്ടില്ല. തനിയെ ഉണ്ടായതല്ല. ആരോ കൊളുത്തിവിട്ടതാണ്. അസ്തമയസൂര്യന്റെ ചെങ്കതിരുകൾ കൊഴിഞ്ഞുപോകാൻ മടികാട്ടി, അവശേഷിക്കുന്ന പച്ചിലച്ചാർത്തുകളുടെ പള്ളയിൽ പറ്റിച്ചേർന്നുകിടന്നു. അകലങ്ങളിലെവിടെയോ പ്രാണനുവേണ്ടി പരക്കംപായുന്ന കാട്ടുമൃഗങ്ങളുടെയും പക്ഷികളുടെയും കരച്ചിലുകൾ കേൾക്കാം.

ഏതാണ്ട് ഇതേ സമയത്തായിരുന്നു പുലിയിറക്കം.

പുലിമടയിലെ ഒതുക്കല്ലുകൾ മെല്ലെയിറങ്ങി ഉറച്ച കാൽവെപ്പോടെ പുല്ലാഞ്ഞിക്കാടും കടന്ന്, കുഞ്ഞോലിപ്പുഴയും താണ്ടി, സമതലങ്ങളും പറമ്പുകളും ചവുട്ടിത്തള്ളി പുലി ഉലകംതറയിലെ കുഞ്ഞിരാമന്റെ പുരയിലെത്തിയപ്പോൾ നേരം സന്ധ്യ കഴിഞ്ഞിരുന്നു.

കുഞ്ഞിരാമൻ പുലിവേട്ടയ്ക്കായി നേരം പുലരുമ്പോഴേ കാടുകയറിയതാണ്. പുലിവധത്തിനുശേഷമേ ഉലകംതറയിൽ കാലുകുത്തുകയുള്ളുവെന്ന് നാട്ടുക്കൂട്ടത്തെ സാക്ഷി നിർത്തി ഉലകാംതറയമ്മയോട് ശപഥം ചെയ്തിട്ടുണ്ട്. അതിനാൽ തിരിച്ചുവരവിനു ദിവസങ്ങൾ പിടിക്കും. ചിലപ്പോൾ ആഴ്ചകൾ തന്നെയും.

ചീതമ്മയാകട്ടെ, തുളസിത്തറയിൽ വിളക്കുവെച്ച് ഇറയത്തിരുന്നു കുഞ്ഞിരാമന്റെ ആയുരാരോഗ്യസൗഖ്യത്തിനായി പ്രാർത്ഥിക്കുകയായിരുന്നു. കാറ്റിൽ തണുപ്പിന്റെ തേനീച്ചകൾ ഇരമ്പിക്കയറുവാൻ തുടങ്ങി. തുളസിക്കതിർ ചൂടിയ ചീതമ്മയുടെ കേശഭാരം തണുത്തകാറ്റത്ത് ഇളകിയാടി. കാച്ചെണ്ണയുടെ സുഗന്ധം അന്തരീക്ഷത്തെ പ്രണയാതുരമാക്കി. ഭക്തിയും ഒരുതരം പ്രണയമെന്നോർത്തു പുലി ജനലഴികളിലൂടെ

ഒഴുകിയെത്തുന്ന അഗർബത്തിയുടെയും കാച്ചെണ്ണയുടെയും സുഗന്ധങ്ങളെ ഒരേപോലെ ആസ്വദിച്ചു. പുലി ഒച്ചയുണ്ടാക്കാതെ, വരാന്തയിൽ ഗൃഹനാഥനെ പ്രതീക്ഷിച്ചുകിടന്ന ചാരുകസേരയിൽ കയറി നെഞ്ചു നിവർത്തി കിടന്നു.

സന്ധ്യാനാമജപത്തിന് വിഘ്നം വരുത്തരുതെന്നു പുലിക്ക് നിർബ്ബന്ധമുണ്ടായിരുന്നു. പുലി ഒരു തികഞ്ഞ മതേതരവാദിയായിരുന്നു. അതിനാൽ പരിചയപ്പെടലൊക്കെ ജപത്തിനുശേഷമാകട്ടെ എന്നു പുലി നിശ്ചയിച്ചു.

"രാക്ഷസകുലം മുടിച്ചു രക്ഷയും വസുന്ധരയ്ക്കു
തൽക്ഷണേ വരുത്തിവച്ച രാമ രാമ പാഹിമാം
വഹ്നി മണ്ഡലേയിരുന്ന സീതയെ വഹിച്ചുകൊണ്ടു
വന്നയോദ്ധ്യ പുക്കിരുന്ന രാമ രാമ പാഹിമാം."

അപ്രതീക്ഷിതമായിട്ടായിരുന്നു പുലിമുഖത്ത് നിന്നിറങ്ങിപ്പോയ ഒരു 'തോന്ന്യാസി കോട്ടുവാ' രാമനാമജപത്തിൽ മുങ്ങിക്കിടന്ന അന്തരീക്ഷത്തെ ആകെ അലമ്പാക്കിയത്. ഭസ്മമിട്ടു വരാന്തയിലേക്ക് എത്തിനോക്കിയ ചീതമ്മയുടെ നല്ലജീവനെ പുലിപ്പേടി കൊണ്ടുപോയി. ചീതമ്മ ഒട്ടും നേരം കളയാതെ ബോധരഹിതയായി നിലംപതിച്ചു.

പുലിയാകെ വല്ലാണ്ടായി

"അയ്യേ ഈ പെങ്കൊച്ച് എന്താ കാട്ട്യേ"

ചീതമ്മയെ വരാന്തയിലെ കാറ്റുകിട്ടുന്ന കോണിലേക്കെടുത്തു നിവർത്തിക്കിടത്തി.

അടുക്കളയിൽ ചെന്നു മൺകൂജകളിൽ വെള്ളം തെരഞ്ഞപ്പോൾ അവറ്റകൾ വായ് കമഴ്ത്തി. 'അല്ലേല്ലും അത്യാവശ്യത്തിന് നോക്കിയാൽ കാണില്ല'–

ധാർമ്മികരോഷത്തോടെ പുലി കിണറ്റിൻകരയിലേക്കോടി.

ഭാഗ്യത്തിനു പാളയുംകയറും അരഞ്ഞാണപ്പടിയിൽ തന്നെ പുലിയെ പ്രതീക്ഷിച്ച് ഇരിപ്പുണ്ടായിരുന്നു. പ്രശ്നത്തിന്റെ ഗൗരവം നന്നായി മനസ്സിലാക്കിയ പാള ശടേന്ന് കിണർ ഇറങ്ങിക്കേറി വെള്ളവുമായി പുലിയുടെ കൈയിലെത്തി. ഓട്ടുമൊന്ത നിറയെ വെള്ളവുമായി പുലി ഓടി ചീതമ്മയുടെ അരികിലെത്തി. അവളുടെ, വാടിയ പൂന്തളിർ പോലുള്ള വദനത്തിൽ ഇറ്റിച്ചു.

"ചീതമ്മേ, ചീതമ്മേ... മണ്ണിൻ മകളെ, പെണ്ണിൻ നിറവേ കണ്ണുതുറക്ക്"

പുലിയുടെ അപേക്ഷ കരച്ചിലിന്റെ വക്കോളമെത്തിയിരുന്നു.

പുലിയെ വിഷമിപ്പിക്കാനോ നിരാശപ്പെടുത്താനോ ചീതമ്മയുടെ അബോധത്തിന് തീരെ താല്പര്യമില്ലായിരുന്നു. ആലസ്യത്തിൽനിന്നും മുക്തയായി മെല്ലെ മെല്ലെ കൺപീലികൾ അനക്കി, പോളകൾ വിറപ്പിച്ചു ചീതമ്മ ഉണർന്നു. തന്നെ വീണ്ടും കാണുന്നതോടെ ചീതമ്മയുടെ ബോധം പിന്നെയും കെട്ടുപോകുമോയെന്നു പുലി ശങ്കിച്ചെങ്കിലും അതു

ണ്ടായില്ല. അത്രമേൽ കരുണാർദ്രമായ പുലിയുടെ മുഖം തന്നെയായിരുന്നു അതിന് കാരണം. കണ്ണുകളിൽ നിറയെ ജലം തുളുമ്പിനിന്നിരുന്നു. രൗദ്രം മാത്രം പൂക്കുന്ന മീശത്തുമ്പുകളിൽ പോലും കനിവിന്റെ കുന്നിമണികൾ മുളച്ചുപൊന്തി നിന്നിരുന്നു. ഒരുപക്ഷേ, പുലി പോലും തന്റെ മുഖം അപ്പോൾ കണ്ണാടിയിൽ കണ്ടിരുന്നെങ്കിൽ നാണിച്ചു വാൽ താഴ്ത്തിപ്പോയേനെ. അത്രയ്ക്ക് ഒരു 'അയ്യോപാവിപ്പുലി.'

ആദ്യമുണ്ടായ പകപ്പും നെഞ്ചിടിപ്പുമൊക്കെ ഒന്നടങ്ങി ശാന്തമായപ്പോൾ ചീതമ്മ ഒരു കട്ടൻകാപ്പി അനത്തിക്കൊടുത്തു. കാപ്പി ഊറി... ഊറി കുടിക്കുന്ന പുലിയെ അരക്കതകിന്റെ മറയത്തുനിന്ന് ചീതമ്മ സൂക്ഷ്മമായി അപഗ്രഥിച്ചു. നല്ല ആകാര സൗഷ്ഠവമുള്ള ഒരു ചെറുപ്പക്കാരൻ പുലി. മനുഷ്യനായിരുന്നെങ്കിൽ ഒരു ഇരുപത്തിയെട്ടു വയസ്സ്. പുലിയുടെതാണെങ്കിൽ അതെങ്ങനെയാകും പറയുക? പുലിയുടെ ആയുസ്സ് മനുഷ്യനേക്കാൾ കൂടുതലോ? കുറവോ? ശരീരം മുഴുവൻ നല്ല മിനുത്ത പുള്ളിക്കുത്തുകൾ, മുഖത്ത് കരിമഷിയെഴുതിയതുപോലെയുള്ള ജ്വലിക്കുന്ന കണ്ണുകൾ, പുരുഷത്വം വിളിച്ചോതുന്ന അഴകാർന്ന മീശരോമങ്ങൾ. വെള്ളരോമങ്ങൾ അടുക്കിവെച്ച മെത്തപോലുള്ള വിടർന്ന നെഞ്ച്. ചുരുക്കത്തിൽ ഏതു പുലിപ്പെണ്ണും കൊതിച്ചുപോകുന്ന ഒരു മൊഞ്ചൻ പുലി. താനൊരു പുലിപ്പെണ്ണായിരുന്നെങ്കിൽ, വയസ്സറിയിച്ച കാലത്തു വല്ലോം ഈ പുലിച്ചെക്കനെ കണ്ടിരുന്നെങ്കിൽ പ്രേമിച്ചുകളയുമായിരുന്നെന്ന് തമാശരൂപേണ ഉള്ളിലോർത്ത് അവളൊന്നു ചിരിച്ചു. ചിരിയിൽ കല്ലുപതിച്ച മൂക്കുത്തി മിന്നിത്തെളിഞ്ഞു. കുഞ്ഞോലിപ്പുഴയുടെ പാദസരക്കിലുക്കംപോലെ തോന്നിയ ആ ചിരിയും മൂക്കുത്തി വെളിച്ചവും പുലിക്ക് ഏറെ ഇഷ്ടമായി.

പുലിയുടെ കാവ്യചിത്തം ഉണർന്നു.

പൊടുന്നനെ, ഒരു അക്ഷരശ്ലോകക്കാരനെപ്പോലെ പുലി ചൊല്ലിത്തുടങ്ങി.

"ഇന്ദീവരാക്ഷ്യാ സ്പുട വിദ്രു മോഷ്ഠ്യാ- *
സ്സങ്കേത മുദ്ദ്യശ്യ വനേ ചരന്ത്യാഃ
ചോരാ സമസ്താഭരണാനി ഹൃത്വാ-
നാസാമണീം നാപാഹരന്തി ചിത്രം"

പുലി സുന്ദരൻ മാത്രമല്ല കാല്പനികനും ചിലപ്പോൾ കാട്ടിലെ അറിയപ്പെടുന്ന ഒരു കവിയുമാകാമെന്ന് ചീതമ്മ കല്പനപൂണ്ടു.

പുലി കുറച്ചുനേരംകൊണ്ട് കാട്ടിലെ ഒരു നൂറുകൂട്ടം കഥകൾ പറഞ്ഞു കേൾപ്പിച്ചു. കാടിനെക്കുറിച്ച് അതുവരെ ചീതമ്മയ്ക്കുണ്ടായിരുന്ന സങ്കല്പങ്ങൾക്കു വിരുദ്ധമായിരുന്നു പുലിയുടെ ആത്മപ്രകാശനങ്ങൾ.

ചീതമ്മയുടെ ഉള്ളിൽ ഒരു കാടു തളിർത്തു. ഇലകൾ മുളച്ച്, വള്ളികൾ പൊങ്ങി, പൂക്കൾ വിടർന്ന്, കായ്കൾ പഴുത്ത് കാട് അവളെ കൊതിപ്പിച്ചു. കാട് കാണാൻ ചീതമ്മയ്ക്ക് പൂതിയായി.

"ഒരു ദെവസം ഞാൻ കുഞ്ഞിരാമേട്ടനോടൊപ്പം കാട് കാണാൻ വരും. അപ്പോൾ അവിടെല്ലാം കൊണ്ട് നടന്ന് കാണിച്ചോണം."

വലംകാലിലെ പെരുവിരലാൽ പൂഴിയിളകിയ മൺതറയിൽ ഒരു നക്ഷത്രത്തെ വരഞ്ഞുകൊണ്ട് ഇത് തങ്ങളുടെ മധുവിധു കാലം കൂടിയാണെന്ന് ചീതമ്മ നാണത്തോടെ പുലിയെ ഓർമ്മിപ്പിച്ചു.

പുലിക്കു നൂറുവട്ടം സമ്മതം.

"എപ്പോഴാണെന്നറിയിച്ചാൽ മതി, ചെലവ് മുഴുവൻ എന്റെ വക."

പുലി സന്നദ്ധതയറിയിച്ചു ചീതമ്മയെ സന്തോഷിപ്പിച്ചു.

അപ്പോൾ ഒരിക്കൽക്കൂടി ചീതമ്മയുടെ ചുണ്ടിൽ കുഞ്ഞോലിപ്പുഴയുടെ പാദസരം കിലുങ്ങി.

വർത്തമാനം പറഞ്ഞിരുന്നു സമയം പോയതറിഞ്ഞില്ല. പുരയ്ക്കു പുറത്ത് ഇരുട്ടു കനം പിടിച്ച് ഒരു കടുത്ത സദാചാരവാദിയുടെ മുഖം പോലെ ചീർത്തുവന്നു. ആകാശത്താണെങ്കിൽ നക്ഷത്രങ്ങൾ നന്നേ കുറവ്. അലക്കുകല്ലിന്റെ കീഴെയിരുന്ന് ഒരു പോക്കാച്ചിത്തവള ദാഹിച്ചു കരഞ്ഞു. ചിമ്മിനി വിളക്കിന്റെ ചില്ലിലെ വെളിച്ചം പൂർണ്ണമായും കറുപ്പ് തിന്നുതീർത്തു. ഇരുട്ട് ഈർഷ്യയോടെ തുറിച്ചുനോക്കി.

"പോകുന്നില്ലേ?"

ചീതമ്മ അന്വേഷിച്ചു.

പുലി വായുവിലേക്ക് മുൻകാലുകൾ ചുഴറ്റി ആഞ്ഞൊന്നു തുമ്മി. തുമ്മലിനോടൊപ്പം മറുപടിയും തെറിച്ചുവീണു.

"പോകുന്നില്ല."

"കുഞ്ഞിരാമേട്ടൻ എപ്പോഴാ വന്നുകയറുന്നതെന്നു പറയാൻ പറ്റുകേലാ! അങ്ങേരുടെ കണ്ണിൽ പെട്ടാൽ നിന്റെ പൊടിപോലും കിട്ടില്ല പുലിയേ. സ്നേഹം ഒള്ളതുകൊണ്ട് പറയ്വാ, വേഗം കാടു കേറിക്കോ അല്ലേല് നിന്റെ എറച്ചി മണ്ണേല് പറ്റും. ചെറുപ്പമല്ലേ? ഇനിയെത്ര കാലം ജീവിക്കാനുള്ളതാ!"

പുലിയുടെ ചുണ്ടിൽ ഒരു ചിരി നാമ്പെടുത്തെങ്കിലും അതു പുറത്തേക്കുവിടർത്തി പരിലസിപ്പിക്കാതെ, ചിമ്മിനിവിളക്കിന്റെ കറുപ്പ് ഒരു കീറത്തുണികൊണ്ട് തുടച്ചെടുത്തു പുലി ഗൗരവത്തിൽ മൊഴിഞ്ഞു.

"ഇന്ന് ഞാൻ ഇനി ഒരിടത്തേക്കുമില്ല. അത്താഴം വല്ലതുമുണ്ടെങ്കിൽ വെളമ്പ്. എനിക്കൊന്ന് കെടക്കണം. നല്ല യാത്രാക്ഷീണം! എത്ര മൈലുകളാ ഇത്തിരിനേരം കൊണ്ട് താണ്ടിക്കയറിയത്!"

ഒരു നിമിഷം മൗനം അവലംബിച്ചതിനുശേഷം പുലി ഒന്നുകൂടി ഓർമ്മിപ്പിച്ചു.

"പോകാതിരിക്കാനുള്ള കാരണം ചീതമ്മയ്ക്ക് പതിയെ ബോദ്ധ്യപ്പെടും."

പുലി ഒരു പുറംമോടിക്കാരനാണെന്നും മഹാവൃത്തികെട്ട വിചാരങ്ങളാണ് പുലിയെ അടക്കിഭരിക്കുന്നതെന്നും ചീതമ്മ വിചാരപ്പെട്ടു.

"ബലാല്ക്കാരം ചെയ്യാനുള്ള പരിപാടിയാണോ? അങ്ങനെയൊന്ന്

മനസ്സിലൊണ്ടെങ്കിൽ ആ വെള്ളമങ്ങ് വാങ്ങിവെച്ചേരേ... പന്ന പുന്നാര പുലിയാടി മോനേ."

പുലി 'അയ്യേ' എന്ന് ആയിപ്പോയി. പുറം പൊളിച്ച് അതിൽ കഴുകന്മാർ കൊക്കും നഖവും കുത്തിയിറക്കുന്നതുപോലൊരു കടും വേദനയാണ് സുഷുമ്ന വഴി പുലിയുടെ തലമണ്ടയിലേക്ക് അസ്ത്രവേഗത്തിൽ പാഞ്ഞുകയറിപ്പോയത്.

സ്വഭാവഹത്യ മാനികൾക്ക് മൃതിയേക്കാൾ ഭയാനകം.

പുലിയെ സംബന്ധിച്ച് ഒരു കനത്ത ആഘാതമായിരുന്നു ചീതമ്മയുടെ ജല്പനങ്ങൾ. പുലിയുടെ സകല നിയന്ത്രണങ്ങളും കുറ്റിയറ്റുപോയി. പുലിയുടെ മനസ്സ് പതറി. കാട് ഇളകുന്നതുപോലെ ശരീരമാകെ ഉലഞ്ഞു. മുഴുവൻ ശക്തിയും തൊണ്ടയിലേക്ക് ആവാഹിച്ചെടുത്തു പുലി, ഒരു പുലിയെപ്പോലെ ഗർജ്ജിച്ചു. ചീതമ്മ വെള്ളിടിയേറ്റകണക്കു നിന്നുപോയി.

സ്ഥലകാലബോധം ഒരു നിമിഷംകൊണ്ടു വീണ്ടെടുത്ത പുലി കുറ്റബോധത്താൽ സ്വയം ശാസിച്ചു. ചീതമ്മയെ പഴിക്കാൻ കഴിയില്ല. ഓരോ മനുഷ്യനും അവൻ ജീവിക്കുന്ന ചുറ്റുപാടുകളുടെ ഉല്പന്നമാണ്. ജീവികളിൽ (വ്യത്യസ്ത കുലത്തിൽ പെട്ടതായാൽപോലും) ഒരാൺ ജാതിയും മനുഷ്യസ്ത്രീയുമായി കുറച്ചുനിമിഷങ്ങൾ സംഭാഷണത്തിലേർപ്പെട്ടാലോ, ഒരു രാത്രി കഴിഞ്ഞുകൂടാനിടവന്നുപോയാലോ; അത്തരം സാഹചര്യങ്ങളെല്ലാം രതിയിൽ കലാശിക്കുമെന്ന സദാചാരപാഠമാണല്ലോ കുട്ടിക്കാലം മുതലേ ആണിനെയും പെണ്ണിനെയും മുതിർന്നവർ പഠിപ്പിച്ചുവിടുന്നത്. പിന്നെ ചീതമ്മയ്ക്ക് മാത്രം അത്തരം ചിന്തകളിൽനിന്നും എങ്ങനെ മാറിനില്ക്കാൻ കഴിയും?

തന്റെ ആത്മാവിനേറ്റ മുറിവുണങ്ങാൻ വേണ്ടി മനുഷ്യവംശത്തിൽ തിങ്ങിപ്പാർക്കുന്ന സദാചാരചിന്തകളെയും അന്ധവിശ്വാസങ്ങളെയും പുലി പരിഹസിച്ചുകൊണ്ടേയിരുന്നു. ആ പരിഹാസ ശരങ്ങൾ അവസ്ഥയെ മയപ്പെടുത്തി. ആശ്വാസത്തിന്റെയും വിശ്വാസത്തിന്റെയും നിഴലനക്കങ്ങൾ ഇടകലർന്നൊരു മന്ദഹാസം ചീതമ്മയുടെ അധരങ്ങളിൽ നിന്നുപതുങ്ങി.

പുലിക്ക്, ചിരി വന്നില്ല. ചില കാര്യങ്ങളിൽ തീർപ്പു കല്പിക്കുകയായിരുന്നു. ചീതമ്മ അറിയേണ്ടതില്ലെന്നും., ചീതമ്മയുടെ മനസ്സു കലക്കേണ്ടതില്ലെന്നും നിരൂപിച്ച് ഉള്ളിലൊതുക്കിവച്ചിരുന്ന ആ മഹാരഹസ്യത്തിന്റെ ഗുഹാദ്വാരം മലർക്കെ തുറക്കാൻ പുലി തീരുമാനിച്ചു. തന്റെ പുലിത്വത്തെ അപമാനിക്കാൻ ഇനി ഒരിക്കൽക്കൂടി അവളെ അനുവദിച്ചുകൂടാ.

മനസ്സൊന്നു പരുവപ്പെടുത്താൻ പുലി പൊടുന്നനെ മുറ്റത്തേക്കു ചാടി. രണ്ടു ചാൽ അങ്ങോട്ടുമിങ്ങോട്ടും നടന്നു.

ഒരു വലിയ ചതിയുടെ ചുരുൾ നിവർത്തുകയായിരുന്നു പുലി.

ഉലകന്തറ ദർശിച്ചിട്ടുള്ളതിൽ വച്ച് ഏറ്റവും സുന്ദരിയായ സ്ത്രീയാ

യിരുന്നു ചീതമ്മ. സവിശേഷമാർന്ന രൂപഭദ്രതയിൽ കടഞ്ഞെടുത്ത ഉടൽ. ആയിരം ചന്ദ്രന്മാർ പൊട്ടിവിരിഞ്ഞ മാനം പോലുള്ള പ്രകാശപൂരിതമായ വദനം. സൗന്ദര്യത്തിൽ അവളോടു കൊരുക്കാൻ ഒരുപക്ഷേ, ഉലകന്തറയമ്മയും ഒന്ന് അറച്ചെന്നുവരാം. കുഞ്ഞിരാമന്റെ കൈപിടിച്ച് ഉലകന്തറയുടെ മണ്ണിൽ വലംകാലെടുത്തുവെച്ച നിമിഷം മുതൽ അവളെ കാമിച്ചുപോയതാണ് ഉലകന്തറയിലെ മീശ കുരുത്തതും കുരുക്കാത്തതും നരച്ചതും നരപൊഴിഞ്ഞതുമായ ആൺദേഹങ്ങൾ.

സമൂഹത്തിലോ, സമുദായത്തിലോ ഉന്നതപദങ്ങളൊന്നും അലങ്കരിക്കാത്ത സാധാരണക്കാർ ചായക്കടയിലും ചാരായക്കടയിലും ചീട്ടുകളി സങ്കേതങ്ങളിലും ഒരു കൂസലുമില്ലാതെ കുഞ്ഞിരാമന്റെ കെട്ടിയോളെ നാവുകൊണ്ട് തുണിയുരിച്ചുനിർത്തി ചാവാലിപ്പട്ടികളെപ്പോലെ നക്കിത്തുടച്ചു.

'ആർത്തിപ്പണ്ടാരങ്ങൾ' എന്നു പൊതുസമക്ഷം ആക്ഷേപിച്ചിട്ടുപോകുന്ന വീരന്മാരാകട്ടെ അവരുടെ രാവുകളിലേക്ക് സങ്കല്പ പുഷ്പകവിമാനത്തിൽ ചീതമ്മയെ തട്ടിക്കൊണ്ടുവന്നു ബലാല്ക്കാരം ചെയ്തു ബാലൻ കെ നായർ കഥാപാത്രങ്ങളായി.

ആരോഗ്യത്തിലും സൗന്ദര്യത്തിലും എന്നും പഞ്ഞമാസം ആചരിക്കുന്ന സ്ത്രീവർഗ്ഗമാകട്ടെ നാലുപേർ കൂടുന്ന പെണ്ണിടങ്ങളിലെല്ലാം ചീതമ്മയെ അസഭ്യം പറഞ്ഞു ചവുട്ടിത്താഴ്ത്തുവാൻ ആവതു ശ്രമിച്ചുകൊണ്ടിരുന്നു. 'തേവിടിശ്ശി' എന്നു പുലയാട്ടുവിളിച്ചു. 'ആണുങ്ങളെ വഴിപെഴപ്പിക്കാൻ പെറന്ന ശൂർപ്പണകയെ പാമ്പുകൊത്തട്ടെ' എന്നു പ്രാകി.

ഇനി ഒരു കൂട്ടരെക്കുറിച്ചു വളരെ ഭയഭക്തിബഹുമാനത്തോടെ മാത്രം വിവരിക്കേണ്ടിയിരിക്കുന്നു. നിശ്ശബ്ദരെങ്കിലും ഉന്നം വയ്ക്കുന്ന ഇരയെ കൊത്തി എടുക്കാൻപോന്ന ദൃഢനിശ്ചയവും പണവും ആൾസ്വാധീനവും എന്തിനുംപോന്ന അനുചരവൃന്ദങ്ങളുമുള്ള കരപ്രമാണിമാർ. ഇരയ്ക്കുമേൽ സമഗ്രാധിപത്യം നേടാൻ സിംഹങ്ങൾ തക്കം പാർത്തിരിക്കുന്നതുപോലെ ഒരു നല്ല അവസരത്തിനായി ക്ഷമയോടെ കാത്തിരുന്നു.

രാജാക്കന്മാർ എവിടെയും ഒരേപോലെയാണ്. അത് കാടായാലും നാടായാലും.

കുഞ്ഞോലിപ്പുഴയുടെ മണൽപ്പരപ്പിൽ പതിഞ്ഞുകിടന്ന പുലിപ്പാടുകൾ കരപ്രമാണിമാരുടെ കുടില ചിന്തകളിൽ തീ പടർത്തി. (പാവം പുലികൾ പുഴയിൽ വെള്ളം കുടിക്കാൻ വന്നുപോയതായിരുന്നു) പുലിയിറക്കം നാടാകെ കാട്ടുതീ പോലെ പടർന്നുപിടിക്കാൻ പിന്നെ അധികസമയമൊന്നും വേണ്ടിവന്നില്ല.

ഉലകന്തറയുടെ സാമൂഹ്യ, സാംസ്കാരിക-സാമ്പത്തിക മണ്ഡലങ്ങളിൽ പുലിപ്പേടി ഗണ്യമായ സ്വാധീനം ചെലുത്തി. ഭീതി കാരണം ഒരു മനുഷ്യനും പകൽവെട്ടത്തുപോലും ഇടവഴികളിലേക്ക് ഇറങ്ങാതായി. എല്ലാവരും അവരവരുടെ വീടുകളിൽ സാക്ഷകൾ തിരുകി ഉട

ലുകളെ സംരക്ഷിച്ചുപോന്നു. എങ്കിലും ചില ശുദ്ധാത്മാക്കളിൽ പുലിപ്പനി, പുലിച്ചുമ, പുലിത്തുള്ളൽ തുടങ്ങിയ രോഗലക്ഷണങ്ങൾ കണ്ടുതുടങ്ങി. കമ്പോള വ്യവസ്ഥയാകെ തകിടം മറിഞ്ഞു. തൊഴിലില്ലായ്മയും രോഗങ്ങളുംമൂലം പുരകളിൽ പട്ടിണി നടമാടി. വിരചിതമാകുന്ന കവിതകളിലാകെ നിറഞ്ഞുകിടന്നതോ ചെള്ളുപിടിച്ച പുലിപ്പൂടകൾ മാത്രം.

എല്ലാറ്റിനും കാരണം പുലി!

പുലി മാത്രം!!!

പുരോഹിത ശ്രേഷ്ഠന്മാർ ഉലകന്തറയമ്മയെ ധ്യാനിച്ചു കവടി നിരത്തി. പ്രവചനം അശരീരിയായി പുരോഹിത കാതുകളിലേക്കു പെയ്തിറങ്ങി നാട്ടിലാകെ ഒഴുകിപ്പരന്നു. പുലിവധമല്ലാതെ പ്രതിവിധി ഒന്നും ഇതിന് ഇല്ല തന്നെ!

പൂരം നക്ഷത്രജാതനായ കുഞ്ഞിരാമനിലാണ് പരദേവത നിയോഗം കല്പിച്ചിരിക്കുന്നത്. ഉലകന്തറയമ്മയുടെ എല്ലാവിധ അനുഗ്രഹങ്ങളും കുഞ്ഞിരാമനിൽ നിക്ഷിപ്തമാണ്. പുലിനിഗ്രഹത്തിനു പിറന്ന അവതാരപുരുഷനാണ് കുഞ്ഞിരാമൻ.

രണ്ടുദിവസത്തെ ആയുധപരിശീലനം പൂർത്തിയാക്കി ഒരു സ്റ്റൺഗണ്ണുമായി കുഞ്ഞിരാമൻ പുല്ലാഞ്ഞിക്കാട് ലക്ഷ്യമാക്കി യാത്രയായി. നാടുവാഴിയുടെ ഭാര്യയെ ഭോഗിക്കാൻ അവസരം നല്കിയതിനു പ്രത്യുപകാരമായി ക്ലെമന്റ് വെസ്ലി എന്നൊരു സായിപ്പ് അയാൾക്ക് സമ്മാനിച്ചതായിരുന്നു ആ പഴയ സ്റ്റൺഗൺ.

“ഇതൊന്നിരിക്കട്ടെ വല്ലപ്പോഴും ഒന്ന് വെടിവെക്കാൻ തോന്നിയാൽ ഇവൻ നല്ലതാ. തൊളച്ചങ്ങ് കേറിക്കോളും.”

അത് ഇപ്പോൾ ഒരു അനുഗ്രഹമായി.

നാടുവാഴിയും കരപ്രമാണിമാരും തങ്ങളുടെ ബുദ്ധികൂർമ്മതയിലും കെണി ഒരുക്കുന്ന അനുപമമായ ചാതുര്യത്താലും ആഹ്ലാദചിത്തരായി ഊറിച്ചിരിച്ചു. നേർക്കുനേർ നോക്കാൻ ധൈര്യമില്ലാത്തതിനാൽ ഗൂഢസ്മിതങ്ങൾ ഉലകന്തറയിലെ സാധാരണക്കാരുടെ കാഴ്ചയ്ക്കു ഗോചരമായിരുന്നു. ഒറ്റ ലാക്കിന് രണ്ടു കാളക്കണ്ണുകൾ. കാടറിയാത്ത, കാടിന്റെ ചലനങ്ങൾ തിരിയാത്ത, വേട്ടയറിയാത്ത, വേട്ടക്കാരനല്ലാത്ത; കുലത്തൊഴിൽ ഉപേക്ഷിച്ചു തെങ്ങുകേറി ഉപജീവനം പുലർത്തുന്ന കുശവനെ കാടെടുക്കുമെന്നും; കുഞ്ഞിരാമൻ കാടുകയറുന്നതോടെ ചീതമ്മയെന്ന സൗന്ദര്യധാമത്തെ അധികാര ശ്രേണിയുടെ അവരോഹണക്രമത്തിൽ പങ്കിട്ടെടുക്കാമെന്നും കുബുദ്ധികൾ വിചാരപ്പെട്ടു. അതിനായി പദ്ധതികൾ ആസൂത്രണം ചെയ്തു കുഞ്ഞിരാമന്റെ മലകയറ്റം അവർ സാധിച്ചെടുത്തു.

ഇനിയാണു കഥയുടെ താക്കോൽ കാട് അപഹരിക്കുന്നത്.

കാലങ്ങളായി നാടുവാഴിയും കരപ്രമാണിമാരും കാട്ടുന്ന തള്ളയില്ലായ്മകൾക്ക് ഒരറുതി വരുത്തണമെന്ന് കാട് നിശ്ചയിച്ചു കൂട്ടിവെച്ചിട്ട്

നാളുകൾ ഏറെയായി. ചിലപ്പോഴൊക്കെ ചില ഓർമ്മപ്പെടുത്തലുകൾ അടയാളങ്ങളായി ഉരുൾപൊട്ടിവീഴ്ത്താറുമുണ്ടായിരുന്നു. നീതിയുടെയും ന്യായത്തിന്റെയും അർത്ഥഭൂമികയാണല്ലോ ആരണ്യകം.

കാടിന് അറിയാം, പെണ്ണിന്റെ മാംസത്തിലാണ് എല്ലാ നെറികേടുകൾക്കും മനുഷ്യൻ തുടക്കമിടുക. പിന്നെ ആ കടന്നുകയറ്റം പറവകളിലേക്കും മൃഗങ്ങളിലേക്കും മരത്തിലേക്കും മണ്ണിലേക്കും കാടിലേക്കുമായി സംക്രമിക്കപ്പെടും. ഒരു മഹാവ്യാധിപോലെ!

പുലിയുടെ പേരിൽ കരപ്രമാണിമാർ നെയ്തെടുക്കുന്ന കെണിയുടെ കാണാച്ചരടുകൾ പൊട്ടിച്ചെറിയേണ്ടതു പുലി തന്നെയാണെന്ന് കാട് ഉറപ്പിച്ചു. കാടു പറഞ്ഞാൽ പുലിക്ക് കേൾക്കാതിരിക്കാനാകില്ല. കാട് അമ്മയാണ്. പുലി പുത്രനും. അതുകൊണ്ടാണ് മനുഷ്യർ കൊളുത്തിവിട്ട കാട്ടുതീയിൽ വെന്തുനീറുന്ന സഹോദരങ്ങളെപ്പോലും ഉപേക്ഷിച്ച് ഒരു മനുഷ്യപ്പെണ്ണിന്റെ രക്ഷയ്ക്കായി മലയിറങ്ങി പുഴതാണ്ടി വന്നത്. പുലിയുടെ പിന്മടക്കം രണ്ടിലൊന്നറിഞ്ഞിട്ട് മാത്രം!

പുലിവരവിന്റെ പുരാവൃത്തം ഒറ്റശ്വാസത്തിൽ ചീതമ്മയെ കേൾപ്പിച്ചതിനുശേഷം, ഓട്ടുമൊന്തയിൽ അവശേഷിച്ചിരുന്ന വെള്ളം തൊണ്ടയിലേക്ക് ഒഴിച്ചു കിതപ്പടക്കി.

ചീതമ്മ അവിശ്വസനീയതോടെ പുലിവാക്കുകൾ കേട്ടിരുന്നു. പുര കെട്ടാൻ മണ്ണും മുളയും ഓലയും ഉദാരമായി സംഭാവന ചെയ്ത കരപ്രമാണിമാർ അവരുടെ പ്രിയപ്പെട്ട തെങ്ങുകേറ്റക്കാരനെ ചതിച്ച് അവന്റെ സഹധർമ്മിണിയെ കീഴ്പ്പെടുത്താൻ ഇത്തരം നെറികെട്ട കളികൾ കളിക്കുമോയെന്ന് സംശയിച്ചു.

ആരെയാണ് വിശ്വസിക്കേണ്ടത്? ആരെയാണ് അവിശ്വസിക്കേണ്ടത്?

അന്നദാതാക്കളും സംരക്ഷകരുമായ കരപ്രമാണിമാരെയോ?

അതോ ഉലകന്തറയുടെ പൊതുശത്രുവായ പുലിയേയോ?

അനിശ്ചിതത്വത്തിന്റെ നൂൽപ്പാലത്തിൽ നിന്നു ചീതമ്മ സന്ദേഹിയായ ധർമ്മപുത്രരുടെ ദുഃഖം അറിഞ്ഞു.

വേലിക്കൽ ഒരു നായ ഇതിഹാസത്തിൽനിന്നും ഇറങ്ങിവന്ന ശുനകനെപ്പോലെ ചീതമ്മയെ നോക്കി ഒന്നുമോങ്ങി.

പുലിയെ കണ്ടതോടെ ശുനകൻ 'ഞാനൊന്നും അറിഞ്ഞില്ലേ രാമനാരായണ' എന്ന ഭാവത്തോടെ ഇരുട്ടിലേക്ക് ഓടിപ്പോയി.

പുലിക്ക് നന്നായി വിശക്കുന്നുണ്ടായിരുന്നു. ഊർജ്ജനഷ്ടം കോട്ടുവാകളുടെ രൂപത്തിൽ നിരന്തരം ബഹിർഗമിച്ചുകൊണ്ടിരുന്നു.

കണ്ണുകളിൽ മുളച്ചുനിന്ന വസൂരിക്കുത്തുപോലെയുള്ള കണ്ണീർകണങ്ങളെ മുണ്ടിൻതലപ്പുകൊണ്ട് തുടച്ചു ചീതമ്മ അടുക്കളയിലേക്കു പോയി. അത്താഴം വിളമ്പി. പുലിക്ക് മാംസാഹാരമാണ് പഥ്യമെങ്കിലും അവ പാകം ചെയ്തിരുന്നില്ല. കുഞ്ഞിരാമൻ പോയ വിഷമത്തിൽ അധികമൊന്നും അവൾ വേവിച്ചില്ലായിരുന്നു.

കഞ്ഞിയും കപ്പപുഴക്കും വെളുത്തുള്ളിച്ചമ്മന്തിയും പുലിക്കു

മുമ്പിൽ കൊണ്ടുവെച്ചു. സ്വാദിഷ്ഠമായ ആ ഭക്ഷണം ചാട്ടുളി വേഗത്തിൽ അകത്താക്കി പുലി ഒരു കൃത്രിമ ഏമ്പക്കം പാസ്സാക്കി കിണറ്റിൻകരയിൽ ചെന്നു നാലുപാള വെള്ളം കോരി ദേഹത്തൊഴിച്ചു

'ഭയങ്കര ഉഷ്ണം മഴക്കൂരാപ്പിന്റേതായിരിക്കും'

പുലിയുടെ ആത്മഗതം വേലിക്കൽ കാലുപൊക്കി മൂത്രം ഒഴിച്ചു കൊണ്ടുനിന്ന നായ കേട്ടു. 'പുലി പോയോ' എന്നറിയാൻ വന്നുനോക്കിയതാണ്. പന്നപ്പട്ടിയുടെ ഓരോരോ തറ നമ്പരുകള്! ജന്മനാ ശത്രുവാണെങ്കിലും നായ പുലിയോട് ശൗര്യം കാട്ടിയില്ല. തെരുവുനായ വൃദ്ധനും സർവ്വോപരി ഒരു രോഗിയുമായിരുന്നു.

ഭാഗ്യം! അല്ലെങ്കിൽ ശുനകൻ കമ്പോളമെടുത്തേനെ!

ചീതമ്മ ഒരു പനമ്പായ വരാന്തയിലേക്കു കൊടുത്തു. കാവിലെ കഴിഞ്ഞ വേലയ്ക്കു ചീതമ്മ കുഞ്ഞിരാമനെക്കൊണ്ട് വാങ്ങിവെപ്പിച്ചതാണ്. വിരുന്നുകാർ ആരെങ്കിലും വരികയാണെങ്കിൽ ഒന്നല്ലാതെ മറ്റൊന്നുകൂടി ആ പുരയിലില്ലായിരുന്നു. ഏതായാലും പുലിക്ക് അത് ഉപകാരമായി. ഇതൊന്നും തനിക്ക് ശീലമില്ലെന്നുപറഞ്ഞ് പായ നിവർത്തി പുലി പനമ്പായമേൽ കിടന്നു. ഒരു വല്ലാത്ത സുഖമൊക്കെയുണ്ട് പനമ്പായമേലുള്ള ശയനത്തിന്. മനുഷ്യരുടെ ബുദ്ധി അപാരം തന്നെ!

മനുഷ്യന്റെ ബുദ്ധിവൈഭവത്തിൽ ഉടലെടുത്ത അനേകം കണ്ടുപിടുത്തങ്ങളിലൂടെ ഒരു സ്വൈരവിഹാരം നടത്തി പുലി ഉറക്കത്തിലേക്ക് ഇറങ്ങിപ്പോയി.

ചീതമ്മ കതകുകളും ജനാലകളും അടച്ചുഭദ്രമാക്കി പായമേൽ കിടന്നു. പക്ഷേ, നിദ്ര അവളെ തൊടാതെ അകന്നുനിന്നു. തിരിഞ്ഞും മറിഞ്ഞും വശം മാറിക്കിടന്നും അവൾ ഉറക്കത്തെ വരുതിയിലാക്കാൻ പലവിധ സാഹസങ്ങൾ കാട്ടിക്കൊണ്ടിരുന്നു. പിന്നെ എപ്പോഴോ ഓർമ്മയിൽ രേഖപ്പെടുത്താത്ത ഒരു നിമിഷത്തിൽ സുഷുപ്തി അവളെ വാരിപ്പുണർന്നു.

ജീവൻ തിരിച്ചുപിടിക്കാനുള്ള ഉച്ചത്തിലുള്ള ഒരു മനുഷ്യനിലവിളി കേട്ടാണു ചീതമ്മ ഞെട്ടി ഉണർന്നത്.

“ഉലകന്തറയമ്മേ, പുലി വല്ല അവിവേകവും കാട്ടിയോ”-

വേവലാതിയോടെ മണ്ണെണ്ണവിളക്കു തെളിച്ച് അരക്കതക് തുറന്നു.

പുലി ആരുടെയോ മുകളിലിരുന്നു കാളിയമർദ്ദനമാടുന്നു! ഉലകന്തറയുടെ പൊന്നുതമ്പുരാനാണു ചോരയിൽ കുളിച്ച് നിലത്തുകിടക്കുന്നത്. അയാളുടെ നെഞ്ചിൻകൂടിന്റെ മുകളിലിരുന്നു പുലി ഇരു കവിളികളിലുമായി കനത്ത പ്രഹരങ്ങൾ ഏല്പിച്ചു. ചീതമ്മ ഓടിവന്നു പിടിച്ചു മാറ്റിയില്ലായിരുന്നെങ്കിൽ നാടുവാഴിയുടെ കഥ കഴിഞ്ഞേനെ!

“ഇനി മേലാ, പെണ്ണിന്റെ ഉടുമുണ്ടഴിക്കാൻ അരയും തലയും മുറുക്കി എറങ്ങ്യാലുണ്ടല്ലോ, ഒരുത്തനും ജീവനോടെ തിരിച്ചുപോകില്ല. ഇതു വെറുംവാക്കല്ല. പുലിയുടെ വാക്കാ.”

പുലി ആജ്ഞാപിച്ചു.

"എടുത്തോണ്ടു പോയിനെടാ ഈ ശവത്തിനെ."

പത്തലുവേലിക്ക് പുറത്തു മരങ്ങളുടെ മറവിൽ ഒളിച്ചുനിന്ന ഭൃത്യന്മാർ ഓടി വന്നു 'ഹോയ്, ഹോയ്' താളത്തിൽ നാടുവാഴിയെ ചുമന്നുകൊണ്ടുപോയി.

ചീതമ്മയോടു പുലി പറഞ്ഞു.

"പോയി കെടന്നോളൂ. ഇനി ഒരുത്തനും ഇതുവഴി വരികേലാ."

ശേഷം നാഴികകളിൽ ചീതമ്മ നന്നായി ഉറങ്ങി

നാലാം നാൾ വൈകുന്നേരം, കാടു കയറിയ കുഞ്ഞിരാമൻ വെറും കൈയോടെ ഉലകന്തറയിൽ മടങ്ങിയെത്തി.

അങ്ങാടിയിൽവെച്ചും കവലകളിൽവെച്ചും ചിലതൊക്കെ കേട്ടു. കരിവണ്ടു തുരക്കുന്നതുപോലെയുള്ള ഒച്ചകൾ കുഞ്ഞിരാമനോടൊപ്പം വേഗത്തിൽ നടന്നു.

"കുഞ്ഞിരാമാ വെറുതെ വിടരുത് ആ പരനാറിയെ."

കരിവണ്ടുമൂളലുകൾ പത്തൽവേലിയുടെ ലക്ഷ്മണ രേഖയിൽ സഡൻബ്രേക്കിട്ടു. കുഞ്ഞിരാമൻ ഒറ്റയ്ക്കു ലക്ഷ്മണരേഖ ഭേദിച്ചു.

അതിർവരമ്പിൽ കാത്തുനില്ക്കുന്ന ആകാംക്ഷകൾ കാതുകൂർപ്പിച്ചു. ആരുടെ കരച്ചിലാണ് മരണഭേരിയായി മുഴങ്ങുന്നത്.

പുലിയുടെയോ?

അതോ!

കുഞ്ഞിരാമന്റെയോ?

കുഞ്ഞിരാമൻ പുലിയെ കണ്ടു.

പടിഞ്ഞാറ്റേമുറ്റത്തു നിന്നു തന്റെ നല്ലപാതിയോട് തമാശ പൊട്ടിക്കുന്ന ജാരനെ!

കുഞ്ഞിരാമന്റെ കണ്ണുകളിൽ ആയിരം ചൂട്ടുകറ്റകൾ ഒന്നിച്ചുകത്തി.

പരദൂഷണത്തിന്റെ ചുമലിലേന്തി പ്രതികാരം കാഞ്ചി വലിച്ചു.

'ഠോ...'

ഒരു ഉൾവിളി തോന്നി പൊടുന്നനെ ഒന്നു തിരിയാൻ തോന്നിയില്ലായിരുന്നെങ്കിൽ കൃത്യം ശിരസ്സിൽത്തന്നെ പതിക്കുമായിരുന്നു. പുലിയുടെ ഇടത്തേ തുടയിലാണ് അമ്പ് തറച്ചത്. പുളിയെറുമ്പു കടിച്ച മാതിരിയുള്ള ഒരു തരിപ്പ്. അത്രമാത്രം!

പുലി അമ്പ് വലിച്ചൂരി കുഞ്ഞിരാമന്റെ ഉടലിലേക്കു ചാടിവീണു. തോക്ക് തെറിച്ച് ദൂരേക്കുവീണു.

കുഞ്ഞിരാമന് ഒന്നു ചലിക്കാൻ പോലുമാകാത്ത നിസ്സഹായതയിലേക്ക് പുലി മുൻകാലുകളും പിൻകാലുകളും കോർത്തുകെട്ടി ഒന്നാന്തരം ഒരു പൂട്ടിട്ടു. അകത്തേക്കു കയറിയ വായു ശ്വാസനാളിയിൽ കിടന്നു പുളഞ്ഞു. നെഞ്ചിൻകൂട്ടിൽ ഒരു കൽക്കരിത്തീവണ്ടി കിടന്നു മുരണ്ടു. കൃഷ്ണമണികൾ ക്വാഷിയോർക്കർ ബാധിച്ച പിള്ളാരുടെ വയറുപോലെ ഉന്തിത്തെറിച്ചു.

പരസഹായത്തിനായി കുഞ്ഞിരാമൻ ഒരു നോട്ടത്തെ നിലവിളി

യാക്കി വേലിക്കലേക്കു പറഞ്ഞയച്ചു.

ആ നോട്ടം അതുപോലിങ്ങു തിരിച്ചുപോന്നു.

പൂട്ടിന്റെ പൽച്ചക്രങ്ങൾ പുലി മെല്ലെമെല്ലെ അയച്ചു. ശ്വാസം ധൃതിയിൽ പുറത്തേക്കു ചാടി. കൽക്കരിത്തീവണ്ടി പതുക്കെപ്പതുക്കെ അതിന്റെ താളബോധം വീണ്ടെടുത്തു.

പുലി പറഞ്ഞു.

"എടോ കുഞ്ഞിരാമാ മണ്ടനാകാം! പക്ഷേ, ഇതുപോലൊരു തിരുമണ്ടനാകരുത്. വല്ലവന്റെയും വാക്കുംകേട്ട് ഈച്ചയെപ്പോലും കൊല്ലാൻ കഴിയാത്ത തുരുമ്പെടുത്ത സ്റ്റണ്ണുമായി ഇറങ്ങിയേക്കുന്നു പുലിയെ കൊല്ലാൻ!"

സ്റ്റൺഗണ്ണിൽ നിറച്ച അമ്പിൽ ഒരെണ്ണം പൊട്ടിച്ച് അതിൽനിന്നും ഇറ്റിവീണ നീരിനെ കുഞ്ഞിരാമന്റെ മൂക്കിൻദ്വാരത്തിൽ തെറുത്തുവെച്ച് പുലി ആജ്ഞാപിച്ചു.

"ശ്വസിച്ചുനോക്ക്, കീഴാർനെല്ലിയുടെ ചാറ് മണക്കുന്നുണ്ടോയെന്ന്? ഇപ്പോൾ മനസ്സിലായോ പുലി അല്ല അധികാരികളുടെ ലക്ഷ്യമെന്ന്? നീയും നിന്റെ കെട്ടിയോളുമാടെ കുഞ്ഞിരാമാ അവരുടെ ഉന്നം."

കുഞ്ഞിരാമന്റെ വായ്ക്കുള്ളിൽ വാക്കുകളുടെ സൂര്യൻ അസ്തമിച്ചു. കണ്ണുകളിലാകെ പശ്ചാത്താപത്തിന്റെ മഴ പെയ്യുവാൻ തുടങ്ങി. ഒരു വല്ലാത്ത കെണിയിൽനിന്നുമാണു പുലി തന്നെയും തന്റെ നല്ലപാതിയേയും രക്ഷിച്ചുകേറ്റിയത്. തീർത്താൽ തീരാത്ത നന്ദിയുണ്ട്. അതെങ്ങനെയാണ് പ്രകടിപ്പിക്കേണ്ടതെന്ന് കുഞ്ഞിരാമന് അറിയില്ലായിരുന്നു. എങ്കിലും പുലിയെ അരികിലേക്കുപിടിച്ച് അരുമയായി തലോടി. പുലി ഒരു പൂച്ചയായി. 'മ്യാവൂ, മ്യാവൂ' കരഞ്ഞുകൊണ്ട് കുഞ്ഞിരാമന്റെ ദേഹത്തേക്ക് ചുരമാന്തി നിന്നില്ലന്നേയുള്ളൂ!

പൊടുന്നനെയായിരുന്നു കുഞ്ഞിരാമനിൽനിന്ന് ഒരു വൃത്തികെട്ട നോട്ടമിറങ്ങി പുലിയുടെ പിൻകാലുകൾക്കിടയിലേക്കു കയറിപ്പോയത്.

നാലുദിവസങ്ങൾ തന്റെ ഭാര്യ ഒരു ആണുമായി (പുലിയായാലും) മറ്റാരുടേയും ശല്യങ്ങളില്ലാതെ ഒരു വീട്ടിൽ കഴിഞ്ഞുകൂടിയതാണ്. അരുതാത്തത് എന്തെങ്കിലുമൊക്കെ സംഭവിച്ചിരിക്കില്ലേ? സാദ്ധ്യതകളും സാഹചര്യങ്ങളുമാണല്ലോ ജീവിതത്തെ നിശ്ചയിക്കുന്നത്.

സേതുബന്ധനം കടന്നു യുഗങ്ങൾ താണ്ടി ആ ദുഷ്ചിന്ത കുഞ്ഞിരാമനിലേക്കും പട നയിച്ചുവന്നു.

കുഞ്ഞിരാമൻ ചീതമ്മയോടായി പറഞ്ഞു.

"ചീതമ്മേ, വെക്കം ഒരു തീക്കുണ്ഡം ഒരുക്കിയേ, എന്നിട്ടു നീ അതിൽ ഒന്ന് ചാടണം. എന്റെ ഒരു മനഃസമാധാനത്തിനാ!"

ചീതമ്മയുടെ നെഞ്ചിൽ ഒരു തീപ്പന്തൽ ഉയർന്ന് ആളിക്കത്തി. "അമ്മേ, ഈ ഭൂമി പിളർന്ന് എന്നെ അങ്ങെടുക്കണേ" ചീതമ്മ ഉള്ളുരുകി പ്രാർത്ഥിച്ചു.

പക്ഷേ, ഭൂമി കുലുങ്ങിയില്ല. പട്ടയമില്ലാത്ത ഭൂമിയും ഭർത്താവിനാൽ

സംശയിക്കപ്പെട്ട ഭാര്യയും ഒരേപോലെ കൈയേറ്റത്തിന്റെ ഇരകളാണെന്നു ചീതമ്മയ്ക്ക് അറിയില്ലെങ്കിലും ഭൂമിക്കറിയാമായിരുന്നു. അതിനാൽ റിക്ടർ സ്കെയിലിൽ രേഖപ്പെടുത്താൻ പോലും ത്രാണിയില്ലാത്ത ഒരു ഗദ്ഗദം കമ്പന രൂപേണ പുറപ്പെടുവിച്ചു ഭൂമി ആത്മസംഘർഷത്തിന് അയവുവരുത്തി.

പുലിയാകട്ടെ ഇതേ സമയം ജ്വലിക്കുന്ന സൂര്യബിംബമായി കുഞ്ഞിരാമന്റെ നേർക്ക് എരിഞ്ഞു കത്തി.

ചെവിക്കല്ലിന് ഒന്നു കൊടുത്തിട്ട് ചീത്തമ്മയേയും മുതുകത്തേറ്റി കാടുകയറാനുള്ള ദേഷ്യമാണ് ഇരച്ചുവന്നത്.

ഒരു നിമിഷം!

നീളമേറിയ സമയപാതയിലെ ആ ചെറിയ വിടവിൽ പുലി രത്നാകരനിൽനിന്ന് വാല്മീകിയായി.

അങ്ങനെചെയ്യുകിൽ മനുഷ്യനും മൃഗവും തമ്മിലെന്ത് വ്യത്യാസം?

പുലി സമചിത്തതയോടെ കുഞ്ഞിരാമന്റെ തോളിൽ തട്ടി.

“എടോ കുഞ്ഞിരാമാ, ഞങ്ങൾ മൃഗങ്ങൾ നിങ്ങൾ മനുഷ്യരെപ്പോലെയല്ല. ഒരു മൃഗവും മനുഷ്യനെ ബലാല്ക്കാരം ചെയ്തിട്ടില്ല. നിങ്ങളുടെ ഭാഷയിൽ പറഞ്ഞാൽ പീഡിപ്പിച്ചിട്ടില്ല. മനുഷ്യർ മൃഗങ്ങളെ പീഡിപ്പിച്ചിട്ടുണ്ടാകാം. പക്ഷേ, ഞങ്ങൾ അത്തരക്കാരല്ല. ഇണയുടെ സമ്മതമില്ലാതെ കാര്യം സാധിക്കുന്ന തള്ളയ്ക്കുപിറയ്ക്കായ്ക ഞങ്ങൾ കാട്ടുകേലാ. നിനക്കു നിന്റെ ഭാര്യയെ നൂറ്റിയൊന്ന് ശതമാനം വിശ്വസിക്കാം. ഈ നാട്ടിൽ തന്നെ കുറ്റിയടിച്ചു നില്ക്കുന്നതുകൊണ്ടാ ഇത്തരം തരംതാണ വിചാരങ്ങൾ നിന്റെ തലയ്ക്കകത്തിരുന്നു ചെന്നികുത്തുന്നത്. ഇടയ്ക്കൊക്കെ കാട്ടിലേക്ക് ഭാര്യയേയും കൂട്ടിയിറങ്ങ്. വെറുതെ ചുറ്റിനടന്നു കാടുകാണ്. എന്നിട്ട് ഞങ്ങൾ കാട്ടുവാസികൾ എങ്ങനെയാ ജീവിക്കുന്നതെന്നു കണ്ടുപടിക്ക്. കാട് ഫീസ് വേണ്ടാത്ത ഒരു നല്ല കൗൺസലിങ് സെന്ററാണടോ.”

ഈയം ഉരുക്കിയൊഴിച്ച കുഞ്ഞിരാമന്റെ കാതുകൾക്കു പുലിവേദാന്തം അബദ്ധപഞ്ചാംഗമായി.

കൈയിൽ കിട്ടിയതെല്ലാം ഒരു തുകൽസഞ്ചിയിൽ നിറച്ചു കുഞ്ഞിരാമൻ അജ്ഞാതവാസത്തിനായി വീടിറങ്ങി.

ചീതമ്മയുടെ നിലവിളിയും പുലിയുടെ പിൻവിളിയും കുറേനേരം വായുവിൽ പൊടിപറത്തി നിന്നു മെല്ലെ അയഞ്ഞ് ശാന്തമായി നിലത്തേക്കു കൂപ്പുകുത്തി.

മഴയും മഞ്ഞും വെയിലും മാറിമാറി വന്നു. കുഞ്ഞിരാമൻ മടങ്ങിവന്നില്ല. പുലി പോയതുമില്ല. ഓരോരോ കർമ്മബന്ധങ്ങൾ! ചീതമ്മയെ തനിച്ചാക്കി പോകാൻ പുലിക്ക് മനസ്സുവന്നില്ല. ആത്മസംഘർഷങ്ങളുടെ നടുവിൽ പുലി പാറപോലെ ഉറച്ചുനിന്നു.

കുഞ്ഞിരാമൻ വരുന്നതുവരെ ഞാനുണ്ടാകും, ചീതമ്മയ്ക്ക് കൂട്ടായി.

ജന്മിത്ത ഭരണം അവസാനിച്ച് ജനായത്ത ഭരണത്തിന്റെ നന്മകൾ

പതുക്കെപ്പതുക്കെ ഉലകന്തറയുടെ മണ്ണിലേക്കും വെയിൽവെട്ടം പോലെ അരിച്ചിറങ്ങുവാൻ തുടങ്ങി. ഒരു ലോക്കൽ നേതാവിന്റെ ശിപാർശ പ്രകാരം പുലിക്ക് ഒരു ജോലി കിട്ടി. പെരുമ്പള്ളിക്കൽ കാസിസേഠിന്റെ അരിക്കടയിൽ ചുമട്. ചെമപ്പൻ പാർട്ടിയുടെ തൊഴിലാളി യൂണിയനിൽ അംഗത്വമെടുത്തു. ചുമട്ടുകൂലിയും നോക്കുകൂലിയും കിട്ടും. ചീതമ്മ കയർ ഫാക്ടറിയിൽ പോയി തൊണ്ടുതല്ലും. കയറും പിരിക്കും. ജീവിതം ആകെ കുശാലായി. ഒന്നിനും ഒരു മുട്ടില്ല. പുലിക്കു മറ്റുള്ള ചുമട്ടുകാരെപ്പോലെ ദുശ്ശീലങ്ങളും ആഡംബരങ്ങളുമൊന്നും ഇല്ലാത്തതിനാൽ ഉള്ളതെല്ലാം ചീതമ്മയെ ഏല്പിക്കും.

ചീതമ്മയ്ക്ക് സന്തോഷം!

പുലിക്ക് സംതൃപ്തി!!

എങ്കിലും ചില നേരങ്ങളിൽ ചീതമ്മ പുലിയെ വെറുതെ ചീത്ത പറയും. ചിലപ്പോഴൊക്കെ പ്രാകും. അതു കേൾക്കുമ്പോൾ വല്ലാത്ത സങ്കടം വരും. അപ്പോൾ പോയി വടക്കേപ്പുറമ്പിലുള്ള ആഞ്ഞിലിയുടെ ഉച്ചാംതലയിൽ കേറി ഇരിക്കും.

അവിടെയിരുന്നാൽ കാട് കാണാം. കാടിനെ കാണുമ്പോൾ പുലിയുടെ കണ്ണുകൾ നിറയും.

സങ്കടം തൊണ്ടയിൽ കിടന്നു ചിലമ്പും.

"അമ്മേ..."

കാടു കേട്ടെങ്കിലും കേൾക്കാത്ത ഭാവത്തിൽ മിണ്ടാതെ നില്ക്കും. ഒരു കൊടുങ്കാറ്റിനുള്ള ദുഃഖം ചങ്കിൽപ്പേറിക്കൊണ്ട് പുത്രദുഃഖം കാണാനാകാതെ കാടു മഴച്ചാറ്റൽ കൊണ്ട് മുഖം മറയ്ക്കും.

ചീതമ്മ രണ്ട് പെറ്റു. രണ്ടുപേറ്റിലുമായി മൂന്ന് പൈതങ്ങൾ. കന്നിപ്രസവത്തിൽ ഇരട്ടക്കൊമ്പന്മാർ. അയ്യപ്പനും മെയ്യപ്പനും. ഇളയതു പൊങ്കൊച്ചാണ്. കുട്ടിമാളു.

"ഇതുങ്ങടെ അപ്പനാരാടീ ചീതമ്മേ."

ആരെങ്കിലും അങ്ങനെ ചോദിച്ചാൽ ചീതമ്മ പറയും കുഞ്ഞിരാമനാണെന്ന്.

"കുഞ്ഞിരാമനോ?"

മൂക്കത്ത് ചോദ്യചിഹ്നം പോലെ നില്ക്കുന്ന ചുണ്ടാണി വിരലിനെ കാറിത്തുപ്പിക്കൊണ്ട് ചീതമ്മ വിശദീകരിക്കും.

'അങ്ങോര് വരവക്കെ ചെയ്യും. നിങ്ങള് കാണാത്തോണ്ടാ. രണ്ടുമൂന്നാഴ്ച കൂടുമ്പോ പാതിരാത്രി വരും. വെട്ടം വീഴുന്നതിനുമുമ്പേ പോകോയും ചെയ്യും.'

"അതെന്താടി നിന്റെ കെട്ടിയോൻ നക്സലേറ്റാണോ?"

"വേണോങ്കി അങ്ങനെയും പറയാം."

പിന്നെയും സംശയിച്ചു നില്ക്കുന്നവരോട് ചീതമ്മ പറയും:

"വിശ്വാസം ഇല്ലെങ്കി പുലിയോട് ചോദിക്ക്..."

എന്തെങ്കിലുമൊന്ന് പറയാനായി പുലി എഴുന്നേല്ക്കുന്നതിനു മുമ്പേ

അവറ്റകൾ സ്ഥലം വിട്ടുകളയും.

"പേടിച്ചുതൂറികള്"

ചീതമ്മ കൈകൊട്ടി ചിരിക്കും.

അയ്യപ്പനും മെയ്യപ്പനും വയസ്സ് അഞ്ചു കഴിഞ്ഞു.

"പിള്ളേരെ പള്ളിക്കൂടത്തിൽ അയയ്ക്കണം."

ഉലകന്തറയിലെ സർക്കാര് പള്ളിക്കൂടത്തിലെ ഹെഡ്മാസ്റ്റർ ബാഹുലേയൻപിള്ള ചീതമ്മയെ ഉപദേശിച്ചു.

ചീതമ്മ, ഗുരുനാഥനായ ബാഹുലേയൻപിള്ള സാറിന്റെ വാക്കുകൾ ശിരസ്സാവഹിച്ചു.

പള്ളിക്കൂടം തുറപ്പിന്റെ അന്ന് ആമ്പിള്ളേരെ പുലിപ്പുറത്ത് ഇരുത്തി പൊങ്കൊച്ചിനെ ഒക്കത്തുംവെച്ച് ചീതമ്മ പള്ളിക്കൂടത്തിലേക്കു പോയി.

തുറപ്പു ദിവസമായതുകൊണ്ട് പുലിക്ക് അയിത്തമില്ല.

ഹെഡ്മാസ്റ്റർ ചൂണ്ടിയ കസേരകളിൽ ചീതമ്മയും പുലിയും ഇരുന്നു. അയ്യപ്പനും മെയ്യപ്പനും അംഗരക്ഷകരെപ്പോലെ പുലിക്ക് ഇരുവശത്തുമായി നിലകൊണ്ടു. സമയംപോക്കിന്റെ വിരസത അകറ്റാനായി പുലി മേശപ്പുറത്തിരുന്ന പേപ്പർവെയ്റ്റെടുത്ത് കറക്കി.

കുട്ടിമാളു ചീതമ്മയുടെ മടിയിലിരുന്നു മേശപ്പുറത്ത് ഇരിക്കുന്ന ചൂരൽവടിക്കായി കരഞ്ഞു.

ഭാനുമതിടീച്ചർ ഒരു ഉണ്ടച്ചക്കര കൈക്കൂലി നല്കി കുട്ടിമാളുവിന്റെ കരച്ചിലടക്കി, ചൂരൽവടി ഹെഡ്മാസ്റ്റർക്കു സമ്മാനിച്ചു.

ചെങ്കോല് തിരികെ കിട്ടിയ സന്തോഷത്തിൽ ഹെഡ്മാസ്റ്റർ മുറുക്കാൻചാറ് കോളാമ്പിയിലേക്ക് നീട്ടിത്തുപ്പി ഉഷാറായി.

പ്രവേശനഫോറം പൂരിപ്പിക്കാൻ തുടങ്ങി.

"കുട്ടിയുടെ പേര്...?"

"അയ്യപ്പൻ"

"അച്ഛൻ....?"

"അച്ഛന്റെ പേര് പറ ചീതമ്മേ"

ഭാനുമതി ടീച്ചർ പരിഭാഷപ്പെടുത്തി.

ഒരു നിമിഷത്തെ നിശ്ശബ്ദതയുടെ കടംപറച്ചിൽ. ഹെഡ്മാസ്റ്ററുടെ മഷിപ്പേന കാതുകൂർപ്പിച്ചു മഷി ഒലിപ്പിച്ചുനിന്നു.

"പുലി"

പുലിയുടെ കൈകളിൽ ഭ്രമണം ചെയ്ത 'പേപ്പർ വെയിറ്റ് ഭൂമി' നിശ്ചലമായി.

മൃദുവെങ്കിലും ഉറപ്പുള്ള ശബ്ദം.

"പുലിയോ...?"

ഡിവിഷൻ ഫാളുണ്ടാക്കാതെ രക്ഷിക്കണമെന്ന സൗരഭ്യം തുളുമ്പുന്ന ജൂനിയർ കടാക്ഷം ഹെഡ്മാസ്റ്റർക്കു കൂടുതൽ അന്ധാളിപ്പിന് ഇട നല്കിയില്ല.

"പുലിയെങ്കിൽ പുലി"

എഞ്ചുവടിപ്പട്ടികയുടെ ഈണത്തിൽ ഹെഡ്മാസ്റ്റർ ചൊല്ലി നോക്കി.

അയ്യപ്പൻ..., മെയ്യപ്പൻ... അവരുടെ അപ്പൻ....

"പുലിയപ്പൻ"

പ്രവേശനഫോറത്തിൽ ചരിത്രം പിറന്നു.

അയ്യപ്പനെയും മെയ്യപ്പനെയും പള്ളിക്കൂടത്തിൽ ചേർത്തിട്ടു പുലിയും ചീതമ്മയും കുട്ടിമാളുവുമായി പുറത്തേക്കിറങ്ങി.

കുട്ടിമാളു പിന്നെയും ചിണുങ്ങാൻ തുടങ്ങി. പെട്ടിക്കടയിൽനിന്നും പുലി ഒരു കോലുമിഠായി മേടിച്ചുകൊടുത്തു. ചീതമ്മയുടെ തോളത്തു കിടന്ന് കുട്ടിമാളു കൊതിയോടെ കോലുമിഠായി ഉറിഞ്ചി. ചീതമ്മ മുന്നേ നടന്നു. പുലി ഒരു പുലിവാലു പോലെ പിറകെയും.

കൊടുവരയിറങ്ങി തെങ്ങിൻപാലത്തിലൂടെ നടന്ന് വയൽ വരമ്പി ലെത്തി. പളുങ്കുപോലുള്ള തെളിഞ്ഞവെള്ളം ഒഴുകുന്ന ചാലിന്റെ കര യിൽ നിന്നു പുലി വിളിച്ചു.

"ചീതമ്മേ"

"പുലിയേ"

രണ്ടേ രണ്ടു വിളികൾ! കടൽത്തീരത്ത് നില്ക്കുന്നതുപോലുള്ള ഒരു തോന്നൽ.

"ഈ പിള്ളേരുടെ അച്ഛനാരാ?"

"പുലി..., അല്ലാതെ വേറെ ആരാ?"

വെള്ളച്ചാലിൽ പാദങ്ങൾ തൊടാതെ വരമ്പിലേക്കു ചാടി, ചീതമ്മ തിരിഞ്ഞുനോക്കാതെ നടന്നു

പുലി പളുങ്കുവെള്ളത്തിലേക്കു നോക്കി. പുലി തന്റെ മുഖം കണ്ടു. പുലിയിൽനിന്നും മനുഷ്യനിലേക്ക് ഇറക്കമിറങ്ങുന്ന പരിണാമത്തിന്റെ ബിന്ദുക്കൾ കോർത്തുവെച്ച പന്തുപോലുള്ള തന്റെ മുഖത്തെ!

പുലി ചോദിച്ചു.

"ആരാണ് ഞാൻ?"

പളുങ്കുവെള്ളം ഉത്തരമില്ലാതെ ഒരു നിമിഷം സ്തബ്ധയായി പുലിയെ നോക്കിനിന്നു.

ഒരു ബലിക്കാക്ക നീറ്റിലിറങ്ങി കുളിച്ച് ഈറനോടെ പറന്നു പോയി.

പുലി വായിച്ചു.

"ഓളങ്ങളാണ് ഞാൻ"

ഉള്ളിലുള്ള ശുകം മൊഴിഞ്ഞു.

"ഒരുതരം ഭ്രാന്താണ് നീ"

കുട്ടിമാളുവിന്റെ കരച്ചിൽ!

ചിന്തയിൽനിന്നും പുലി വരമ്പിലേക്കു ചാടി. പുലി നെൽച്ചോല കളെ വകഞ്ഞുമാറ്റിപ്പോകുന്ന ചീതമ്മയെ കണ്ടു. ഒക്കത്ത് ഇരിക്കുന്ന കുട്ടിമാളുവിനെയും.

കുട്ടിമാളുവിന്റെ മുഖം ആദ്യം കാണുന്നതുപോലെ പുലിയുടെ

കണ്ണുകൾ കൊതിയോടെ നക്കിത്തുടച്ചു.

പന്തുപോലുള്ള മുഖം. അതിൽ ജ്വലിക്കുന്ന രണ്ടു പുലിക്കണ്ണുകൾ. മുഖത്താകെ പുള്ളിക്കുത്തുകൾ, പതിഞ്ഞ മൂക്ക്...!!!

വെള്ളച്ചാലിൽ കണ്ട അതേ പ്രതിബിംബം തൊട്ടുമുന്നിൽ!

ചീതമ്മയുടെ ഒക്കത്തിരുന്ന് വിളിക്കുന്നു.

"അച്ഛാ..."

പുലി ചെവി വട്ടംപിടിച്ചു.

ഉള്ളിൽ ഒരു കടൽ നുരച്ചുപൊന്തി.

കടൽത്തീരത്തു പ്രതീക്ഷയുടെ പൊതിച്ചോറു നിവരുന്നു.

പുലി വാലുപൊക്കി ഒരു ഓട്ടം വെച്ചുകൊടുത്തു.

കുട്ടിമാളുവിനെ കോരിയെടുത്ത് ആകാശത്തേക്കുയർത്തി. പിന്നെ ആ കുഞ്ഞു മുഖത്തെ തന്റെ കണ്ണുകളോടു ചേർത്തുവെച്ചു നെറുകയിൽ ചുംബിച്ചു.

പുലി വെമ്പൽകൊണ്ടു

"മോളേ..., കുട്ടിമാളു ഒന്നൂടെ വിളിച്ചേ, ഞാനൊന്ന് കേട്ടോട്ടെ...!"

കുട്ടിമാളു അവളുടെ സർവ്വശക്തിയുമെടുത്തുവിളിച്ചു.

"പുലിയച്ഛൻ."

ആ പെൺ ശബ്ദം നാടും കാടും കടലും ചോലയും ഒരു ഉടലിൽ സൂക്ഷിക്കുന്ന ഉലകമാകെ പ്രതിദ്ധ്വനിച്ചു.

"പുലിയച്ഛൻ."

*** കാളിദാസ വിരചിത ശ്ലോകം**

ഇന്ദീവരലോചനയും പവിഴതുല്യാധരിയും സങ്കേതത്തിലെത്താൻ വനത്തിൽക്കൂടെ നടന്നവളുമായ ഒരു മനോഹരിയുടെ സർവ്വാഭരണങ്ങൾ കള്ളന്മാർ മോഷ്ടിച്ചു. എന്നാൽ മൂക്കുത്തി മാത്രം അവർ എടുത്തില്ല. അതിനുകാരണം എന്തായിരിക്കും?

മൂക്കുത്തിയുടെ ഉപരിഭാഗത്ത് കണ്ണിന്റെ നീലച്ഛവിയും പകുതി സ്ഥലത്ത് ശോണാധരത്തിന്റെ രക്തവർണ്ണവും പ്രതിഫലിക്കയാൽ അത് കുന്നിക്കുരുവായിരിക്കുമെന്ന് കള്ളന്മാർ ശങ്കിച്ചു.

പാതാളപ്പിടപ്പ്

ആശൂത്രീന്ന് പൊരേലോട്ടു വന്നുകേറി, കുഞ്ഞോലിപ്പെണ്ണ് വെളമ്പിക്കൊടുത്ത പഴങ്കഞ്ഞീലേക്ക് കൈ മുക്കീയപ്പോഴാ ആ നിലവിളി ഒച്ച കുന്നുകേറി വന്നത്. പണ്ടാരമടങ്ങാൻ! അതിനി എന്ത് തൊല്ലയാണാവോ! കൊറച്ച് ദെവസമായി കെടന്ന് വലയുവാ. പഴങ്കഞ്ഞീന്ന് വെരലുകള് വലിച്ചൂരി വാവാച്ചണ്ണൻ പൊറത്തേക്കെറങ്ങി. വല്ലിയിളാം പറമ്പുകാരുടെ പഴേ പൊരേല് വാടകയ്ക്ക് താമസിക്കുന്ന വയസ്സിത്തള്ള കരച്ചിലിന്റെ തൊടലും പൊട്ടിച്ചു മുറ്റത്തു നിക്കുന്നു.

"എന്തോന്നാ തള്ളേ!"

തിളച്ചു കൂടുന്ന വെയിൽച്ചൂട് വാവാച്ചണ്ണന്റെ കണ്ണില് ഇരുട്ടുകുത്തി.

"പൊന്നുമോനേ, വാവാച്ചാ... എന്റെ കുഞ്ഞപ്പൻ കെണറ്റി വീണടാ, നീ ഒന്നു വെക്കം വന്നീല്ലേല് അവൻ ചത്തുപോകും."

തള്ള ഇപ്പഴങ്ങാണ്ട് ഇന്നാട്ടീ വന്നുകൂടീതാ. വാടകപ്പെരേല് ഒറ്റയ്ക്കാണെന്നാ കേട്ടിട്ടുള്ളത്. പിന്നെ എവടെനിന്നു വന്നു ഈ *കൊഞ്ഞപ്പൻ?*

വാവാച്ചണ്ണന്റെ തൊണ്ടേക്കൂർത്ത സംശയം തൊടലിമുള്ളുപോലെ പൊറത്തേക്ക് മൊനക്കുന്നേന് മുമ്പേ തള്ള ചീന്തിത്തെറിച്ചു

"അതെന്റെ പട്ടിയാ വാവാച്ചാ, വാലുപോലെ എപ്പോഴും എന്റെ പെറകേ നടക്കുന്ന കുഞ്ഞപ്പനെ നീ കണ്ടിട്ടില്ലേ?"

"പിന്നേ... എനിക്കതിനാ നേരം." വാവാച്ചണ്ണന്റെ മുഞ്ഞീല് അരിശം മൂത്തു തെളച്ചു. "എന്റെ കൊച്ച് ചാകാൻ കെടക്കുമ്പോഴാ തള്ളേടെ ഒരു എരണങ്കെട്ട പട്ടി..."

വാവാച്ചണ്ണൻ കാക്കിച്ച് തുപ്പി. ചെമ്മണ്ണേല് ഒരു മഞ്ഞക്കളം പൂത്തു.

തള്ള വാവാച്ചണ്ണന്റെ പൊരേല് നടന്നതൊന്നും അപ്പം അറിഞ്ഞിട്ടില്ലെന്ന് തോന്നുന്നു. അല്ലെങ്കില് ഈ നേരത്ത് തന്നെ കണ്ട പട്ടീടേം

പൂച്ചേടെമൊക്കെ കാര്യോം പറഞ്ഞ് അണ്ണന്റെ വളവിൽ കേറാൻ ചങ്കുറ്റപ്പെടുമോ? അങ്ങനൊന്നും നെനയ്ക്കാൻ പറ്റത്തില്ലന്നേ. മനുഷ്യമ്മാർക്ക് അവരവരേക്കുറിച്ചേ വിചാരോള്ളൂ. തള്ളക്ക് വാവാച്ചണ്ണന്റെ മോള് ചത്താലെന്ത്, കെട്ടാലെന്ത്? കെളവിക്ക് അവരുടെ കാര്യം നല്ല ചീളുചീളായി നടക്കണം. അല്ലാതെന്താ?

പഴേ വാവാച്ചണ്ണനാരുന്നേൽ കാണാരുന്നു പുകില്. തള്ളേടെ പൊടിപോലും കാണത്തില്ലാരുന്നു. തള്ളേടെ മാത്രമല്ല ഒന്നിന്റേയും. ഇത് ജയിലേക്കെടന്ന് തന്നെത്താനെ മേലും മനോം മാറ്റിപ്പണിത വാവാച്ചണ്ണനായത് എല്ലാത്തിന്റെയും നല്ലകാലം!

"മോനേ വാവാച്ചാ, ഈ ലോകത്ത് ഇനി എനിക്കവൻ മാത്രേ ഒള്ളെടാ. നെനക്കാണേ ഇത്തിരി നേരത്തെ പണിയേയുള്ളു. പൊന്നുമക്കക്ക് വെക്കമിഞ്ഞ് പോരാം."

ഓരോരോ കുഴിത്തുരുമ്പുകള് വന്ന് കേറിക്കോളും. തള്ളയ്ക്ക് വാവാച്ചണ്ണനെ വെറുതേ വിടാൻ ഒരുക്കമില്ലാരുന്നു

"ഞാൻ പൈസാ തരത്തില്ലാന്ന് വെച്ചാന്നോ."

ഏങ്ങിക്കൊണ്ട് തള്ള ഒരു മൺകുടുക്കയെടുത്തു ചെത്തിത്തേക്കാത്ത അരപ്രേസിന്റെ മണ്ടേലേക്കുവെച്ചു.

"വാവാച്ചാ, കുഞ്ഞേ... പട്ടിയായാലും അതും ഒര് ഉയിരല്ലേ. നീയെന്റെ കുഞ്ഞപ്പനെ ഒന്ന് എടുത്ത് തന്നേച്ചു പോ. അതിന്റെ പുണ്യം ആശുത്രി കെടക്കുന്ന നിന്റെ കൊച്ചിന് മീതേ കരുണയായി കർത്താവ് തമ്പുരാൻ പെയ്യിക്കും. നീ നോക്കിക്കോ. ഒരു പെറ്റവയറാ ഇങ്ങനെ കെടന്ന് കേഴുന്നേ."

ഓ... അപ്പോഴ് തള്ള എല്ലാം അറിഞ്ഞിട്ടുള്ള വരവാ. സകലമാന തൊന്തരവിലും കെടന്ന് പാവപ്പെട്ട വാവാച്ചണ്ണൻ വട്ടം കറങ്ങുമ്പോഴാ തള്ളേടെ ഒരു പൂങ്കണ്ണീരും പൈസാക്കുടുക്കയും. അണ്ണൻ കുടുക്കയെടുത്ത് ചെന്തെങ്ങേലേക്ക് ഒരേറു കൊടുത്തു. കുടുക്ക പൊട്ടിച്ചിതറി പൈസാത്തുട്ടുകൾ പൊഴിച്ചിട്ടു. പാമ്പിൻകുഞ്ഞുങ്ങളെപ്പോലെ പലേ നിറത്തിലും വലിപ്പത്തിലുമുള്ള നോട്ടുകളെ വിരിച്ചിറക്കി. അവറ്റകള് അണ്ണന്റെ വിചാരത്തള്ളിച്ചകളെ വരിഞ്ഞുമുറുക്കി, തലയ്ക്കിട്ട് തന്നെ ആഞ്ഞുകൊത്തി.

ആശുത്രിയിലോട്ട് പോകാൻ ഇനി കയ്യേല് അഞ്ചിന്റെ പൈസയില്ല. കരുതിവച്ചതും കടംവേടിച്ചതുമൊക്കെ ഇന്നലെ ഒറ്റ രാത്രികൊണ്ട് തീർന്നുകിട്ടി. പലിശക്കാരൻ അണ്ണാച്ചിയേ കണ്ടില്ലേല് ആകെ കൊഴഞ്ഞത് തന്നെ. വാവാച്ചണ്ണന്റെ ഉള്ളുവേവുന്ന മണം തിരിഞ്ഞ കുഞ്ഞോലി അണ്ണനെ ആറ്റിത്തണുപ്പിച്ചു.

"തങ്കയക്കയില്ലേ ഇപ്പം ആശുത്രീല്. അണ്ണൻ ചെന്ന് അതങ്ങോട്ട് എടുത്ത് കൊടുത്തേച്ച് വാ."

കുഞ്ഞോലി തങ്കചേച്ചിയുടെ അകന്ന ബന്ധത്തിലെ ഒരു പെണ്ണാ. ഇത്രേം വല്യ സങ്കടങ്ങളു വന്നിട്ടും അവളൊഴിച്ച് ബന്ധുക്കാരായിട്ടോ, നാട്ടാരായിട്ടോ, പാർട്ടിക്കാരായിട്ടോ ഒറ്റ നാറികളും വാവാച്ചണ്ണന്റെ പൊരേലോട്ട് എത്തിപ്പോലും നോക്കിയില്ല. അവരെ പഴി പറയാൻ പറ്റ്വോ. അത്ര പന്ന നെറികേടാണല്ലോ ആ തലതെറിച്ചവൻ ഒണ്ടാക്കിവച്ചിട്ട് മുങ്ങിക്കളഞ്ഞത്.

വെട്ടും കുത്തും കൊലേമൊക്കെ നടത്തി അറപ്പുതീർന്നവനെങ്കിലും വാവാച്ചണ്ണൻ ഇതുവരെ ഒരു പെണ്ണിനെയും പെഴപ്പിച്ചിട്ടില്ല. അത് ഏത് കോടതിയും സമ്മതിച്ചും തരും. എന്റെ മലന്തമ്പിരാനെ, ഇങ്ങനൊരുത്തൻ എങ്ങനെ വാവാച്ചണ്ണന്റെ ഒടലേന്ന് തങ്കചേച്ചീടേ വയറ്റിപ്പറ്റീയേന്നാ. അവനെ ഒണ്ടാക്കിയ നേരത്ത് ഒരു വാഴവെച്ചാ മതിയാർന്നു. ഒള്ള പൊകേം വലിച്ചുകേറ്റി കൂടപ്പെറപ്പിനെ കേറി പിടിക്കാൻ ചെന്നേക്കുന്നു. പ്ഫൂ...

ഓർക്കുമ്പം ഓർക്കുമ്പം വാവാച്ചണ്ണന്റെ കണ്ണിന്റെ വിളുമ്പില് തൂവിക്കൊടം പോലെ കരച്ചില് വന്നങ്ങ് തുളുമ്പും. കണ്ണീർക്കൊടങ്ങള് വന്ന് നെറക്കുന്ന കാരണം വടോം കൊട്ടയും പാതാളക്കരണ്ടിയും എവടാ വെച്ചേക്കുന്നേന്ന് ഒരു തിട്ടമ്പോലും കിട്ടുന്നില്ല. കുഞ്ഞോലി ചായിപ്പിന്റെ മൂലേന്ന് കണ്ടെടുത്ത പണിസാമാനങ്ങളുമായി, കൈലിക്കോന്തലകൊണ്ട് കണ്ണീരു തൂത്തുതൊടച്ച്; വാവാച്ചണ്ണൻ തള്ള തെളിച്ച വഴിയേ നടന്നു. എത്ര ടക്കേന്നാ കെളവി അണ്ണനെ പണക്കുടുക്കകൊണ്ട് അളന്നെടുത്തോണ്ട് പോയത്!

തള്ള വെശക്കിയാ നടക്കുന്നത്. ഒപ്പം എത്താൻ അണ്ണൻ പണിപ്പെട്ടു. തലയ്ക്കുള്ളില് ഓർമ്മകള് കെടന്ന് കടിപിടികൂടുവാ. ഒരടി വെക്കാൻ തന്നെ വല്യ പാട്!

ഇന്നലെ വാവാച്ചണ്ണനും തങ്കച്ചേച്ചിയും കൂടെ രാവിലെ ബാങ്കിപ്പോയതാ. കൊറേ നാളായി ഒരു വായപ്പയ്ക്കായി കേറി നടപ്പ് തൊടങ്ങീട്ട്. വീടൊന്ന് ചെത്തിത്തേക്കണം. കറിയാച്ചനെ കൊന്നിട്ട് അകത്ത് പോയപ്പം അണ്ണന്റെ പാർട്ടിക്കാര് കൂറു കാണിക്കാൻ കെട്ടിക്കൊടുത്തതാ ആ തീപ്പെട്ടിക്കൂട് പോലത്തെ വീട്. വാർപ്പു കഴിഞ്ഞപ്പം തങ്കച്ചേച്ചിയോടും പിള്ളാരോടും കേറിത്താമസിച്ചോളാൻ പാർട്ടിക്കാര് പറഞ്ഞു. വാവാച്ചണ്ണൻ അങ്ങനെ മുട്ടൻ പാർട്ടിക്കാരനൊന്നുമല്ലാരുന്നു. കൂലിക്കുവേണ്ടി വെട്ടാനും കുത്താനും ഒക്കെ പോകും. അത് പാർട്ടിക്ക് ഒരേനക്കേട് വരുമ്പോഴും അണ്ണനെക്കൊണ്ടാവുന്ന രീതിയില് സഹായിച്ചുകൊടുക്കും. വീടൊന്ന് പൂശിത്തെരാൻ തങ്കച്ചേച്ചി പലവെട്ടം പോയി പറഞ്ഞിട്ടും നേതാക്കന്മാര് കേട്ട മട്ട് കാണിച്ചില്ല. ജയിലീന്ന് എറങ്ങീട്ട് വാവാച്ചണ്ണൻ ഈ ആവശ്യോം പറഞ്ഞ് ഒറ്റത്തവണയേ പാർട്ടീയോപ്പീസിന്റെ നട കേറീട്ടൊള്ളു. പണ്ടത്തെ പാർട്ടിയും നേതാക്കന്മാരുമൊന്നും

അവിടില്ലാരുന്നു. മൊക പരിചയം കാണിച്ച ശിവദാസൻ ചേട്ടൻ അണ്ണനോട് കുറുകി.

–ടേയ്, വാവാച്ചാ, നിന്നെ തൂക്കുകയറേന്ന് ഊരാൻ പാർട്ടി ലക്ഷങ്ങളാ പൊടിച്ചേ. ആ വീടൊന്ന് കെട്ടിമുട്ടിക്കാൻ ഞങ്ങള് പെട്ട പാട്. അത് വല്ലോം നെനക്കറിയണോ. തട്ടീട്ടു അകത്തുപോയി സുഖിച്ച് കെടന്നതല്ലേ?

കറിയാച്ചനെ ചാമ്പിയത് അണ്ണൻ മാത്രമാരുന്നില്ല. ഈ വളുവളാ ചെലയ്ക്കുന്ന ശിവദാസൻ ചേട്ടനേം കൂടെ കൂട്ടി അഞ്ചംഗ സംഘമാരുന്നു. അവരൊക്കെ പാർട്ടിക്ക് വാവാച്ചണ്ണനേക്കാൾ വേണ്ടപ്പെട്ടവരാരുന്നു. കുറ്റം മൊത്തോം അണ്ണന്റെ തലേകെട്ടിവച്ചു കൊടുത്തിട്ട് മോളീന്ന് ദൈവവിളി വന്നു.

–വാവാച്ചാ, നിന്റെ എല്ലാ കാര്യങ്ങളും പാർട്ടി ഏറ്റെടുക്കുവാ. ഒന്നുകൊണ്ടും പേടിക്കണ്ടാടാ ഊവ്വേ. നീ ചെയ്ത് തന്നതൊന്നും ഈ പാർട്ടി മറക്കില്ല.

പക്ഷേങ്കി മറക്കാഞ്ഞത് കറിയാച്ചന്റെ പാർട്ടിയാരുന്നു. അല്ലേലും സ്നേഹം പോലല്ല പക. പഴകുന്തോറും അതിന്റെ വീറും വാശിയും കൂടും. സർക്കാരും ബാങ്കുമൊന്നും സഹായിക്കാൻ അവര് സമ്മതിക്കേലെ. അവന്മാരുടെ മൊട അണ്ണൻ ചത്താലും ഒടുങ്ങോന്നറിയില്ല. പൂങ്കരേലെ പാർട്ടീടെ ചങ്കിലേക്കല്ലെ വാവച്ചണ്ണൻ വടിവാളുകേറ്റിയത്! പറയുമ്പം കൊല്ലങ്ങള് പത്തുപതിനാറായെങ്കിലും പറഞ്ഞിട്ട് കാര്യമില്ലെന്നേ.

ഒരു പുത്തൻ ബാങ്കുകാര് വായപ്പ കൊടുക്കാന്നേറ്റു. പക്ഷേ, കൊള്ളപ്പലിശയാ. പൊരേം തറേം ഈടുവെക്കിയേം വേണം. എന്നാലും വേണ്ടീല. അടുത്ത തുലാപ്പെയ്ത്തിനുമുമ്പ് തട്ടുവെള്ളേങ്കിലും തേച്ചെടുക്കണം. വെള്ളം കീലി കമ്പി പൊടിയാൻ തൊടങ്ങീട്ടൊണ്ട്. അങ്ങനെ കെട്ട്യോനും കെട്ട്യോളും കൂടി കൊറേ എഴുത്തുകുത്തുകളും ഒരു എമണ്ടൻ പൊതിച്ചോറുമായി ആനവണ്ടീയേക്കേറി ബാങ്കിച്ചെന്നു. അവടാണേൽ മുടിഞ്ഞ തെരക്ക്. ബാങ്കിലേർപ്പാട് കഴിഞ്ഞിട്ട് സർക്കാരാശുത്രീലോട്ടും ഒന്നു കേറണം. വരയൻ സന്തോഷിന്റെ പെണ്ണവടെ പെറ്റു കെടക്കുന്നു.

വാവാച്ചണ്ണന്റെ പെങ്കൊച്ച് കുഞ്ഞാറ്റ പൊരേല് തനിച്ചാരുന്നു. അവുക്കിപ്പം പള്ളിക്കൂടത്തില് പോണ്ട. കൊറോണ കാരണം പള്ളീക്കൂടമൊക്കെ അടച്ചിട്ടേക്കുവാ. റ്റീവീല് പടിപ്പീരൊണ്ട്. കുഞ്ഞാറ്റ പത്തിലാ. അവുക്കിത്തിരി പടിക്കണോന്നക്കെ ഒണ്ട്. മൂത്ത ചെറുക്കനേപ്പോലല്ല. ആ ഏമാളി എട്ടില് പടിത്തം നിർത്തി. വാവാച്ചണ്ണൻ അന്ന് ജയിലേന്ന് എറങ്ങീട്ടില്ല. തങ്കച്ചേച്ചി പറഞ്ഞാലൊന്നും കേക്കത്തില്ലന്നേ. തൊടക്കത്തില് ചെറുക്കൻ പൊയ്യേലെ വാറ്റുകാരുടെ കൂടാരുന്നു. പിന്നെ കളി പട്ടണത്തിലോട്ടായി. അവടെ ഇപ്പം കഞ്ചാവിന്റെ ഏർപ്പാടാ. വാവാച്ച

ണ്ണൻ ജയിലീന്ന് വന്നേപ്പിന്നെ പൊരേലോട്ടുള്ള വരവ് തന്നെ കൊറഞ്ഞു.

കൊറേക്കാലത്തിനുശേഷം ഇന്നലെ ഉച്ചയ്ക്ക്, ഒരു രണ്ട് രണ്ടേകാല് മണിയായിക്കാണും, പൊകേം വലിച്ചുകേറ്റി ചെറുക്കൻ പൊരേ വന്നുകേറി. വന്നപാടെ കുഞ്ഞാറ്റയോട് ചോറ് വെളമ്പാൻ പറഞ്ഞു. അവള് പാതാമ്പുറത്ത് നിന്നു കലമെടുത്ത് റേഷനരിച്ചോറ് പാത്രത്തിലോട്ട് കോരിയിടുമ്പോഴാ ആ കാലമാടൻ കൊച്ചിനെ കേറി പിടിച്ചത്. ഉടുപ്പും പാവാടേം ഒക്കെ ആ ചെന്നായ വലിച്ചുകീറി. പെങ്കൊച്ച് എങ്ങനങ്ങാണ്ട് അവന്റെ കൈയീന്ന് ഊർന്ന് നെലവിളിച്ചോണ്ട് പൊറത്തേക്ക് ഓടി. ആരു കാണാനാ, കേക്കാനാ? മാനും മാഞ്ചാതീയും കേറാത്ത പാറക്കെട്ടിലല്ലേ പൊര ഒണ്ടാക്കി കൊടുത്തത്. അന്തം വിട്ടുപോയ പെങ്കൊച്ച് ഓടിയതിന് കൈയും കണക്കുമില്ല. ചെന്നു കേറിക്കൊടുത്തത് വണ്ടികള് തേരാപ്പാര പായുന്ന നെരത്തിലേക്ക്. ചാവാനായിട്ട് ഓടിവരുവാരുന്നെന്നാ കണ്ടോരെല്ലാം പറഞ്ഞത്.

ലോറിക്കാരൻ പയ്യൻ നേരും നെറിയും ഒള്ളവനായോണ്ട്, ചെത്തി ക്കുല പോലെ ചോരേ കുളിച്ച് കെടന്ന പെങ്കൊച്ചിനെ പൊക്കി എടുത്ത് ആശുത്രിയിൽ എത്തിച്ചു. ചോരേം കൊടുത്തു. അവന് വേണോങ്കി മുങ്ങാരുന്നു. ഓപ്പറേഷൻ മുറീന്ന് എറങ്ങി വന്ന ഡോക്ടറ് പറഞ്ഞത് എളുപ്പം എത്തിച്ചോണ്ട് ജീവനെങ്കിലും കിട്ടിയെന്നാ. മൂന്നാല് മാസമെങ്കിലും കെടക്കേണ്ടി വരും എല്ലാം ഒന്ന് ശരിപ്പെട്ടുകിട്ടാൻ. വാവാച്ചണ്ണൻ ലോറിക്കാരൻ പയ്യന്റെ കൈ കൂട്ടിപ്പിടിച്ച് കൊറേ നേരം അനങ്ങാതെ നിന്നു. നിപ്പ് കണ്ടാലറിയാം ആ ഉള്ളുപിടച്ചിൽ എത്രണ്ടൊന്ന്. പയ്യൻ ആ നന്ദിക്കൂടഴിച്ച്, പിന്നെ വരാന്നും പറഞ്ഞ് താഴത്തെ നെലെലേക്ക് പോയപ്പഴാ വരയൻ സന്തോഷ് ചോദിച്ചത്.

"അണ്ണന് പിടികിട്ടിയോ ആ പയ്യനേതാന്ന്?"

"ഇല്ലടാ വരയാ. നീ പറയ്..."

"പൂങ്കരേലെ കറിയാച്ചന്റെ മോനാ. അണ്ണൻ പണ്ട് പൂളിയ..."

വാവച്ചണ്ണൻ ആ നിന്ന നിൽപ്പിലങ്ങ് ഐസുകട്ടയായിപ്പോയി.

പുന്നവെളേക്കാരുടെ റബ്ബറുതോട്ടത്തിലേക്കാ തള്ള വാവാച്ചണ്ണനെ എറക്കിക്കൊണ്ട് ചെന്നത്. അയ്യോ...ഇനി പട്ടി കെടക്കുന്നത് തോട്ടത്തിലെ പൊട്ടക്കെണറ്റിലാരിക്കുമോ. അതേലാണെങ്കി നടന്നത് തന്നെ! പാതാള ക്കുഴി പോലൊരു കെണറാ. വായു കിട്ടത്തില്ലന്നേ. കാടും പടലും കാരണം ഉള്ളോട്ട് നോക്കാമ്പോലും പറ്റത്തില്ല. ഇത് നേരത്തെ തള്ള പറഞ്ഞാരുന്നേൽ വാവാച്ചണ്ണൻ പോത്തില്ലാരുന്നു. മുമ്പും പിമ്പും നോക്കാതെ വെകിളി പിടിച്ചെറങ്ങുന്ന ശീലം അണ്ണൻ നിർത്തിവച്ചേ ക്കുവാരുന്നു. അത് തള്ളയ്ക്കുമറിയാരിക്കും. അതോണ്ടാ പൊട്ടക്കെണ റിനെക്കുറിച്ച് മിണ്ടാഞ്ഞെ.

വാവാച്ചണ്ണൻ ചാടി പൊക്കളയുമെന്ന് പേടിച്ച് തള്ള തിടുക്കത്തില് വടത്തിന്റെ അറ്റം പിടിച്ച് കെണറിന്റെ അരിവേലുള്ള റബറില്

ഊരിലാമ്പിട്ട് കെട്ടിമുറുക്കി. ഓലക്കാലു കത്തിച്ച് ചുഴറ്റാനൊന്നും അണ്ണൻ മെനക്കെട്ടില്ല.

"വായു കിട്ടാതെ വന്നാ ഞാനിഞ്ഞ് കേറിപ്പോരും..."

വാവാച്ചണ്ണൻ കട്ടായം പറഞ്ഞു.

"അങ്ങനൊന്നും തമ്പുരാൻ വരത്തത്തില്ലന്നേ."

തള്ള കെണറിന്റെ വാവട്ടത്തില് നിക്കുന്ന കമ്മ്യോണിസ്റ്റു പച്ചകള് വെട്ടിനെരത്തിക്കൊണ്ട് അണ്ണനുള്ള വഴി തെളിച്ചു.

വാവാച്ചണ്ണൻ ചൂരക്കൊട്ടേല് പാതാളക്കരണ്ടി കൊരുത്ത് വടത്തേ കെട്ടി കെണറ്റിലോട്ട് അയച്ചിറക്കി. പട്ടി ഉയിരോട് ഒണ്ടെങ്കി കൊട്ടേല് കെട്ടിവെക്കണം. ഒരു വള്ളി കരിപ്പോട്ടിക്കയറെടുത്ത് അണ്ണന്റെ അരേല് ചുറ്റി. പട്ടീടെ അനക്കമൊന്നും കേക്കുന്നില്ല. തീർന്നെന്നാ തോന്നുന്നെ. ഒരുത്തനെ കൂടി കൈസഹായത്തിന് വിളിക്കേണ്ടാതാരുന്നു. അതെങ്ങനാ തള്ള കെടന്ന് തിടുക്കപ്പെടുവല്ലാരുന്നോ. പട്ടീയെ കൊട്ടേല് എടുത്ത് വച്ചിട്ട് തിരികെ കേറി വന്നിട്ട് വലിച്ചു കേറ്റാം. അല്ലാതെ തള്ളയെക്കൊണ്ട് ആവുത്തില്ല!

വാവാച്ചണ്ണൻ കെണറ്റീലോട്ട് എറങ്ങി. ഇടിവില്ല. പക്ഷേങ്കി പോച്ച കാരണം തൊടിവട്ടങ്ങള് കാണാൻ പറ്റുന്നില്ല. വങ്കുകളുടെ അയ്യറുകളിയാ. ഊരുന്നോ വല്ലോം കേറി കാലേ ചുറ്റുമോന്നാ പേടി. എത്ര കെണറുകള് എറങ്ങിക്കേറീട്ടൊള്ളതാ. അങ്ങനൊരു മനക്കട്ടിയേല് വാവാച്ചണ്ണൻ കയറേ തൂങ്ങി കോലുകൾ താണ്ടി. ഇങ്ങനെ എന്തേലും കട്ടപ്പണി ചെയ്യുമ്പോഴാ പൊലീസുകാരുടെ പണ്ടത്തെ പരാക്രമങ്ങള് ഒടലേൽ കത്രികപ്പൂട്ടിടുന്നത്. കൊഴമ്പും എണ്ണേമൊക്കെ തേച്ച്, വെള്ളം മുക്കിപ്പിടിച്ചാലൊന്നും നൊമ്പലം മാറുത്തില്ല. ഏപ്പിച്ചാ കിട്ടീട്ടൊള്ളത്. അതൊന്നും ഈ ജമ്മത്ത് പോകില്ല.

അടിത്തട്ടിലെത്തിയ വാവാച്ചണ്ണൻ അരേന്ന് പേനാടോർച്ചെടുത്ത് കത്തിച്ചു. പാതാളക്കുഴിയില് ഒരു കാക്കയ്ക്ക് കുളിക്കാനുള്ള വെള്ളം കെടപ്പുണ്ട്. പട്ടി മുങ്ങിപ്പോകാൻ വഴിയില്ല. വെട്ടം ആഴക്കുരുക്കിൽ പട്ടിക്കായി മണത്തു. മോളിലും താഴോട്ടുമായി പലവെട്ടം വാവാച്ചണ്ണന്റെ നോട്ടങ്ങള് അള്ളിപ്പിടിച്ച് കേറിയെറങ്ങി. പട്ടി കെണറ്റിലില്ല. കെണറ് പെറ്റവയറുപോലെ ഒഴിഞ്ഞുകെടന്നു. ഇനി തള്ളയ്ക്ക് തോന്നിപ്പോയതാന്നോ! എരച്ചിറങ്ങിയ അണ്ണന്റെ അരിശത്തെ കെണറ്റിലെ കൊടുംമൗനം അലീച്ച് കളഞ്ഞു. തെരഞ്ഞും തൊരന്നും ചെല്ലുമ്പം ആകെ കിട്ടുന്നത് ഇത്തിരി നനവ് മാത്രമാ. അണ്ണൻ പിറുപിറുത്തുകൊണ്ട് വടത്തെ തൂങ്ങിക്കേറി. വടം കെടന്ന് ഒലേന്നുണ്ട്. എന്തോ ഒരുവശപ്പെശക്! വഴുക്കലാണേലും അണ്ണൻ തൊടിയേക്കൂടി ചവിട്ടിക്കൊടുത്തു.

വാവാച്ചണ്ണൻ കെണറ്റിന്റെ മുക്കാലോളം കേറി. അന്നേരമാ പട്ടീടേ കൊര കേക്കുന്നത്. അണ്ണൻ കീഴോട്ട് നോക്കി. അല്ല. അവിടുന്നല്ല. ചെവി

വട്ടം പിടിച്ചു. ഒന്നൂടെ കൊര ചാടിത്തുള്ളി കാതിൽ കലമ്പല് കൂട്ടി. കൊരച്ചില് കെണറ്റിന്റെ വാവട്ടത്ത് നിന്നാ. പട്ടി തള്ളേടെ അടുത്ത് നിപ്പോണ്ട്. തള്ള എന്ത് തോന്ന്യാസമാ കാണിച്ചേന്ന് അലറാൻ തൊട ങ്ങിയപ്പോഴാ അണ്ണനത് കണ്ടത്. വടം പാതിയും അറുത്തു വെച്ചേക്കുവാ. കാല് തൊടിയേലില്ല. വാവാച്ചണ്ണന്റെ ചങ്കിക്കൂടെ പകപ്പിന്റെ ഒരു ആവി വണ്ടി കൂകിപ്പാഞ്ഞു.

പാതിപ്പല്ലും പോയ തൊള്ള തൊറന്ന് തള്ള പൊട്ടിച്ചിരിച്ചു. പകയുടെ പരലോകം കണ്ട് വാവാച്ചണ്ണന്റെ കണ്ണുതള്ളി.

"പെറ്റവയറിന്റെ കൊട്ടേഷനാടാ.... പെറ്റവയറിന്റെ..."

വാവാച്ചണ്ണൻ ഒറ്റ വിളി വിളിച്ചു.

"തള്ളേ..."

തള്ള വടത്തേല് ആഞ്ഞൊരു വെട്ടുകൂടി കൊടുത്തു.

വാവാച്ചണ്ണന്റെ ഒച്ച കെണറ്റിന്റെ പാതാളക്കുഴീൽ തലയടിച്ച് പൊട്ടി ച്ചിതറി കെണറ്റിനെ ഒലച്ചു...

പ്രപഞ്ചത്തിന്റെ താക്കോൽ

"എന്തിനെയാണോ തേടുന്നത്, അത് നിന്നെയും അന്വേഷിക്കുന്നു"
– ജലാലുദ്ദീൻ റൂമി

മസ്നവിയെ കാണാതായതിനു ശേഷമായിരുന്നു അലിമാഷ് ലോസ് ഏഞ്ചൽസ് സ്വന്തമാക്കുവാൻ തീരുമാനിച്ചത്. മകളുടെ ഏറ്റവും വലിയ സ്വപ്നങ്ങളിൽ ഒന്നുകൂടി അവളുടെ അസാന്നിദ്ധ്യത്തിലും മാഷ് സാക്ഷാൽക്കരിച്ചു.

വില്ലുപുരം ജങ്ഷനിലെ ഒരു പഴയ ബംഗ്ലാവായിരുന്നു ലോസ് ഏഞ്ചൽസ്. തൊടിയിൽ കുര്യാക്കോസിന്റെ മകൻ ഡയമണ്ട് സൈമൺ അമേരിക്കയിൽ പോയി ഹോളിവുഡിൽ ഡ്യൂപ്പ് കളിച്ച് ഡോളർ കൊയ്ത കാലത്ത്, പ്രൗഢി കാട്ടാൻ ഇന്തോ-അമേരിക്കൻ മാതൃകയിൽ പണിതുയർത്തിയതായിരുന്നു ആ സൗധം. ആദ്യകാലങ്ങളിൽ വില്ലുപുരത്തിന്റെ ദിശാസൂചകമായിരുന്നു ലോസ് ഏഞ്ചൽസ്. ആളുകളെല്ലാം വലിയ അന്തസ്സോടെയും അഭിമാനത്തോടെയുമായിരുന്നു തങ്ങളുടെ നാട്ടിലെ ഒരേ ഒരു ഇരുനില മാളികയെക്കുറിച്ച് സംസാരിച്ചിരുന്നത്. കുര്യാക്കോസിന്റെ മരണത്തോടെ ലോസ് ഏഞ്ചൽസിന്റെ കഷ്ടകാലം ആരംഭിച്ചു. അയാളുടെ മൂന്ന് മക്കളും അമേരിക്കയിൽ സെറ്റിലായിക്കഴിഞ്ഞിരുന്നു. അപ്പന്റെ മരണത്തിനുശേഷം അവരാരും പിന്നെ വില്ലുപുരത്തേക്ക് തിരിഞ്ഞു നോക്കിയില്ല. കുര്യാക്കോസിന്റെ സഹായിയായിരുന്ന മത്തായിമാപ്പിള വല്ലപ്പോഴും വന്ന് പറമ്പിൽ കാടുകയറാതെ നോക്കും. ലോസ് ഏഞ്ചൽസിന്റെ മാറാല വർഷത്തിൽ ഒരു തവണയെങ്കിലും അടിച്ചാലായി! ഗൾഫ് പണം നാട്ടിലേക്ക് ഒഴുകാൻ തുടങ്ങിയതോടെ പലവിധ വലിപ്പത്തിലും ഫാഷനിലും അനവധി ബഹുനില മാളികകൾ വാശിയോടെ

ഉയർന്നുവന്നു. പതുക്കെപ്പതുക്കെ, തിരസ്കാരത്തിന്റെ കയ്പുരസം കുടിച്ച് വർത്തമാനത്തിൽനിന്നും വിസ്മൃതിയിലേക്ക് ലോസ് ഏഞ്ചൽസ് പറന്നുപോയി.

"മനുഷ്യന്മാരെപ്പോലെയാണ് വീടുകളും... നോട്ടക്കുറവുമൂലം എളുപ്പത്തിൽ വയസ്സായിക്കളയും!"

ലോസ് ഏഞ്ചൽസ് കാണുമ്പോഴൊക്കെ മസ്നവി സങ്കടപ്പെടും. അവധിക്കാലങ്ങളിൽ ബാപ്പയും മകളും കൂടി നാട്ടിൽ വരുമ്പോഴൊക്കെ ലോസ് ഏഞ്ചൽസ് കാണുവാൻ അവൾ നിർബ്ബന്ധം പിടിക്കും. ബാപ്പയ്ക്കും ആ കുസൃതി നിറഞ്ഞ വാശിയുടെ മുമ്പിൽ വട്ടപ്പൂജ്യമാകുവാൻ ഇഷ്ടമായിരുന്നു. ലോസ് ഏഞ്ചൽസ്, പുറത്തുനിന്ന് നോക്കി കാണും.. മത്തായി മാപ്പിളയുണ്ടെങ്കിൽ പെരുത്ത് സന്തോഷമാകും. അയാൾ അകമൊക്കെ തുറന്നു കാണിക്കും. മാപ്പിളയോടൊപ്പം ചിക്കിലിവലകളടിക്കാൻ അവളും ഉത്സാഹിക്കും. ആ പഴയ ബംഗ്ലാവിന്റെ വലിപ്പമോ പ്രൗഢിയോ അല്ലായിരുന്നു മസ്നവിയെ അവിടേക്ക് ആകർഷിച്ചിരുന്നത്. ആ വീട് അനുഭവിച്ചിരുന്ന അനാഥത്വവും കടുത്ത ഏകാന്തതയും അവളെ വല്ലാതെ ഉലച്ചിരുന്നു. കാലഹരണപ്പെടാൻ പോകുന്ന ഒരു പുരാതന ജീവിയോടുള്ള കാരുണ്യവും കരുതലുമായിരുന്നു ആ മനസ്സിലാകെ കൂടുവെച്ചിരുന്നത്. ഓരോ സന്ദർശനത്തിന്റെയും ഒടുവിൽ അവൾ ആ പതിവ് പല്ലവി ആവർത്തിക്കും.

"ബാപ്പാ, എന്നെങ്കിലും നമ്മടെ സ്വന്തം പേരിൽ ഒരു വീടുണ്ടാകുമെങ്കിൽ അത് ഇതായിരിക്കണം."

കുട്ടിക്കാല കൗതുകം അവളൊപ്പം വളർന്നു, നേടിയെടുക്കേണ്ട ഒരു സ്വപ്നമായി വയസ്സറിയിച്ചു.

ലോസ് ഏഞ്ചൽസ് മനസ്സിൽ ആഴത്തിൽ അസ്ഥിവാരമുറപ്പിച്ചതിനാലാകാം മസ്നവി ആർക്കിടെക്റ്റ് എഞ്ചിനീയറിങ് തന്നെ ബിരുദപഠനത്തിന് തെരഞ്ഞെടുത്തത് .

ഒന്നിനെയും ഉപേക്ഷിച്ചു കളയുവാനോ ഇല്ലാതാക്കുവാനോ അവൾക്കാകുമായിരുന്നില്ല. ഒരു കുപ്പിഗ്ലാസ് തറയിൽ വീണുടയുമ്പോൾ പോലും അവളാകെ ചിന്നിച്ചിതറുമായിരുന്നു. ഒരു സൃഷ്ടിയില്ലാതാകുമ്പോൾ അതിനൊപ്പം അതിന്റെ സ്രഷ്ടാവ് കൂടിയാണ് ഇല്ലാണ്ടാകുന്നതെന്ന് അവൾ വിതുമ്പും. അങ്ങനെയുള്ള ഒരു കുട്ടി, ഒരു പാതിരാത്രിയിൽ പിതാവിന്റെ സ്നേഹക്കൊളുത്തിളക്കി ഹോസ്റ്റൽ മുറിയിൽനിന്നും ആരോടും ഒന്നും പറയാതെ എവിടേക്കാണ് ഇറങ്ങിപ്പോയത്? എന്തിനുവേണ്ടി? മരിച്ചുപോയ തന്റെ ബീവി ആമിനയുടെ ഫോട്ടോയെ നോക്കി മാഷ് കണ്ണീർ തൂകി. അലിമാഷിന്റെയും ആമിനയുടെയും അറിവിനും അപ്പുറമായിരുന്നു മസ്നവി ഉയർത്തിയ പ്രഹേളികകൾ. മാഷിന്റെ അന്വേഷണങ്ങൾക്ക് നേരെ പൊലീസുകാരും നിസ്സഹായതയോടെ കൈമലർത്തി. വിചിത്രമായ ആഗ്രഹങ്ങളുടെയും ചിന്തകളുടെയും ഒരു ഭണ്ഡാരക്കാഴ്ചയായിരുന്നു മസ്നവി. ആ കാഴ്ചയെ തേടി അലിമാഷ് അല

യാത്തയിടങ്ങളില്ല. നേരാത്ത നേർച്ചകളില്ല. ഉരുവിടാത്ത പ്രാർത്ഥനകളുമില്ല.

നീണ്ട തിരച്ചിലിനൊടുവിൽ അയാൾ വെറും കൈയോടെ നാട്ടിൽ തിരിച്ചെത്തി. പക്ഷേ, മനസ്സിൽ ഒരു തീരുമാനം കോട്ടപോലെ ഉറച്ചു കഴിഞ്ഞിരുന്നു.

എന്ത് വിലകൊടുത്തും ലോസ് ഏഞ്ചൽസ് വാങ്ങുക തന്നെ!

തലയ്ക്കുമീതേ വന്നുകേറാൻ പോകുന്ന വലിയ ബാദ്ധ്യതകളെക്കുറിച്ച് അടുത്ത ബന്ധുക്കളും സുഹൃത്തുക്കളും ഓർമ്മിപ്പിച്ചു. നാട്ടുകാർ ആക്ഷേപിച്ചു.

"മോളേപ്പോലെ ബാപ്പയ്ക്കും നൊസ്സാ..."

അവർക്കാർക്കും അറിയില്ലല്ലോ അനവധി നഷ്ടപ്പെടുത്തലുകളിലൂടെ താൻ വീണ്ടെടുക്കാൻ പോകുന്നത് തന്റെ മകളെ തന്നെയാണെന്ന്!

വോളന്ററി റിട്ടയർമെന്റിലൂടെ കിട്ടിയ തുകയും അലിമാഷിന്റെയും ആമിനയുടെയും മുഴുവൻ വസ്തുവകകളും വിറ്റുകിട്ടിയ തുകയും ചേർത്തായിരുന്നു ലോസ് ഏഞ്ചൽസും അത് നില്ക്കുന്ന കാലേക്കർ പുരയിടവും വാങ്ങുവാൻ സാധിച്ചത്.

ആ പഴഞ്ചൻ ബംഗ്ലാവ് സ്വന്തമാക്കിയതിനുശേഷം പുതിയ ഉടമസ്ഥൻ ഒരേ ഒരു മാറ്റമാണ് വരുത്തിയത്. വീട്ടുപേര്! ലോസ് ഏഞ്ചൽസ് ഒരു നിരാശാഭരിതമായ പേരാണെന്നതിൽ മസ്നവിക്ക് തെല്ലും സംശയമുണ്ടായിരുന്നില്ല. അവളതിന് ഉചിതമായ ശീർഷകം പണ്ടേ കണ്ടെത്തി ബാപ്പയെ അറിയിച്ചിട്ടുണ്ടായിരുന്നു. ഓർമ്മയിൽനിന്നും അത് പകർത്തിയെടുക്കേണ്ട ജോലിയേ അലിമാഷിന് ഉണ്ടായിരുന്നുള്ളു. എല്ലാത്തിനെയും ഉൾക്കൊള്ളുന്ന ഒരു മൂന്നക്ഷരപ്പേര് അതിന്റെ എല്ലാ ലാളിത്യത്തോടെയും വീടിന്റെ മുൻവശത്തെ വെണ്ണക്കൽ ചുമരിൽ സ്ഥാനം പിടിച്ചു.

'പ്രപഞ്ചം'

പ്രപഞ്ചത്തിന്റെ ഗേറ്റും വാതിലുകളും മലർക്കെ തുറന്ന്, മകളുടെ സ്വപ്നത്തിന്റെ പൂമുഖത്ത് മാഷ് മസ്നവിക്കായി പ്രതീക്ഷയോടെ കാത്തിരുന്നു.

അലിമാഷിന്റെ കാത്തിരിപ്പിന് ഒരു ജീവപര്യന്തത്തിന്റെ ആയുസ്സു കൈവന്നു. എങ്കിലും പ്രത്യാശയുടെ പട്ടം മാഷിന്റെ കൈകളിൽനിന്നും പൂർണ്ണമായും ഊർന്നുപോയിരുന്നില്ല. ആദ്യകാലങ്ങളിൽ മാഷ് എല്ലാ ദിവസവും പത്രങ്ങളും ചാനലുകളും അരിച്ചുപരതുമായിരുന്നു. ഏതെങ്കിലും ഒരു മൂലയിൽ മസ്നവിയെക്കുറിച്ചുള്ള വാർത്ത ഒളിച്ചിരിക്കുന്നുണ്ടോയെന്നറിയാൻ! ഒരു ഫോൺവിളിക്കായി കാതോർത്തിരിക്കുമായിരുന്നു. ആഴ്ചയിൽ രണ്ട് തവണയെങ്കിലും പൊലീസ് സ്റ്റേഷനിൽ വിളിച്ചന്വേഷിക്കുന്ന പതിവുമുണ്ടായിരുന്നു. പോകെപ്പോകെ അതൊക്കെ വിച്ഛേദിക്കപ്പെട്ടു. മസ്നവിയെക്കുറിച്ചുള്ള ഓർമ്മകളും ചിന്തകളും അലിമാഷിൽ ഒരു മൺപുറ്റുപോലെ വളർന്നു. അതയാളെ പുറംലോക

ത്തിൽനിന്നും മൂടിവെച്ചു. എങ്കിലും മാസത്തിൽ ഒരു ദിവസം മാഷ് പുറത്തേക്കിറങ്ങും. പെൻഷൻ വാങ്ങും. അല്പം അരിയും പലവ്യഞ്ജനങ്ങളും വാങ്ങിയിട്ട് ശേഷിക്കുന്ന മുഴുവൻ തുകയും ബാങ്കിൽ നിക്ഷേപിക്കും. മസ്നവിയുടെ പേരിൽ!

നോട്ടക്കുറവിനാൽ പറമ്പാകെ കാടു വളർന്നു. അധികാരത്തോടെ പടർന്നു പന്തലിച്ചു. അതിന്റെ ഒത്ത നടുവിൽ ജൈവീകതയുടെ മറ്റൊരു തുടർച്ചയായി പ്രപഞ്ചവും നിലകൊണ്ടു. ഒട്ടനവധി ജീവികൾ വിരുന്നുകാരായെത്തി. പിന്നെ അവർ വീട്ടുകാരെപ്പോലെ പെരുമാറാൻ തുടങ്ങി. ശരിക്കും ഈ ജീവികൾ തന്നെയല്ലേ വീട്ടുകാർ! ഞാവൽ മരത്തിന്റെ ചോട്ടിലിരിക്കുമ്പോൾ അലിമാഷിന്റെ ചിന്തയെ ഒരു നിമിഷത്തേക്ക് ഭൂമിയുടെ അവകാശികൾ മസ്നവിയിൽനിന്നും കൊത്തിക്കൊണ്ടുപോയി.

“മനുഷ്യനും ഞങ്ങളെപ്പോലെ ഇത്തിരി അവകാശമൊക്കെയുണ്ട് മാഷെ...”

ഞാവൽ മരത്തിന്റെ കൊമ്പിലിരുന്ന കിളറാൻ ഒരു ജ്ഞാനപ്പഴം മാഷിന്റെ നേർക്ക് ഉദാരതയോടെ ഇറുത്തിട്ടിട്ട് പുളിമരത്തിലേക്ക് പാർപ്പു മാറ്റി.

അന്നുമുതലാണ് അലിമാഷിന് പറവകളുടെ ഭാഷ വശമായത്. അവരോട് മിണ്ടുവാൻ തുടങ്ങിയത്. പിന്നെ ജന്തുക്കളോടും, ഏറ്റവും ഒടുവിലായി മരങ്ങളോടും ചെടികളോടുമായി ആ സംസാരദുഃഖം പരിണാമപ്പെട്ടു. മസ്നവി... മസ്നവി മാത്രമായിരുന്നു മാഷിന്റെ സംസാരസാഗരത്തിലെ ഒരേ ഒരു ജീവി. അങ്ങനെ കേട്ടുകേട്ടു പ്രപഞ്ചത്തിലെ സർവ്വജീവജാലങ്ങളുടെയും നാവിൻതുമ്പിൽ മസ്നവി ഇരിപ്പുറപ്പിച്ചു. പലവിധ ശബ്ദങ്ങൾ ഒരുമയോടെ, ഒരു പേര് തന്നെ എല്ലായ്പ്പോഴും ഉച്ചരിച്ച് ഉച്ചരിച്ച് മസ്നവി പ്രപഞ്ചത്തിന്റെ ഒരേ ഒരു കവിതയായി. പക്ഷേ, ഒരിക്കൽ പോലും മസ്നവിയെ ഈ ദുനിയാവിലെ എവിടെയെങ്കിലും വച്ച് നിങ്ങൾ കണ്ടിരുന്നുവോ എന്ന് അലിമാഷ് അവരോട് അന്വേഷിച്ചിരുന്നില്ല. മാഷിന് അറിയാമായിരുന്നു, ദൂരക്കാഴ്ചയിലെങ്കിലും കണ്ടിരുന്നുവെങ്കിൽ ആ നിമിഷം അവളെ അവർ ചിറകിലേറ്റി തന്റെ അരികിൽ എത്തിക്കുമായിരുന്നെന്ന്. എല്ലാം പറഞ്ഞൊഴിഞ്ഞപ്പോൾ പിന്നെ അവരോടും മാഷ് മിണ്ടാതായി.

ആഴവും മുഴക്കവുമുള്ള ഒരു മഹാമൗനമായി അലിമാഷ് രൂപാന്തരപ്പെടുമ്പോൾ, മറുകരയിൽ പ്രപഞ്ചത്തിനെതിരെ ഒരു വലിയ ഗൂഢാലോചന പിറവിയെടുക്കുകയായിരുന്നു. വില്ലുപുരം അപ്പോഴേക്കും ഒരു ചെറുപട്ടണമായി വേഷം മാറിക്കഴിഞ്ഞിരുന്നു. വ്യത്യസ്ത ആകൃതിയും വലിപ്പവുമുള്ള ചിത്രങ്ങളാൽ തുന്നിച്ചേർക്കപ്പെട്ട കുപ്പായത്തെ വികൃതമാക്കിയ ഒരു വെറും കുത്തിവരയായിരുന്നു അവർക്ക് പ്രപഞ്ചം. ആ വികൃതിയെ എന്നെന്നേക്കുമായി ഭൂതലത്തിൽനിന്നും മായ്ച്ചുകളയാൻ അവർ അലിമാഷിന്റെ മുമ്പിൽ കണക്കുപെട്ടികൾ തുറന്നുവെച്ചു. റിയൽ എസ്റ്റേറ്റുകാർ കയറിയിറങ്ങി പ്രപഞ്ചത്തിലേക്ക് ഒരു വഴിച്ചാൽ തന്നെ

രൂപംകൊണ്ടു. പ്രലോഭനങ്ങളുടെ കൈകൂപ്പലുകൾ...ഭീഷണികളുടെ മുഷ്ടിചുരുട്ടലുകൾ... ദിനംപ്രതി അലിമാഷെ തേടിയെത്തിക്കൊണ്ടിരുന്നു. എല്ലാവരോടും മാഷിന് വിനയത്തോടെ ഒന്നേ പറയാനുണ്ടായിരുന്നുള്ളൂ.

"മസ്നവി വരട്ടെ...എന്നിട്ട് തീരുമാനിക്കാം."

മാഷിന് തീർച്ചയായിരുന്നു.

മസ്നവി വരും!

ആ ഉരുവിടൽ ഒരു പ്രാർത്ഥനപോലെ പ്രപഞ്ചത്തിനുള്ളിൽ സദാ മുഴങ്ങിക്കൊണ്ടിരുന്നു.

പക്ഷേ, കേൾവിക്കാരായ ലാഭക്കൊതിയന്മാർക്ക് അത് തീരെ ഉറപ്പില്ലാത്ത ഒരു വെറും വഴിതിരിച്ചുവിടൽ മാത്രമായിരുന്നു.

ശല്യം സഹിക്കാതായപ്പോൾ മാഷ് മതിലിലും ചുമരുകളിലും കരിക്കട്ടകൾ കൊണ്ട് വലിയ അക്ഷരങ്ങളിൽ കറുപ്പിന്റെ പ്രതിരോധമൊരുക്കി.

'പ്രപഞ്ചം വില്ക്കുന്നില്ല.'

അപ്രതീക്ഷിതമായിട്ടായിരുന്നു മാഷിന്റെ വിഷമവൃത്തത്തിലേക്ക്, വഴിച്ചാൽ താണ്ടി ഒരു നനുത്ത പുലരിയിൽ നറുപുഞ്ചിരിയോടെ ഒരു കത്ത് കയറി വന്നത്. പ്രപഞ്ചത്തിലെത്തുന്ന ആദ്യത്തെ കത്ത്!

അലി ഉസ്മാൻ!

മേൽവിലാസത്തിലൂടെ കണ്ണോടിച്ച് മാഷ് സ്വന്തം പേര് ഓർത്തെടുത്തു.

കണ്ണടയുടെ മൂടിയില്ലാതെ മാഷ് അക്ഷരങ്ങളെ ശ്വസിച്ചു.

കത്തിലെ കൈയക്ഷരങ്ങൾ അലിമാഷിന്റെ മുഖത്തെ പൂങ്കുല പോലെ വിടർത്തി.. കണ്ണിൽനിന്നും സ്നേഹത്തിന്റെ ശൈത്യം പൊഴിഞ്ഞുവീണു.

എന്തിനെയാണോ തേടിയത്, അത് തന്നെ തേടിയെത്തിയിരിക്കുന്നു!

മസ്നവിയുടെ കത്തായിരുന്നു അത്. ചോദ്യങ്ങളെല്ലാം മാഷിന്റെ ക്വസ്റ്റ്യൻ ബാങ്കിൽ തീർന്നുപോയതിനാൽ മാഷ് ഉത്തരക്കടലാസിനെ അതിന്റെ എല്ലാ പരിപാവനതകളോടും കൂടി വിശ്വസിച്ചു. മസ്നവി വാഹനാപകടത്തിൽ പെട്ട് കൊച്ചിയിലെ ഒരു സ്വകാര്യ ആശുപത്രിയിൽ ചികിത്സയിലാണ്. ബാപ്പയെ കാണണമെന്നുണ്ട്!

ഓടിപ്പോയി അലമാര തുറന്നു. കാലങ്ങളായി കെട്ടിക്കിടന്ന ഉളുമ്പു മണം പുറത്തേക്ക് കുതറിച്ചാടി. താക്കോൽ കണ്ടെടുത്തു. തുരുമ്പു ചുരണ്ടിക്കളഞ്ഞ് മിനുസപ്പെടുത്തി. പിന്നെ കാലം പരിക്കേല്പിച്ച ഒരു വെള്ളയും വെള്ളയും ദേഹത്തേക്ക് എടുത്തിട്ട് അലിമാഷ് തിടുക്കത്തിൽ പ്രപഞ്ചം പൂട്ടിയിറങ്ങി.

ആരെയാണ് താക്കോൽ ഏല്പിക്കേണ്ടത്?

"താക്കോലിന്റെ യഥാർത്ഥ അവകാശിയുടെ അടുത്തേക്കല്ലേ പോകുന്നത്? അവിടെത്തന്നെ കൊടുത്തേക്കൂ!"

ഒരു അണ്ണാറക്കണ്ണൻ ചിലച്ചുകൊണ്ട് അലിമാഷിന്റെ കാല്പാദങ്ങളെ ഉരുമ്മി തുള്ളിച്ചാടി കടന്നുപോയി.

ഉടൻതന്നെ തിരികെയെത്തുമെന്ന് പ്രപഞ്ചത്തിന് ഉറപ്പും നല്കി, താക്കോൽ കീശയിലേക്കിട്ട് അപരിചിതത്വത്തിന്റെ പുകമണമുള്ള ലോകത്തേക്ക് മാഷ് വണ്ടികയറി.

ആഴ്ചകളും മാസങ്ങളും കടന്നുപോയി. മസ്നവിയോ, മസ്നവിയെ തേടിപ്പോയ അലിമാഷോ തിരികെ എത്തിയില്ല. പ്രകൃതിക്ഷോഭങ്ങളും കൈയേറ്റക്കാരുടെ കടന്നുകയറ്റവുമൊക്കെ പ്രപഞ്ചത്തെ പരീക്ഷിച്ചുകൊണ്ടിരുന്നു. അപ്പോഴൊക്കെ അനാഥത്വത്തിന്റെ നേർക്ക് ചൊരിയപ്പെടുന്ന കൃപ പലവിധ രൂപങ്ങളിൽ പ്രപഞ്ചത്തെ രക്ഷിച്ചു. കൂടുതൽ കരുത്തോടെ പ്രപഞ്ചത്തിന് ചുറ്റും കാട് തഴച്ചു. ജീവികൾ പെരുത്തു. ഒരു മൺപൊടി പോലും പൊഴിക്കാതെ പ്രപഞ്ചം അതിജീവനത്തിന്റെ കരുത്തുകാട്ടി. പക്ഷേ, വിഷാദാത്മകമായ ഒരു കൊടുമൗനം അവിടമാകെ തടംകെട്ടി കിടന്നിരുന്നു. ഒന്നു തൊട്ടാൽ തുളുമ്പിപ്പോകുന്ന മാതിരി.

മഴച്ചാറ്റലുള്ള ഒരു അർദ്ധരാത്രിയിൽ പരദേശികളായ രണ്ട് കള്ളന്മാർ മതിൽ ചാടിക്കടന്ന് പ്രപഞ്ചത്തിലെത്തി. ആളൊഴിഞ്ഞ ആ പുരാതന സൗധം അവർക്ക് നിധി ഒളിപ്പിച്ച ഖനിയായിരുന്നു. അരയിൽ തിരുകിയ മദ്യം കള്ളന്മാരിലെ ആശാൻ പുറത്തേക്കെടുത്തു. ശിഷ്യൻ കടലാസ് ഗ്ലാസുകളിൽ മദ്യം പകർന്നു. ചാവടിയിലിരുന്ന് നന്നായി കുടിച്ചു. കോഴിക്കാലുകൾ ചവച്ചു തുപ്പി. വിശപ്പടങ്ങിയപ്പോൾ കള്ളന്മാർ നിധിവേട്ടയ്ക്കായി കള്ളത്താക്കോലിട്ട് പ്രപഞ്ചത്തിന്റെ പൂട്ട് തുറക്കാൻ ഒരുമ്പെട്ടു. പൊടുന്നനെയായിരുന്നു ഒരു പെരും മുഴക്കം പ്രപഞ്ചത്തിന്റെ ഉള്ളിൽനിന്നും ഉയർന്നു പൊന്തിയത്. ആ മുഴക്കത്തിൽ ഒരു നിമിഷം പ്രപഞ്ചമാകെ ഒന്നുലഞ്ഞു. അപാരമായ ഊർജ്ജം ചുറ്റാകെ പ്രസരിച്ചു. രാവ് പുലരി പോലെ വെളുത്തു. ചെടികൾ പൂത്തു വിരിഞ്ഞു. പക്ഷികൾ ചില്ലകളിൽ സംഗീതം പൊഴിച്ചു. മൃഗങ്ങൾ തുള്ളിച്ചാടി. പുൽത്തുമ്പുകളിൽപോലും പ്രത്യാശയുടെ മഞ്ഞിൻ കണങ്ങൾ... പക്ഷേ, ആ പെരുമ്പറക്കൊട്ടിൽ കള്ളന്മാർ തലകറങ്ങി വീണു. പിറ്റേന്ന് ഉച്ചയായപ്പൊഴാണ് ഉണർന്നത്. ആദ്യം ശിഷ്യൻ, നൊടിയിടയ്ക്കുള്ളിൽ ആശാനും. അവരുടെ കാതിലപ്പോഴും ആ മുഴക്കത്തിന്റെ ഇരമ്പം അവസാനിച്ചിരുന്നില്ല. കണ്ണുകളിൽ ഉന്മാദത്തിന്റെ തിരയിളക്കം. അലറിവിളിച്ചുകൊണ്ട് അവർ പുറത്തേക്കോടി. വില്ലുപുരത്തിന്റെ ഇടവഴികളിലാകെ അവരുടെ പിച്ചും പേയും തോരാതെ കിടന്നു.

പിന്നെ, പിന്നെ പ്രപഞ്ചത്തിൽനിന്നും അത്തരം ശബ്ദങ്ങൾ പലപ്പോഴായി പലരും കേൾക്കാൻ തുടങ്ങി. കേൾവിക്കാരെല്ലാം അവരവരുടെ കാഴ്ചകളിൽ ഒച്ചയെ വ്യാഖ്യാനിച്ചു. മുഴക്കമെന്തെന്ന് തിരയാതെ അവർ അതിന് ഭീതിയുടെ രൂപഭാവങ്ങൾ ചമച്ചു. സ്വയം പേടിച്ചും അത് മറ്റുള്ളവരിലേക്ക് പടർത്തിയും പ്രപഞ്ചത്തെ ഭയം ചുരത്തുന്ന മാളികയാക്കി. കള്ളന്മാരെ ഭ്രാന്തന്മാരെന്ന് പരിഹസിച്ചവർ പോലും പതുക്കെ

പതുക്കെ വിശ്വസിക്കുവാൻ തുടങ്ങി.

അതെ. പ്രപഞ്ചത്തിന്റെ ഉള്ളിൽ ആരോ ഉണ്ട്!

ഭയം അന്വേഷണത്തിലേക്ക് വിരൽ ചൂണ്ടി.

ഒടുവിൽ പ്രപഞ്ചം തുറന്ന് പരിശോധിക്കുവാൻ തന്നെ തീരുമാനിച്ചു. നഗരസഭ അദ്ധ്യക്ഷയുടെ നേതൃത്വത്തിൽ പൗരപ്രതിനിധികളും പൊലീസുകാരും പ്രപഞ്ചത്തിന്റെ പൂട്ട് പൊളിച്ച്, മുൻ വാതിൽ ചവിട്ടിത്തുറന്ന് ഉള്ളിൽ പ്രവേശിച്ചു. ഒരു ചെറുപ്രാണിയെപ്പോലും അവർക്കവിടെ കണ്ടെത്താനായില്ല. ഓരോ മുറികളും തുറന്നു. നിശൂന്യതയുടെ ആഴമുള്ള നിശ്ശബ്ദത അവിടമാകെ ഉറഞ്ഞുകിടന്നു.

പ്രപഞ്ചം ശൂന്യമാണെന്ന് ബോദ്ധ്യമായതോടെ, അന്വേഷകസംഘം പുറത്തേക്കിറങ്ങി. പുതിയ താഴിട്ട് പ്രപഞ്ചം പൂട്ടി. പിന്നെ അവർ ഒറ്റകളായി ചിതറി. പൊടുന്നനെ മുന്നോട്ടുവെച്ച കാല്പാദങ്ങളെ സ്തബ്ധരാക്കിക്കൊണ്ട് പ്രപഞ്ചത്തിൽനിന്നും മാസ്മരികമായ മുഴക്കം വീണ്ടും അലയടിച്ചു.

പ്രപഞ്ചത്തിന് വെളിയിൽനിന്ന രണ്ട് ഭ്രാന്തന്മാർ ജ്ഞാനികളെപ്പോലെ ആ മുഴക്കത്തെ അപ്പോൾ അത്യുച്ചത്തിൽ പ്രതിദ്ധ്വനിപ്പിച്ചു.

"അവർ വരും..."

ഫ്ളോർ ഡി റോക്ക

"മനുഷ്യനെ നശിപ്പിക്കാം പക്ഷേ, തോല്പിക്കാനാവില്ല."

ആ പഴയ കടൽക്കിഴവനില്ലേ. അങ്ങേര് എന്നോട് ഇതും കൂടെ കൂട്ടി ഒരു ഇരുപത്തൊന്നായിരത്തി മുന്നൂറ്റി മുപ്പത്തിമൂന്ന് പ്രാവശ്യമെങ്കിലും പറഞ്ഞിട്ടുണ്ടായിരിക്കും. എന്നെ മസ്തിഷ്ക പ്രക്ഷാളനം ചെയ്ത് ഒരു പരുവമാക്കിയെന്നേ. കിഴവനെപ്പോലെ നോബൽ പ്രൈസൊന്നും അടിച്ചിട്ടില്ലെങ്കിലും അത്യാവശ്യം വായനക്കാരാൽ കൊണ്ടാടപ്പെട്ട ഒരു നോവലിലെ പ്രധാന കഥാപാത്രമാണ് ഞാനും. പറഞ്ഞിട്ടെന്ത് കാര്യം? താഴ്വരയിൽ ഒറ്റപ്പെട്ടവന്റെ വ്യഥയുമായി തലപൂഴ്ത്തി നില്ക്കുന്ന എന്നെക്കുറിച്ച് കടൽക്കിഴവന് അത്ര മതിപ്പില്ല. അങ്ങേര് എന്നോട് പറയും "വല്ലാത്ത വെവരക്കേടും, ചതിയുമായിപ്പോയി നിന്റെ എഴുത്തുകാരൻ നിന്നോട് ചെയ്തത്. നീ അയാളോട് പോയി പറ നിനക്ക് ഒരു പുതിയ ജീവിതം ചമച്ചുതരാൻ, എന്നാലെ നീ ഒന്നു വൃത്തിയാകൂ."

"അതൊക്കെനടക്ക്വോ കിഴവാ."

"വയസ്സാംകാലത്ത് കടലിപ്പോയി എനിക്ക് കൊമ്പനെ പിടിക്കാമെങ്കിൽ, താഴ്വരയിൽനിന്നും നിനക്കൊന്ന് ഇറങ്ങി നടക്കാനെങ്കിലും പറ്റൂലേ, അതോ നീ അത്രേ ഒള്ളോടെ."

കിഴവന്റെ കളിയാക്കലും കൂടിയായപ്പോൾ എനിക്കും വാശിയായി.

"അതിന് ഈ നശിച്ച ദേശസേവിനിയിൽ നിന്ന് ഒന്നു രക്ഷപ്പെടേണ്ടേ."

"അതൊക്ക വരും അമ്പാട്ടീ, നീ തിടുക്കപ്പെടാതെ."

താമരാങ്കുളത്തെ ഒരു പഴയ വായനശാലയായിരുന്നു ദേശസേവിനി. ഇടിഞ്ഞുപൊളിയാറായ ഒരു സ്മാരകം. കുടിയന്മാർക്കു മൂത്രിക്കാനും കൊച്ചുപിള്ളാർക്ക് കൂത്തുകാണാനും പറ്റിയ ഒരിടം. വായനശാലയ്ക്കു

ള്ളിലെ സ്റ്റോർറൂമിൽ കുറേ പുസ്തകങ്ങളും അതിൽ കുറേ കഥാപാത്ര ങ്ങളുമുണ്ടെന്ന് അവർക്കൊന്നും ഒരു വിചാരം പോലുമില്ലായിരുന്നു. അതു കൊണ്ട് തന്നെ സ്റ്റോർ റൂം തുറന്ന് ഒരുത്തൻ കടന്നുവരുമെന്നും അവൻ എന്നെ രക്ഷിക്കുമെന്നൊന്നും ഞാൻ പ്രതീക്ഷിച്ചില്ല. എങ്കിലും കിഴവൻ ആശ്വസിപ്പിച്ചുകൊണ്ടിരുന്നു.

“വരുമെടേ ഊവ്വേ, നിനക്കായി ഒരാൾ വരും”

“ശരി, അങ്ങനാട്ട്.”

വൈകുന്നേരം ഒരു അഞ്ച് അഞ്ചേമുക്കാല് മണിയായിക്കാണും. സ്റ്റോർ മുറിയുടെ വിജാഗിരികൾ കിറുകിറാ കരഞ്ഞു. എലികളെങ്ങാണ്ട് ഒച്ചയുണ്ടാക്കുന്നതെന്നാ ആദ്യം കരുതിയത്. പിന്നെ ടപ്പേന്ന് കതക് തുറന്നു. വെളിച്ചം പരന്നു. പ്രകാശം പരത്തുന്ന പെൺകുട്ടി തൊട്ടു മുമ്പിൽ! പത്തിരുപത് വയസ്സു കാണും. എന്റെ വരിയിൽ ഇരിക്കുന്ന ഒറ്റ യൊരുത്തനും ഈ വരവ് അറിഞ്ഞിട്ടില്ല. അബോധത്തിന്റെ ഗലികളിൽ ചരസ്സും ഭാങ്ങും പുകച്ച് അപരിചിതന്റെ തോളിൽ ചാരിയിരിക്കുകയാ ണ്. പെങ്കൊച്ച് എന്നെയൊന്നും മൈൻഡ് ചെയ്യാതെ റോബർട്ടോ ബൊലാനോ ഇരിക്കുന്ന റാക്കിനരികിലേക്ക് നടന്നു.

കാത്തുകാത്തിരുന്ന കസ്തൂരി മാമ്പഴം ബൊലാനോ കൊത്തിക്കൊ ണ്ടുപോയി.

ഞാനങ്ങ് കെട്ടുപോയി

കിഴവൻ എന്നെ ആട്ടി

“പെങ്കൊച്ചിനെ നോക്കി വെള്ളമിറക്കി ഇരിക്കാതെ എറങ്ങിപ്പോ കാനാ പറഞ്ഞേ, അല്ലെങ്കി, അവളിപ്പം വായനശാലയും പൂട്ടി അവളുടെ പാട്ടിന് പോകും.”

ചാടാൻ മടിച്ചു നിന്നു. അനിശ്ചിതത്വം എന്റെ വർഗ്ഗക്കാരുടെ ജന്മ ഗുണമാണ്.

കടൽക്കിഴവൻ പൊട്ടിത്തെറിച്ചു. അയാൾ എന്നെ ആഞ്ഞൊരുതള്ള് തള്ളി. ബലിഷ്ഠമായ ആ കരപ്രയോഗത്താൽ തടിയലമാരയാകെ ഉല ഞ്ഞു.

പുസ്തകങ്ങൾ, വീഴാതെ പരസ്പരം അള്ളിപ്പിടിച്ചിരുന്നു. ഒന്ന് മറ്റൊ ന്നിന് തുണയാകുന്നത് എങ്ങനെയെന്ന് പുസ്തകങ്ങൾ പഠിപ്പിച്ചു.

പക്ഷേ, പെങ്കൊച്ചാകെ പേടിച്ചുപോയി.

“നോക്കിനിക്കാതെ പോകാനാ പറഞ്ഞത്.”

കടൽക്കിഴവൻ ഗർജ്ജിച്ചു.

ആ ഗർജ്ജനത്തിൽ ഒരു പിതാവിന്റെ കാർക്കശ്യം ജ്വലിച്ചു.

പിന്നെ ഞാനൊന്നും ചിന്തിച്ചില്ല.

മുട്ടിയിരുമ്മിയിരിക്കുന്ന അയൽപക്ക അസ്തിത്വഭാരങ്ങളെ ഇരുവ ശത്തേക്കുമായി തള്ളി അമർത്തി ഒരു ചാട്ടംവെച്ചുകൊടുത്തു.

കൂടെ ആരോ ചാടുന്ന ഒച്ചകേട്ടു. അത് പിള്ളച്ചേട്ടന്റെ കള്ളനായി രുന്നു.

അവന് ഇതിന്റെ ആവശ്യമില്ലല്ലോ! എന്നാലും കള്ളനല്ലേ. അവസരം കിട്ടിയാൽ ഏത് കള്ളനാ ഒന്നു ചാടാൻ മെനക്കെടൊത്തത്?

എന്തായാലും കള്ളനും കൂടി ചാടിയത് കാര്യമായി. കക്കാനിറങ്ങു മ്പോഴും കുരിശേൽ കേറാൻ പോകുമ്പോഴും ഒരു കള്ളനുള്ളത് നല്ലതാ! അതൊരു ഐശ്വര്യാ!

പെങ്കൊച്ചിന്റെ ശ്രദ്ധ കള്ളന്റെ കഴുത്തേൽ കൊരുത്തു. അവൾ അവനെ പൊക്കിയെടുത്ത് *ഏകാന്തതയുടെ നൂറുവർഷങ്ങ*ളുടെ അരി കിലേക്ക് കുത്തിക്കയറ്റി.

പൊട്ടിയ സിമെന്റ് തറയിൽ നിവർന്ന് നിന്ന് ഞാൻ നടുവൊന്ന് നൂത്തു. ജീർണ്ണിച്ച ചിന്തകളെയും മുഷിഞ്ഞ ആകുലതകളെയും ആകാ വുന്നത്ര കുടഞ്ഞുകളഞ്ഞു. കാലങ്ങളായി ഓച്ഛാനിച്ചിരുന്നതിന്റെ ചെടിപ്പ് ഒരു ഉശിരൻ നെടുവീർപ്പിലൂടെ മേല്ക്കൂരയിലേക്ക് ഉയർത്തിവിട്ടു.

പിന്നെ ഇറങ്ങി നടന്നു

എത്രദൂരെ നടന്നെന്നോ, എത്ര സമയം കഴിഞ്ഞെന്നോ അറിയില്ല.

സ്വാതന്ത്ര്യത്തിന്റെ ശ്വാസനിശ്വാസങ്ങൾ ശരീരമാകെ പുനർജ്ജ നിയുടെ മഴയായി പെയ്തു. അസ്തിത്വദുഃഖം ആ മഴയിൽ പടിയിറങ്ങി, നനഞ്ഞലിഞ്ഞ് ഒരു അരിമ്പാറപോലെ ലഘൂകരിക്കപ്പെട്ട് തെരുവിന്റെ കാഹളധ്വനികളിൽ ലയിച്ചുചേർന്നു.

തെരുവുവിളക്കിന്റെ ചുവട്ടിൽനിന്ന് ഞാൻ ഒരു ബീഡിക്ക് പരതി. ഒന്ന് ചൂടാകട്ടെ! ഒരെണ്ണം കീശയിൽ തന്നെയുണ്ടായിരുന്നു.

പഴയ കെട്ടു ബീഡി!

കഞ്ചാവിന്റെ കൊന്തിളക്കിക്കളഞ്ഞു പരിശുദ്ധപ്പെടുത്തി, തെറുത്ത് കെട്ടി ചുണ്ടിൽ വച്ചു. വിളക്കുമരം ചാരിനിന്ന അഭ്യുദയകാംക്ഷി ലൈറ്റർ കൊണ്ട് ജ്വലിപ്പിച്ചു. ആഞ്ഞ് രണ്ട് പുകയെടുത്തു.

നല്ല വിശപ്പ്!

ഒരു പുകയും കൂടി പൂർവ്വാധികം ശക്തിയോടെ വലിച്ചുവിട്ടു.

പൊടുന്നനെയായിരുന്നു ഒരു പൊലീസ് ജീപ്പ് മുമ്പിൽവന്ന് സഡൻബ്രേക്കിട്ടത്.

ഒരു കുടവണ്ടിപ്പൊലീസ് ജീപ്പിൽ നിന്നു ചാടിയിറങ്ങി എന്റെ ചപ്രം പിടിച്ച തലമുടിയിൽ ചുറ്റിപ്പിടിച്ചു.

“കള്ളറാസ്ക്കൽ, നീ അല്ലേടാ താമരാങ്കുളത്തെ വായനശാലയ്ക്ക് തീയിട്ടത്?”

“അയ്യോ അതെപ്പം? ഇത്രയും നേരം ഞാൻ അവിടുണ്ടായിരുന്ന താണല്ലോ”.

“അപ്പം നീ തന്നെ!”

“എന്റെ പൊന്നു സാറെ, ഞാൻ ഒരു കഥാപാത്രമാ, അങ്ങനെയുള്ള കടുംകൈയൊന്നും ഞാൻ ചെയ്യൂല.”

“അത് നിന്നെ കണ്ടപ്പോഴേ മനസ്സിലായി. നീ ഒരു കഥാപാത്രമാന്ന്. ബാക്കി കഥയൊക്കെ സ്റ്റേഷനിൽ ചെന്നിട്ട് കിളിയെക്കൊണ്ട് ഈ എഴു ത്തച്ഛന്മാര് പാടിച്ചോളാം.”

ജീപ്പിന്റെ പിറകിൽനിന്നും രോമനിബിഡമായ നാലു കരങ്ങൾ വന്നു എന്നെ കോരിയെടുത്ത് ജീപ്പിനുള്ളിലേക്ക് എറിഞ്ഞു.

“എന്തൊരു നാറ്റമാടാ നിന്നെ, കുളിയും നനയൊന്നും ഇല്ലേ...?”

പൂച്ചക്കണ്ണൻ പൊലീസ് എന്റെ താടിയിലെ രോമക്കാട്ടിൽ ഒരു മാന്ത് മാന്തി,

രോമക്കാട്ടിലെ കുടിയേറ്റക്കാരായ നാലഞ്ച് ഇരട്ടവാലന്മാർ കുടിയിറക്കത്തിൽ പ്രതിഷേധിച്ച് കൂടുംകുടുക്കയും എടുത്ത് ഇരുട്ടിലേക്ക് ചാടിപ്പോയി.

താടിയും മുടിയും കണ്ടാൽ പൊലീസിനു ഹാലിളകും. പക്ഷേ, ഇരട്ടവാലന്മാർക്ക് അതാവശ്യമായിരുന്നു. എന്തൊരു ജാടയും പദ്ധതിയുമായിരുന്നു. വല്യ കാണ്ടാമൃഗങ്ങളാണെന്നായിരുന്ന വിചാരം!

ജീപ്പ് സ്റ്റാർട്ടായി!

പൊലീസുകാർ മാറിയും തിരിഞ്ഞും എന്തൊക്കെയോ ചോദിക്കുന്നുണ്ടായിരുന്നു. ഞാനൊന്നും കേട്ടില്ല. എന്റെ കിഴവൻ, എന്റെ കൂട്ടുകാർ, എന്നെ ഇതുവരെ പോറ്റിയ വായനശാല... എല്ലാം ചുട്ടുചാമ്പലായിക്കാണും. എന്നാലും ആ മഹാപാതകം ആരായിരിക്കും ചെയ്തിരിക്കുക! എന്നിൽ ഒരായിരം അക്ഷരങ്ങൾ ഒന്നിച്ചു നിലവിളിച്ചു.

മഴ പെയ്യുവാൻ തുടങ്ങി. ഇന്നലത്തെ മഴയുടെ തുടർച്ച.

പൊലീസ് സ്റ്റേഷന്റെ പടികൾ കയറുമ്പോൾ ഭയം എന്നെ ഉടുമ്പിനെപ്പോലെ പുണർന്നു വഴിക്കണ്ണുമായി കാത്തിരിക്കുന്ന ഒരച്ഛന്റെ പ്രാർത്ഥന പൊലീസ് സ്റ്റേഷനു ചുറ്റും പ്രദക്ഷിണം ചെയ്യുന്നുവെന്ന് തോന്നി.

“കുഞ്ഞേ, ഇത് പൊലീസ് സ്റ്റേഷനാണ്. ശബ്ദങ്ങൾ നിരോധിക്കപ്പെടുന്നയിടം. അവകാശങ്ങൾ റദ്ദു ചെയ്യപ്പെടുന്ന നാലുകെട്ട്. എന്തും പ്രതീക്ഷിക്കാം. ജാഗ്രതയുണ്ടാകണം.”

പൊലീസുകാർ എന്റെ പാന്റ്സും ഷർട്ടും ഷഡ്ഢിയും ഉരിഞ്ഞെടുത്തു. അവർ എന്റെ ശരീരത്തിലേക്കു അരിച്ചിറങ്ങി. സെർച്ചുലൈറ്റുകൾ അഷ്ടദ്വാരങ്ങളിലും വേട്ടപ്പട്ടികളെപ്പോലെ മണത്തു. മലദ്വാരം വരെ അവർ തുരന്നു.

ശൂന്യതയുടെ ഓക്കാനം പൊലീസുകാരെ നിരാശപ്പെടുത്തി.

“ഒരു മൈരുമില്ല സാറെ മെനക്കേട് കേസാ.”

തീവ്രവാദി പോയിട്ട് ഒരു മാവോയിസ്റ്റു പോലുമല്ലാത്ത ഒരുത്തനെയാണല്ലോ കൈയിൽ തടഞ്ഞതെന്ന കട്ടക്കലിപ്പ് വാക്കുകളെ നുറുക്കിക്കളഞ്ഞു.

“അപ്പോ, നീ അല്ല?”

“അല്ല സാറെ, അല്ല.”

“പിന്നാരാടാ നായിന്റെ മോനേ.”

ചെവിക്കല്ലിൽ ഒരടി പൊട്ടി.

ചെവിക്കല്ലിൽനിന്നും പൊന്നീച്ചകൾ പാറി. അവ ഒരു ഉളുപ്പുമില്ലാതെ കുടവയർ പൊലീസിന്റെ ഒറ്റനക്ഷത്രത്തിൽ ചേക്കേറി എന്നെ ഇളിച്ചു കാട്ടി.

പരമാധികാരത്തിന്റെ ഒറ്റനക്ഷത്രം എന്നെ തുറിച്ചുനോക്കി. എന്റെ കണ്ണുകളിൽ പ്രതിഷേധം ഉറഞ്ഞുതുള്ളി. നാവിൽ എഴുപതുകളുടെ ഇരമ്പം. "ഒന്നിനെയും ഭയമില്ല. അധികാരത്തിന്റെ ഭൂപതി റെഡ്ഡ്യമാരെ നിങ്ങളെ കഴുകന്മാർ കൊത്തിപ്പറിക്കട്ടെ! പൗരന്റെ സംശയങ്ങളുടെ മഞ്ഞുമലകൾ നിങ്ങളെ വന്നുമൂടട്ടെ! കഴുമരങ്ങൾ ഞങ്ങൾക്കുള്ളതല്ല! നിങ്ങൾക്കുള്ളതാകുന്നു."

പൂർത്തിയാക്കാനായില്ല. കുനിച്ച് നിർത്തി നല്ല ഒന്നാന്തരം മുഷ്ടി പ്രഹരങ്ങൾ!

ബോധം ആലിലപോലെ വിറച്ചു. ഇനി ഉലക്കയുരുട്ടലിന്റെ ഊഴമാകും!

ഒരെണ്ണം കൂടി മുതുകത്ത് പതിച്ചു. അത് സാക്ഷാൽ ഉലക്കതന്നെയായിരുന്നു.

ഗ്രാമങ്ങളിലെ കുന്നുകളിൽനിന്നും കവിതകൾ ചൂട്ടുകറ്റകൾ കെട്ടി നാടിനെ വളയുന്നു. നാവുമരങ്ങൾ കൈകോർത്ത് ഐകമത്യത്തോടെ ഉറക്കെപ്പാടുന്നു.

"നിങ്ങളെന്റെ കറുത്ത മക്കളെ ചുട്ടുതിന്നുന്നോ.
നിങ്ങളവരുടെ നിറഞ്ഞ കണ്ണുകൾ ചൂഴ്ന്നെടുക്കുന്നോ,
നിങ്ങൾ ഞങ്ങടെ കുഴിമാടം കുളം തോണ്ടുന്നോ,
നിങ്ങളോർക്കുക നിങ്ങളെങ്ങനെ നിങ്ങളായെന്ന്"

സ്വപ്നങ്ങളുടെ സംക്രമണ ഭൂമിയിലേക്ക് ബോധം മറഞ്ഞു.

എന്റെ ശവമെങ്കിലും എന്റേതായിരുന്നെങ്കിൽ...

മഴ തോർന്നു. പെയ്തടങ്ങിയ മഴയുടെ ഇഴയടർപ്പുകൾ കേൾക്കാം. ഇങ്കിലാബ് വിളികൾ പോലെ ചീവീടുകളുടെ നേർത്ത ഒച്ചയും!

"എടാ എഴുന്നേൽക്ക് എസ് ഐ സാറ് വിളിക്കുന്നു."

ഒരു എലുമ്പൻ പൊലീസ് എന്നെ ചവിട്ടി ഉണർത്തി.

ഇൻസ്പെക്ടറിന്റെ മുറിയിലേക്ക് ഞാൻ വേച്ചുവേച്ചു നടന്നു. ശരീരം മുഴുവൻ അവർ അടിച്ചിളക്കി. ഭയങ്കര വേദന!

ഇൻസ്പെക്ടറിന്റെ മുറിയിൽ, ഇൻസ്പെക്ടറിനെ കൂടാതെ ഒരു സ്ത്രീ കൂടി ഇരിപ്പുണ്ടായിരുന്നു.

"ജാമ്യത്തിലെടുക്കാൻ ആരെങ്കിലുമുണ്ടോ?"

ഇൻസ്പെക്ടറിന്റെ സൗമ്യമായ ശബ്ദം.

ഞാൻ തല ഉയർത്തി

"ഒണ്ട്... ഒരാളുണ്ട്"

"ആരാ അത്?" ഇൻസ്പെക്ടറിന് കൗതുകം.

ഞാൻ എന്റെ എഴുത്തുകാരന്റെ പേര് പറഞ്ഞു.

ഇൻസ്പെക്ടർ സംശയിച്ചു.

"അതെ, ആ എഴുത്തുകാരൻ തന്നെ." കാരിരുമ്പിന്റെ ഉറപ്പ് ശബ്ദത്തിൽ.

എലുമ്പൻ പൊലീസ് ഡയറക്ടറിയിൽനിന്നും നമ്പർ കണ്ടെത്തി ഫോൺ ഡയൽ ചെയ്തു.

ഭാഗ്യം! മറുതലയ്ക്കൽ എഴുത്തുകാരൻ തന്നെ.

ഇൻസ്പെക്ടർ ഒരു നനുത്ത പുഞ്ചിരിയോടെ കാര്യം അവതരിപ്പിച്ചു.

ചുണ്ടിൽ പൂത്തുനില്ക്കുന്ന പുഞ്ചിരിക്ക് അല്പം കൂടി വികാസം നല്കിക്കൊണ്ട് അദ്ദേഹം ഫോൺ ക്രാഡിലേക്കിട്ടു.

“ഇനിയാരെയാ വിളിക്കേണ്ടത്. അങ്കമാലിയിലെ പ്രധാനമന്ത്രിയെ ആയാലോ.”

ഏമാന്റെ കോമഡി കേട്ട് പൊലീസുകാരെല്ലാം ആർത്തുചിരിച്ചു.

ഇൻസ്പെക്ടറിന് അഭിമുഖമായി ഇരുന്ന സ്ത്രീമാത്രം ചിരിച്ചില്ല.

അവൾ എന്നെ ഒന്നു നോക്കി.

ആ നോട്ടത്തിനുമുന്നിൽ ഞാൻ അസാധുവായ ഒരു നോട്ടിനെപ്പോലെ ചുളുങ്ങിച്ചുരുങ്ങി.

“ഇയാളെ എന്റെ ജാമ്യത്തിൽ വിട്ടുകൂടെ.”

അപ്രതീക്ഷിതമായിരുന്നു ആ അഭ്യർത്ഥന.

“അപ്പോൾ നിന്നെ ആരുടെ ജാമ്യത്തിൽ വിടും.”

സ്ത്രീ തലകുനിച്ചു. പിന്നെ പതുക്കെ പറഞ്ഞു.

“സാറിന്റെ”

ഇൻസ്പെക്ടർ തൊപ്പിയിട്ട് എഴുന്നേറ്റു. റൈറ്ററോടു കല്പിച്ചു.

“എഴുതണ്ട, രാവിലെ തന്നെ രണ്ടിനെയും പറഞ്ഞുവിട്ടേരെ.”

റൈറ്റേഴ്സ് ബ്ലോക്ക് ഒരിക്കലും അനുഭവിക്കാത്ത ആ എഴുത്തുകാരൻ അധികാരിക്ക് റാൻ മൂളി പേനയടച്ചു,

ഇൻസ്പെക്ടർ പോയതോടെ ഞാനും സ്ത്രീയും ഒരു ബഞ്ചിൽ ചെന്നിരുന്നു.

ജനാലയ്ക്ക് അരികിലായതുകൊണ്ട് ആകാശം കാണാം. ഇരുട്ട് പുതച്ചുകിടക്കുന്ന ആകാശത്തിൽ രണ്ട് നക്ഷത്രങ്ങൾ. നക്ഷത്രങ്ങൾ ഞങ്ങളെ നോക്കി സൈറ്റടിച്ചു.

കൃതജ്ഞതയോടെ ഞാൻ സ്ത്രീയോട് അരികിലേക്ക് നീങ്ങി. നേർത്ത ഒച്ചയിൽ ചോദിച്ചു.

“നിങ്ങളാരാ”

കേട്ടില്ലെന്നു തോന്നുന്നു..

“നിങ്ങളും എന്നെപ്പോലെ ഒരു കഥാപാത്രമാണോ?”

നീലോല്പലമായ മിഴികളിൽ പരൽ മീനുകളെപ്പോലെ താരങ്ങൾ നീന്തിത്തുടിച്ചു.

“അല്ല... കഥാപാത്രമല്ല.”

“പിന്നെ...?”

“ഒരു ജീവിതം.”

“ജീവിതത്തിന്റെ പേരെന്താ?”

"എന്തും വിളിക്കാം."

"മറിയാമ്മേ എന്ന് വിളിക്കട്ടെ."

"ആരാ, അത്? നിങ്ങളുടെ കാമുകിയാണോ?"

"അല്ല. ഒരു കഥാപാത്രം. ബഷീറിന്റെ ജയിൽപ്പുള്ളിയുടെ ചിത്രം വായിച്ചിട്ടില്ലേ. ജോസഫിനെ മരണം വരെ കാത്തിരിക്കുമെന്ന് പ്രതിജ്ഞയെടുത്ത മറിയാമ്മ."

"ഓ... നിങ്ങള് ആള് കൊള്ളാലോ! ജീവിതത്തെ കഥാപാത്രങ്ങൾകൊണ്ട് അടയാളപ്പെടുത്തുകയാണല്ലോ. ശരി മറിയാമ്മയെങ്കിൽ മറിയാമ്മ. അപ്പോ നമ്മളാരാ മറിയാമ്മയുടെ മച്ചാനോ."

"ജോസഫ്."

"ശരിയായ പേരാണോ ഈ ജോസഫ്."

"കഥയിൽ ചോദ്യമില്ല." എനിക്ക് ദേഷ്യം വന്നു

ശേഷം ഞാൻ നീട്ടിവിളിച്ചു.

"മറിയാമ്മേ..."

"ജോസപ്പേ...."

മറിയാമ്മ നീട്ടി വിളികേട്ടു.

"മറിയാമ്മേ, നിങ്ങളും ആ ഇൻസ്പെക്ടറും തമ്മിലെന്താ ബന്ധം."

ഒരല്പം അടുത്താൽ മതി. അപ്പോഴേക്കും മീശ വിറപ്പിച്ച് സംശയിക്കാൻ തുടങ്ങും.

"മാംസബന്ധം അല്ലാതെന്താ"

മറിയാമ്മ നർമ്മത്തിന്റെ റാണിയായി പൊട്ടിച്ചിരിച്ചു.

"എന്താടീ സൂക്കേട്...."

പൊട്ടിച്ചിരിയുടെ കുപ്പിവളച്ചീളുകൾ വനിതാപ്പൊലീസിന്റെ സുഖനിദ്രയിൽ ചോരപൊടിപ്പിച്ചു.

"ഒന്നുല്ല സാറെ, വെറുതെ ചിരിച്ചതാ."

വനിതാപ്പൊലീസിന് തൃപ്തിയായി. അല്ലേലും ഇൻസ്പെക്ടറുടെ ഇഷ്ടക്കാരിയെ ചോദ്യം ചെയ്യാനൊന്നും ഒരു വനിതാപ്പൊലീസും ഈ ഭൂമി മലയാളത്തിൽ വളർന്നിട്ടില്ലെന്നേ. വനിതാപ്പൊലീസ് തന്റെ കടമ നിർവ്വഹിച്ച കൃതാർത്ഥതയാൽ ഉറക്കത്തിലേക്കു മാർച്ചു ചെയ്തു.

അപാരമായ നിശ്ശബ്ദത!

കുറ്റാകൂരിരുട്ട്!!

ഒരു കഥയ്ക്കുള്ള സ്കോപ്പുണ്ട്. നിശ്ശബ്ദത തകർക്കാനും ഇരുട്ട കറ്റാനും പറ്റിയത് കഥയാ.

"മറിയാമ്മേ... ഒരു കഥ സൊല്ല് കിളിയേ."

"ആത്മകഥ മതിയോ."

"ആത്മകഥനമെങ്കിൽ ആത്മകഥനം... പോരട്ട്... അതിനാ ഇപ്പം മാർക്കറ്റ്."

മറിയാമ്മ കഥപറയാൻ തുടങ്ങി:

"ഞാനൊരു കോൾഗേളാ. പച്ചമലയാളത്തിൽ പറഞ്ഞാൽ. ഓ! പച്ച

മലയാളം വേണ്ട. അല്പം പഴുപ്പിച്ച്, സംസ്കരിച്ച് പറയാം. ഞാനൊരു വേശ്യയാ. സെവന്ത് സ്റ്റാർ ലോഡ്ജിൽ നിന്നാ ഒരു പൊടിമീശക്കാരനെയും എന്നെയും പൊലീസ് പൊക്കിയത്. മോളിലുള്ള ബന്ധം പറഞ്ഞ് പൊടിമീശ നൈസായിട്ടങ്ങ് ക്ലീൻസേവായി. ഞാൻ ക്ലീൻ ബൗൾഡും. ഭാഗ്യത്തിന് അമ്പയറുണ്ടല്ലോ, നമ്മടെ എസ് ഐ സാറ് അങ്ങേർക്ക് എന്നെയങ്ങ് ബോധിച്ചു. എന്നെയും പൊക്കി പൊലീസ് ജീപ്പ് കോട്ടേഴ്സിലേക്ക് പാഞ്ഞു. എസ് ഐ സാറിന്റെ ഭാര്യ രണ്ടാമത്തെ പേറിനായി നാട്ടിലേക്കു പോയേക്കുവാരുന്നു. കോട്ടേഴ്സിൽ ചെന്ന പാടെ എസ് ഐ സാറ് എന്നെ എടുത്ത് ബെഡ്ഡിലേക്കിട്ടു. 'ആണ് ' എന്ന് പറഞ്ഞാൽ ഇതാണേന്ന് അലറിവിളിച്ച് ലോകത്തോട് സാക്ഷ്യം പറയാൻ തോന്നിപ്പോയി. ജോസഫിനോടു പറയാലോ, പലരുടെ കൂടെ കെടന്നിട്ടുണ്ടെങ്കിലും ഇതുപോലൊരു അഡാറ് ഐറ്റം എന്റെ ലൈഫില് ആദ്യായിട്ടാ. പക്ഷേ, സ്റ്റേഷനിൽ നിന്ന് വിളി വന്നതോടെ അങ്ങേരുടെ മട്ടുമാറി. അതും വമ്പൻ തീവ്രവാദിയല്യോ വലയിൽ കുടുങ്ങിയിരിക്കുന്നേ!

സാറ് ഉറയൂരി എറിഞ്ഞ് തൊപ്പിയെടുത്തുവച്ച് സാക്ഷാൽ ഏമാനായി. കളിക്കാരിൽനിന്നും കാവലാളിലേക്കുള്ള ആ രൂപാന്തരം ഒന്നു കാണേണ്ടതു തന്നെയായിരുന്നു. എന്താ പകർന്നാട്ടം! പിന്നെ ഒട്ടും അമാന്തിച്ചില്ല. എന്നെയും വലിച്ചിട്ട് നേരെ ഇങ്ങോട്ടു പാഞ്ഞു. എന്നെ ബസ്സ്റ്റാന്റിൽ ഇറക്കുന്ന കാര്യം കൂടി വിട്ടുപോയി. പറയാൻ ഞാനും. പക്ഷേ, അതോണ്ട് ഒരു ഗുണോണ്ടായി, നിങ്ങളെ കാണാൻ പറ്റി."

"മറിയാമ്മ വന്നില്ലായിരുന്നെങ്കിൽ ഞാൻ പൊറംലോകം കാണത്തില്ലായിരുന്നു."

എന്നെ സാന്ത്വനിപ്പിക്കുന്നമാതിരി വിദൂരത്ത് നിന്നും ഒരു റേഡിയോപ്പാട്ട് പൊലീസ് സ്റ്റേഷനിലേക്ക് അരിച്ചിറങ്ങി. ഞാൻ കാത് കൂർപ്പിച്ചു.

"അല്ലിയാമ്പൽ കടവിലന്നരയ്ക്കുവെള്ളം
അന്നു നമ്മളൊന്നായ് തുഴഞ്ഞില്ലേ കൊതുമ്പുവള്ളം."

"മറിയാമ്മേ, പാട്ടു കേട്ടോ! പക്ഷേ, പഴയതിന്റെ ഒരു ഫീല് കിട്ടുന്നില്ല!"

ഞാൻ പരിതപിച്ചു.

"അതെങ്ങനെ കിട്ടാനാ പഴയതിന്റെ ഫീല്. ഇത് പുതിയതാ. മമ്മൂട്ടിടെ പടത്തിലെ."

"ഞാനാലോചിക്കായായിരുന്നു മറിയാമ്മേ. എഴുത്തുകാരനെ കണ്ടെത്താൻ പറ്റില്ലേൽ വല്ല സിനിമാക്കാരനെയും പോയി കണ്ടാലോയെന്ന്."

മറിയാമ്മയുടെ ചുണ്ടിൽ പിന്നെയും കുപ്പിവള കിലുക്കം.

"എന്റെ മറിയാമ്മേ പതുക്കെ കിലുക്ക്."

"ഞാനും ആലോചിക്കുവാരുന്നേ. നിങ്ങടെ എഴുത്തുകാരെല്ലാം സിനിമേലും സീരിയേലും കേറുമ്പോ നിങ്ങള് മാത്രമെന്തിനാ ഇങ്ങനെ

അറച്ചുനിക്കുന്നേ. പോയി കേറിക്കൊടന്നേ. അങ്ങനെയെങ്കിലും രക്ഷപ്പെടട്ട്...."

"ആര്?"

"മലയാള സിനിമ"

എന്റെ മൂക്കത്ത് ശുണ്ഠി റിലീസായി. ഞാൻ എഴുന്നേറ്റു ജനലഴിയിൽ പിടിച്ചു. മറിയാമ്മയും ഒരു ഫ്ളാഷ്ബാക്കുപോലെ പിന്നാലെ വന്നു. ആകാശം ഇപ്പോൾ തെളിഞ്ഞ ഒരു പുഴയാണ്.

നക്ഷത്രങ്ങൾ വിരിയുന്ന അഭ്രപാളി!

റേഡിയോപ്പാട്ട് ഇപ്പോൾ കുറച്ചുകൂടി നന്നായി കേൾക്കാം!

"താമരപ്പൂ നീ ദൂരെ കണ്ടു മോഹിച്ചു
അപ്പോൾ താഴെ ഞാൻ നീന്തിച്ചെന്നാ പൂവുപൊട്ടിച്ചു."

ചുണ്ടിൽ പാട്ടിന്റെ കൊതുമ്പുവള്ളമിറങ്ങി. അതുവരെ അനുഭവിക്കാത്ത സ്വരസ്ഥാനങ്ങളിലൂടെ പാട്ട് ഒഴുകി. അത് മെല്ലെ മെല്ലെ തുഴഞ്ഞ് മറിയാമ്മേടെ ചുണ്ടിലേക്കും കയറി.

യുഗ്മഗാനത്തിന്റെ കടവത്ത് ഞാനും മറിയാമ്മയും. ഞങ്ങൾ മാത്രം. നേരം വെളുക്കുവോളം ഞാനും മറിയാമ്മയും പാട്ടിന്റെ തീരങ്ങളിൽ പാടിപ്പാടി നടന്നു.

അതിരാവിലെ ഉണർന്നു. മുഖം കഴുകി. പൊലീസ് സ്റ്റേഷന്റെ ഗേറ്റു കടന്നപ്പോൾ മറിയാമ്മ എന്റെ കരം കവർന്നു. ആലംബഹീനന് ഒരു പെൺതുണയുടെ പിന്തുണ!

പട്ടണത്തിൽ തിരക്കില്ല. ഞായറാഴ്ചയുടെ ആലസ്യത്തിൽ മൂടിപ്പുതച്ചു കിടക്കുകയായിരുന്നു പട്ടണം. തലേന്നത്തെ മഴയിൽ തണുത്ത് കിടക്കുന്ന അന്തരീക്ഷം. ചെറിയ ശീതക്കാറ്റ്!

അടുത്ത് എവിടെയോയുള്ള അമ്പലത്തിൽ സുന്ദരാംബാൾ പാടുന്നത് കേൾക്കാം. അല്പം കൂടി നടന്നപ്പോൾ വാങ്കുവിളിയും കേട്ടു. ഇനി കുറച്ചുകൂടി പിന്നിടുമ്പോൾ പള്ളിമണിയോ പ്രാർത്ഥനാഗാനമോ കേൾക്കാം!

മണിമുഴക്കം...!

സമാധാനമായി! എല്ലാം അങ്ങനെ തന്നെയുണ്ട്.

ബസ് സ്റ്റാന്റിനരികിലുള്ള പെട്ടിക്കടയിൽനിന്നും മറിയാമ്മ ഒരു കട്ടൻ ചായ വാങ്ങിത്തന്നു. കട്ടനെ മയപ്പെടുത്തിയെടുക്കുന്നതിനിടയിൽ മറിയാമ്മ പറഞ്ഞു.

"ജോസപ്പേ, എനിക്ക് കോട്ടയത്തേക്കാ പോകേണ്ടത്. നിങ്ങള് തിരുവനന്തപുരത്തേക്കുള്ള വണ്ടി പിടിക്കണം. തമ്പാനൂര് എറങ്ങി ആരോട് ചോദിച്ചാലും നിങ്ങടെ എഴുത്തുകാരന്റെ വീട് കാണിച്ചുതരും."

ഞാൻ തല ചൊറിഞ്ഞു

"കാശു വല്ലോം ഉണ്ടോ"

"ഇല്ല" ചൊറിച്ചിൽ തീർന്നുകിട്ടി.

മറിയാമ്മ ബാഗിൽനിന്നും കുറച്ചു നോട്ടുകളെടുത്ത് ഷർട്ടിന്റെ

പോക്കറ്റിൽ വച്ചു.

"ഇതിരിക്കട്ടെ, എഴുത്തുകാരനെ കണ്ടിട്ടു കാശുമേടിച്ചു തിരികെ തന്നാൽ മതി."

"മറിയാമ്മേ, ശാരീരികാദ്ധ്വാനത്തോട് ബൗദ്ധികാദ്ധ്വാനം എന്നും കടപ്പെട്ടിരിക്കും. ഈ കടം എങ്ങനെയാ വീട്ടേണ്ടത്."

"സംഗതി സിംപളല്ലേ." മറിയാമ്മ തന്റെ കാർഡെടുത്ത് നീട്ടി.

മാർഗ്ഗവും ലക്ഷ്യവും വ്യക്തമായ സ്ഥിതിക്ക് ഇനി ഒട്ടുംനേരം കളയാൻ പാടില്ല. അല്ലേലും ആണുങ്ങള് കാര്യം കഴിഞ്ഞാൽ പൊടീം തട്ടിപ്പോകുന്ന പ്രകൃതക്കാരല്ലേ. ഞാൻ വെപ്രാളം കൊണ്ടു.

"മറിയാമ്മേ, എന്നാ... ഞാനങ്ങോട്ട്."

"അങ്ങനങ്ങ് പോയാലോ"

മറിയാമ്മ അധികാരത്തോടെ കൈയേൽ കേറിപ്പിടിച്ചു. പിന്നെ മുഖം മുഖത്തോട് ചേർത്തു. ഹൃദയം ഹൃദയത്തോടും.

"സോജാ രാജകുമാരി... സോജാ"

ബസ് സ്റ്റാന്റിലെ ടി വി പാടി

എന്റെ ഹൃദയത്തിന് ഭാരമേറി.

ഉള്ളം കൈയിൽ ഒരു വിലപ്പെട്ട സമ്മാനം!

"ഫ്ളോർ ഡി റോക്ക!"

വിപ്ലവസൂര്യൻ സാക്ഷാൽ ചെഗുവേര തന്റെ കാമുകിക്ക് സമ്മാനിച്ച പ്രണയോപഹാരം!

ഞാൻ ആവേശഭരിതനായി.

"മറിയാമ്മേ...... നിനക്ക് ഇത് ചെ തന്നതാണോ "

മറിയാമ്മ എന്റെ കവിളിൽ ഒരു നുള്ളു വെച്ചു തന്നു.

"ചേയും കേയുമൊന്നും തന്നതല്ല. വടക്കുള്ള ഒരു മൊതലാളി തന്നതാ, നിങ്ങള് ചീറ്റിക്കോ! ഉളുമ്പ് മണം മാറിക്കിട്ടും."

മറിയാമ്മ കോട്ടയം വണ്ടി ലാക്കാക്കി നടന്നു.

മനസ്സ് കിടുകിടാ കിടുങ്ങി. അത് എന്നോട് മന്ത്രിച്ചു.

"മറിയാമ്മേ, എന്റെ സുഹൃത്തേ വിട തരിക. നീയും ഞാനും എന്നുള്ള യാഥാർത്ഥ്യത്തിൽനിന്നും ഞാൻ മാത്രം അവശേഷിക്കാൻ പോകയാണ്. ഞാൻ മാത്രം."

ബഷീറിന്റെ കിടിലൻ ഡയലോഗ്. പക്ഷേ, സംഗതി ഓർത്തുവന്നപ്പോഴേക്കും മറിയാമ്മ മറിയാമ്മയുടെ പാട്ടിനു പൊയ്ക്കളഞ്ഞിരുന്നു.

എനിക്കു പോകേണ്ട തിരുവനന്തപുരം സൂപ്പർ ഫാസ്റ്റിൽ തിരക്കില്ലായിരുന്നു. പുറപ്പാടിന് ഇനിയും സമയമുണ്ട്. അരിക് സീറ്റ് തന്നെ ലഭിച്ചു. ചതുരജനാല എപ്പോഴും ഒരു സാദ്ധ്യതയാണ്. എഴുത്തുകാരൻ ഏത് പ്ലാവിന്റെ പൊത്തിലാണാവോ ഒളിപ്പാർക്കുന്നത്. ചക്കക്കൂട്ടാൻ കണ്ട വെകിളിപ്പിള്ളാരെപ്പോലെ കണ്ണുകൾ കാഴ്ചയുടെ ബഹളങ്ങളിലേക്കിറങ്ങി. കാഴ്ചകളിൽനിന്നും കാഴ്ചകളിലേക്ക് യഥേഷ്ടം മേഞ്ഞു. പൊടുന്നനേ കവണയേറു കിട്ടിയതുപോലെ ഒരു നിമിഷം പകച്ചിരുന്നുപോയി.

'എഴുത്തുകാരൻ'!!

ബുക്സ്റ്റാളിൽ തൂങ്ങുന്ന ആഴ്ചപ്പതിപ്പിന്റെ മുഖച്ചിത്രം എഴുത്തുകാരനായിരുന്നു.

എഴുത്തുകാരൻ തടിച്ചിരിക്കുന്നു. കവിളുകൾ ചീർത്തു. തലമുടി നരച്ചിട്ടുണ്ട്. എന്തെല്ലാം മാറ്റങ്ങൾ കാലം വാരിവിതറിയാലും എഴുത്തുകാരനെ മറക്കാൻ കഥാപാത്രത്തിന് സാധിക്കുമോ!?

എഴുത്തുകാരനെ തന്നെ അങ്ങനെ കുറേനേരം നോക്കിയിരുന്നപ്പോൾ വേണ്ടാത്ത ഒരു ചിന്ത മനസ്സിൽ കൊള്ളിവെച്ചു. അതങ്ങ് ആളിക്കത്തി.

"എഴുത്തുകാരൻ ചത്തേ "– അലറിവിളിച്ചുകൊണ്ട് ബസിൽനിന്നും ഞാൻ പുറത്തേക്കോടി. എനിക്ക് ഇനി ഒറ്റയാകാൻ വയ്യ. മറിയാമ്മ കയറിയ കോട്ടയം ബസിലേക്ക് ചാടിക്കയറി. മൂന്ന് പേർക്ക് ഇരിക്കാവുന്ന ഒരു സീറ്റിൽ ജനാലയോട് ചേർന്ന് മറിയാമ്മ ഇരിക്കുന്നു.

"മറിയാമ്മേ....."

മറിയാമ്മ അന്തിച്ചുപോയി. ഞാൻ അവളുടെ സീറ്റിലിരുന്നു. സീറ്റിന്റെ നടുക്കിരിക്കുന്ന പെങ്കൊച്ചിനോട് ഞാൻ അഭ്യർത്ഥിച്ചു. "സീറ്റൊന്നുമാറിത്തരാവോ." പെങ്കൊച്ച് അത് കേട്ടില്ല. എന്തോ വല്യകാര്യത്തിൽ വായിക്കുകയാണ്.

"തിരുവന്തോരത്തേക്ക് പോയില്ലേ "മറിയാമ്മയുടെ അന്വേഷണം.

"ഓ...... പോന്നില്ല. ഞാനും കോട്ടയത്തേക്ക് വരുവാ. എനിക്ക് മറിയാമ്മേ മറക്കാൻ പറ്റുന്നില്ല. എപ്പോഴും കണ്ടോണ്ടിരുന്നാൽ കൊള്ളാന്നുണ്ട്."

ഫ്ളോർ ഡി റോക്കാ മണത്തോണ്ടു ഞാൻ പറഞ്ഞു. നടുക്കിരിക്കുന്ന പെങ്കൊച്ച് അർത്ഥം വെച്ച് ഒന്നു ചുമച്ചു.

ഞാൻ ടപ്പേന്ന് പൊട്ടിപ്പാളീസായി. അവൾ ഒരു വായനക്കാരിയാണ്. കഥാപാത്രത്തിന്റെ മനസ്സിലിരിപ്പ് പെട്ടെന്ന് തിരിയും.

ഞാൻ നേര് പറഞ്ഞു.

"മറിയാമ്മേ, ആ എഴുത്തുകാരൻ ചത്തെന്ന് ഒരു തോന്നൽ. പോയിട്ടും വല്ല്യ ഫലോന്നും ഇല്ലെന്ന് ആരോ ഉള്ളിലിരുന്ന് പറയുന്നു. ഞാനും കോട്ടയത്തേക്ക് വരുവാ, മറിയാമ്മയുടെ കൂടെ."

"എഴുത്തുകാരൻ ചത്തെന്നോ"!

"അതേന്നെ. എഴുത്തുകാരന്റെ പടോക്കെ അടിച്ചുവരിവാണങ്കിൽ ഒന്നുകിൽ എഴുത്തുകാരൻ പടമായിരിക്കണം അല്ലെങ്കിൽ അയാളുടെ എഴുത്ത്."

"മണ്ടത്തരം പറയാതെ. എഴുത്തുകാരന്റെ പടം സാഹിത്യമാസികയിലല്ലാതെ സ്പോർട്സ് മാസികയിൽ അച്ചടിക്കാൻ പറ്റോ?"

നടുക്കിരിക്കുന്ന പൊങ്കൊച്ച് എന്റെ നേർക്ക് ചീറി.

ഞാൻ അപ്പോഴാണ് ആ മുഖം ശരിക്കും കണ്ടത്.

അത് ഇന്നലെ വായനശാലയിൽനിന്നും എന്നെ തുറന്നുവിട്ട പെങ്കൊ

ച്ചായിരുന്നു.

"എടീ നീയല്ലേ ഇന്നലെ ദേശസേവിനി കത്തിച്ചത്."

ഒതുക്കി വച്ചിരുന്ന മുഴുവൻ വേദനയും ഒന്നിച്ചു പുറത്തേക്കു ചാടി.

"ഒരു യുവതി വായനശാലേ കേറീന്ന് വച്ച് വായനശാല കത്ത്വോ"

എനിക്ക് മിണ്ടാട്ടം മുട്ടിപ്പോയി. ഈ പെണ്ണ് രണ്ടാമത്തെ വട്ടമാണ് എന്റെ വായടപ്പിച്ചു കളഞ്ഞത്.

"എടേ, അസ്തിത്വദുഃഖം, നിങ്ങള് വിഷമിക്കണ്ടാന്നേ, വായിക്കാൻ ആളുള്ളിടത്തോളം കാലം ഇവിടെ പുസ്തകങ്ങളുണ്ടാകും... എഴുതാനാളുമുണ്ടാകും... പുസ്തകങ്ങൾ സൂക്ഷിക്കാൻ വായനശാലകളുമുണ്ടാകും..."

അവൾ എന്നെ ആശ്വസിപ്പിച്ചു.

"ഞാനിനി എന്തോചെയ്യും".

"എന്തു ചെയ്യാനാ, എന്റെ കൂടെ പോരുന്നോ, നിങ്ങളെ എഴുതി ഞാൻ പൊലിപ്പിച്ചോളാം."

"നീയോ? എഴുതിയാത്തന്നെ പെണ്ണെഴുത്തായിപ്പോകില്ലേ?"

"പെണ്ണെഴുത്താണോ ആണെഴുത്താണോന്ന് വായിച്ചുനോക്കീട്ട് പറ."

പെങ്കൊച്ച് ഒരു വലിയ നോട്ടുബുക്ക് എന്റെ കൈയിൽ വച്ചുതന്നു.

ഒന്നുരണ്ട് പേജുകളിലൂടെ കണ്ണോന്നോടി.

എന്റമ്മോ... എന്താ എഴുത്ത് !പിന്നെ ചോദിക്കാനും പറയാനും ഒന്നും മെനക്കെടാതെ ഞാനാ എഴുത്തിന്റെ തോളത്തുകേറിയങ്ങിരുന്നു.

ബസ് ഓടാൻ തുടങ്ങി...

വയൽ മണമുള്ള വീട്

റിച്ചയ്ക്ക് ഒരു വീടു വേണം. അഞ്ചുസെന്റ് ഭൂമിയിൽ ഒരു ചെറിയ വീട്. ദീർഘനാളായി റിച്ച ഉത്തരേന്ത്യയിലായിരുന്നു. ആക്സിഡന്റിൽ പെട്ട് ഇടംകാൽ മുട്ടിനുതാഴെ മുറിച്ചുമാറ്റിയതിനു ശേഷമായിരുന്നു നാട്ടിൽ സെറ്റിലാകണമെന്നൊരു ചിന്തയുണ്ടായത്. ജങ്ഷനിൽ ഒരു ഫ്ളക്സ് കട തുടങ്ങി. ബിംബവല്ക്കരണത്തിന്റെ കാലമായതുകൊണ്ട് ബിസിനസ് മോശമാകില്ല. കട വാടകയ്ക്കാണ്. മെഷ്യനുകൾ വാങ്ങലും, പരസ്യപ്രചാരണവുമൊക്കെ കഴിഞ്ഞ് ശേഷിച്ച പണംകൊണ്ടാണ് ഒരു വീടു വാങ്ങാൻ ഇറങ്ങിപ്പുറപ്പെട്ടത്. വീടുനിർമ്മാണ സാമഗ്രികളുടെ വില യും, അലച്ചിലുമൊക്കെവെച്ചു നോക്കുമ്പോൾ ഇപ്പോഴത്തെക്കാലത്ത് ഒരുവീട് വയ്ക്കുന്നതിനേക്കാൾ ഭേദം പണിഞ്ഞതൊരെണ്ണം വാങ്ങുന്ന താണ്.

കുറച്ചു വീടുകൾ റിച്ചയെ കൊണ്ടുപോയി കാണിച്ചു. അതിൽ ചില തൊക്കെ അവനിഷ്ടമായെങ്കിലും റിച്ചയുടെ കൈയ്ക്ക് ഒതുങ്ങുന്ന തായിരുന്നില്ല. കമ്മീഷനൊന്നും പ്രതീക്ഷിച്ചല്ല ഞാൻ അവന്റെ കൂടെ കൂടിയിരിക്കുന്നതെന്ന് റിച്ചയ്ക്കറിയാം. നോട്ടു പിൻവലിച്ചതോടെ റിയൽഎസ്റ്റേറ്റ് ബിസിനസൊക്കെ ആകെ മോശമായി കിടക്കുകയാണ്. പത്ത് കച്ചവടം നടത്തി ജീവിതം ഒന്ന് പച്ചപിടിപ്പിക്കാമെന്ന് കരുതിയ പ്പോഴാണല്ലോ വെള്ളിടിപോലെ നോട്ടു പിൻവലിച്ചുകളഞ്ഞത്.

അങ്ങനെയിരിക്കുമ്പോഴാണ് റിച്ച ഒരു വീടെന്ന സ്വപ്നവുമായി സമീപിച്ചത്. റിച്ച നമ്മുടെ കുട്ടിയാണ്. ചെറിയേലക്കാരുടെ പ്രിയപ്പെട്ട ഗംഗാധരേട്ടന്റെ മകൻ! റിച്ചയ്ക്കൊരു വീട് കണ്ടെത്തിക്കൊടുക്കുക എന്നത് ആ വലിയ മനുഷ്യനുവേണ്ടി ചെയ്യാൻ കഴിയുന്ന എന്റെ ഏറ്റവും ചെറിയ ഉത്തരവാദിത്വങ്ങളിൽ ഒന്നുമാത്രമാണ്. ഓർമ്മകളും കടമകളുമാ

ണല്ലോ നമ്മുടെ ജീവിതത്തെ പ്രകാശപൂരിതമാക്കുന്നത്. ഒരുപക്ഷേ, കമ്മീഷൻ വാങ്ങാതെ ഞാൻ ചെയ്യുന്ന ആദ്യത്തെ ഇടപാടും ഇതുതന്നെയാകാം. ചെറിയേലയിലെ അമ്പതുവയസ്സു കഴിഞ്ഞ ഓരോ പൗരനും ഗംഗാധരേട്ടനുവേണ്ടി എന്തെങ്കിലും ചെയ്യണമെന്ന് ആഗ്രഹമുള്ളവരായിരിക്കും. ആവശ്യമുള്ളപ്പോൾ സഹായിക്കാൻ കഴിയാത്തതിലുള്ള ഒരു വലിയ കുറ്റബോധം കനലണയാത്ത ഒരു ചിതയായി ചെറിയേലക്കാരുടെ നെഞ്ചകങ്ങളിൽ എരിയുന്നുണ്ട്. അത്രയ്ക്കുണ്ട് ഈ നാടിന് ഗംഗാധരേട്ടനോടുള്ള കടപ്പാട്.

വില്ലേജ് ഓഫീസിലെ ക്ലാർക്ക് ദിവാകരനാണ് പറഞ്ഞത് 'വേലംകോണം ഭാഗത്ത് ഒരു ചെറിയ വീടു വില്ക്കാനുണ്ട്. ഒന്നു മുട്ടി നോക്കാൻ' ദിവാകരൻ മറ്റൊരുകാര്യം കൂടി അറിയിച്ചു. റിച്ച തന്റെ പേര് മാറ്റിയെന്ന്. സഹോദരിമാർക്കുള്ള ഭാഗപത്രത്തിൽ ഒപ്പിടാൻ വന്നപ്പോഴാണ് റിച്ച പേരു മാറ്റിയ വിവരം ദിവാകരൻ അറിയുന്നത്. റിച്ച ഗംഗാധരേട്ടന് ഏറെ ഇഷ്ടമുള്ള ഒരു പേരായിരുന്നു. പണ്ടെങ്ങോ വായിച്ച നാടോടിക്കഥയിൽനിന്നും നാവിൻ തുമ്പിൽ ഒട്ടിനിന്ന ഒരു പേര്. അത് മകന് നല്കി. മുതിർന്നപ്പോൾ അവൻ ആ പേരിന്റെ അസ്തിവാരം തോണ്ടി, കഴുക്കോലുകൾ വലിച്ചൂരി പൊളിച്ചെഴുതി. സ്മാരകശിലകൾപോലെ അച്ഛൻ നല്കിയ പേരിന്റെ ചില അക്ഷരങ്ങൾ നിലനിർത്തി, നാലുകെട്ടുപോലെയുള്ള ഒരു പേരായി റെന്നവേറ്റ് ചെയ്തു. അച്ഛൻ തറവാടിത്തഘോഷണത്തിന്റെ വാലുവെട്ടിയപ്പോൾ മകനത് തുന്നിച്ചേർത്തു. എങ്കിലും എനിക്ക് അവൻ പഴയ റിച്ചയാണ്. ഗംഗാധരേട്ടന്റെ മകൻ.

ഒരുപാട് കാലമായി വേലംകോണം ഭാഗത്തോട്ടൊക്കെ ഒന്നു തിരിഞ്ഞിട്ട്. പണ്ടൊക്കെ കാടുപിടിച്ചുകിടന്ന ഒരു ഓണംകേറാമൂലയായിരുന്നു. ഇപ്പോൾ ധാരാളം പുതിയ വീടുകൾ വന്നിരിക്കുന്നു. നിലകളുള്ളതും കണ്ടമ്പററി സ്റ്റൈലിൽ തീർത്തതുമായ സുന്ദരഭവനങ്ങൾ. പുതുതായി ടാറിട്ട് മിനുക്കിയ റോഡിന്റെ ഇരുവശത്തും മണ്ണിട്ടുമൂടിയ പാടങ്ങൾ അന്ത്യവിശ്രമം കൊള്ളുന്നു. (അതിൽ ചിലതിന്റെയെങ്കിലും വായിൽ മണ്ണിട്ടതിന്റെ പരികർമ്മി ഞാൻ തന്നെയായിരുന്നു.) പുതിയ വീടുകളെയോ, സ്ഥാപനങ്ങളെയോ പ്രതീക്ഷിച്ചുകൊണ്ടുള്ള കാത്തുകിടപ്പാണത്. റിച്ച അതിശയത്തോടെ ഇരുവശത്തേക്കും തന്റെ കണ്ണുകൾ പായിച്ചുകൊണ്ടിരുന്നു. ഇവയിലെവിടെയാണോ തന്റെ വാസസ്ഥാനം പതിയിരിക്കുന്നതെന്ന് പരതുന്നതുപോലെ...

ഗംഗാധരേട്ടന്റെ മരണത്തിനുശേഷം ഒന്നുരണ്ടു വർഷം കഴിഞ്ഞായിരുന്നു റിച്ച നാടുവിട്ടത്. അന്നത്തെ മലയാളികളുടെ ഒരു ശീലമായിരുന്നല്ലോ നേരെ ബോംബെയ്ക്ക് കള്ളവണ്ടി കയറൽ. അത് റിച്ചയും അനുവർത്തിച്ചു. അന്ന് ബോംബെയിൽ മണ്ണിൻമക്കൾ വാദം ഒരു കാർട്ടൂൺ വര പോലെ മീശ വിറപ്പിച്ചു നില്ക്കുന്ന കാലമായിരുന്നു. അധികനാൾ മദിരാശിപ്പയ്യന് അവിടെ പിടിച്ചു നില്ക്കാനായില്ല. പിന്നെ തല

സ്ഥാന നഗരിയിലേക്ക് വണ്ടികയറി. അവിടെ ഒരു നെയ്ത്തുശാലയിൽ സ്റ്റിച്ചിങ് അസിസ്റ്റന്റായി തൊഴിൽ ലഭിച്ചു. കുറെയേറെ വർഷങ്ങൾ ഡൽഹിയിൽ. അതിനുശേഷം ഉത്തരേന്ത്യയിലെ പല പട്ടണങ്ങളിൽ പല തൊഴിലുകളുമായങ്ങുകൂടി. ഇതിനിടയിൽ സഹോദരിമാരെ രണ്ടുപേരെയും വിവാഹം കഴിപ്പിച്ചയച്ചു. ലഖ്നൗവിലെ 'നവരംഗ്' തുണിമില്ലിലെ സൂപ്പർവൈസറായി തൊഴിൽ നോക്കുമ്പോഴായിരുന്നു ചേർപ്പുളശ്ശേരിക്കാരിയെ പ്രേമിച്ചു വിവാഹം കഴിച്ചത്. അവൾ അതേ തുണിമില്ലിലെ നെയ്ത്തു തൊഴിലാളിയായിരുന്നു.

പിന്നിട്ട കാലങ്ങൾ ഓർത്തെടുത്തപ്പോൾ അവന്റെ തൊണ്ടയിൽ ഗ്രീസിടാത്ത ഒരു പഴയ തുരുമ്പിച്ച തയ്യൽമെഷീൻ കിടന്ന് ഒച്ചയുണ്ടാക്കി. കണ്ണുകളിൽ മഴ പെയ്യുവാൻ തുടങ്ങി. ഞാൻ ആശ്വസിപ്പിച്ചു.

“റിച്ച നിന്റെ അച്ഛന്റെ നന്മകൾ നിന്നോടൊപ്പമുണ്ട്. അതാണ് നിന്റെ ശക്തി.”

അവൻ നിർവ്വികാരതയോടെ അത് കേട്ടിരുന്നു. തിരിച്ചറിയപ്പെടാൻ കഴിയാത്ത തരത്തിലുള്ള ഒരു നൊമ്പരം അതോ ക്രോധമോ അവന്റെ ചുണ്ടുകളിൽ വിറപൂണ്ടു. കുറച്ചധികം നേരത്തേക്ക് കാർ മൗനത്തിന്റെ കുമിളകൾ നിറഞ്ഞുകിടക്കുന്ന ഒരു ഗോട്ടിസോഡാകുപ്പിപോലെയായി. പെട്ടെന്നായിരുന്നു ആ വാക്കുകൾ ഒരു മഴവെള്ളപ്പാച്ചിലെന്നപോലെ ചീറ്റിത്തെറിച്ചത്.

“പോറ്റിസാറാണെന്നെ ജീവിക്കാൻ പഠിപ്പിച്ചത്, പ്രദീപേട്ടന് ഓർമ്മയില്ലേ...? ചെറിയേല കരയോഗം വക ഹൈസ്കൂളിലെ ചരിത്രം പഠിപ്പിച്ചിരുന്ന പോറ്റിസാറിനെ. ഗോതമ്പിന്റെനിറമുള്ള, നല്ല ഉയരമുള്ള, നെറ്റിയിൽ ചന്ദനവും അതിൻമേലെ കുങ്കുമപ്പൊട്ടുമണിഞ്ഞ് ആരോടും ദേഷ്യപ്പെടാതെ ചുണ്ടുകളിൽ എപ്പോഴും പുഞ്ചിരി മാത്രം സൂക്ഷിച്ചിരുന്ന പോറ്റിസാറിനെ...”

ഞാൻ പോറ്റിസാറിനെക്കുറിച്ച് എന്തെങ്കിലും പറയുന്നതിനുമുമ്പേ അവൻ അദ്ദേഹത്തിന്റെ ഓർമ്മകൾക്കു പിന്നാലെ കുട്ടി ട്രൗസറുമിട്ട് മാർച്ച് ചെയ്തുപോയി.

“മറ്റുള്ളവർക്കെന്നപോലെ എനിക്കും അച്ഛൻ അന്ന് ഒരു ആവേശമായിരുന്നു. അച്ഛൻ മരിച്ച് ഒരുവർഷം തികഞ്ഞിട്ടില്ല. വീട്ടിൽ ദാരിദ്ര്യം അതിന്റെ ഏറ്റവും ഉച്ചത്തിൽ കാഹളധ്വനിയുണർത്തി പെരുമ്പറകൊട്ടുന്നു. അന്നൊരു പഠിപ്പുമുടക്കു ദിവസമായിരുന്നു. പതിവുപോലെ ഞാൻ മുന്നിൽത്തന്നെയുണ്ട്. എത്രയും പെട്ടെന്ന് സമരം വിജയിപ്പിച്ച് സ്കൂൾ വിട്ട് വീട്ടിലെത്തണം. അവിടെ മൂന്നാല് ഒഴിഞ്ഞവയറുകൾ കാത്തിരിപ്പുണ്ട്. ഔസേപ്പുമാപ്പിളയുടെ തൊടിയിലെ കപ്പയ്ക്ക് ചുരണ്ടി കൂട്ടിയിട്ടിട്ടു വേണം കാശുമേടിച്ച് റേഷൻ കടയിലെത്താൻ. അതായിരുന്നു സമരത്തിന്റെ മുന്നണിപ്പോരാളിയുടെ തലയിൽ കൊടിയുയർത്തിനിന്ന ചിന്ത. എല്ലാം പൊളിച്ചില്ലേ ആ വലിയ മനുഷ്യൻ! എന്റെ

മനസ്സ് അദ്ദേഹത്തിനു നല്ലതുപോലെ വായിക്കാൻ കഴിഞ്ഞു. ഇടവഴിയിലൂടെ പുസ്തകക്കെട്ടുമായി വെടികൊണ്ട പന്നിയെപ്പോലെ പാഞ്ഞ സമരനായകനെ പോറ്റിസാർ കരവലയത്തിലൊതുക്കി. സ്നേഹത്തിന്റെയും സംരക്ഷണത്തിന്റെയും മിശ്രീകരിക്കപ്പെട്ട നിശ്വാസം എന്റെ മുഖത്തേക്ക് ചിതറിവീണു. മഠത്തിൽ കൊണ്ടുപോയി കോലായിലിരുത്തി വയർ നിറയെ പാൽക്കഞ്ഞി വിളമ്പിത്തന്നു. കഞ്ഞികുടിപ്പും കഴിഞ്ഞ് വീട്ടിലേക്ക് പോകാൻ അനുവാദം അപേക്ഷിച്ച ശിഷ്യന്റെ ശിരസ്സിൽ ഒരു സഞ്ചി നിറയെ കുത്തരിയും അതിനു മുകളിൽ കുറച്ച് പുരാണകഥകളും പ്രതിഷ്ഠിച്ചുകൊണ്ട് അനുഗ്രഹിച്ചു.

"കുഞ്ഞേ നീ പകലുകളിൽ കുത്തരിക്കഞ്ഞി കുടിക്കണം, രാവുകളിൽ ഈ പുസ്തകങ്ങളും വായിക്കണം. നന്നായി വരും."

"പിന്നെയത് ഒരു പതിവായി. പക്ഷേ, അതുകൊണ്ടൊന്നും അവസാനിക്കുന്നതല്ലല്ലൊ വീട്ടിലെ അവസ്ഥ!"

ദുർഗ്ഗന്ധം ചുരത്തി പല പ്രദേശങ്ങളുടെ മാലിന്യങ്ങൾ കുമിഞ്ഞുകൂടിയ നെടുനീളൻ തീവണ്ടിപോലെയുള്ള ഒരു ചൂടൻ നിശ്വാസം അവന്റെ വായ്ക്കുള്ളിൽനിന്നും പുറത്തേക്കിറങ്ങി വന്നു.

പൊയ്ക്കാൽ നിലത്ത് കുത്തിയിറങ്ങുമ്പോൾ നല്ല വേദന അനുഭവിക്കുന്നുണ്ടായിരുന്നു. ഞാൻ സഹായിക്കാനായി കൈകൾ നീട്ടിയപ്പോൾ തടഞ്ഞു. "വേണ്ട പ്രദീപേട്ടാ ഒറ്റയ്ക്ക് നടക്കാൻ ശീലിക്കണം, ആദ്യമൊക്കെ ഒരു വേദനയുണ്ടാകും പൊയ്ക്കാൽ ശരീരവുമായി വഴങ്ങിത്തീരാൻ കുറച്ച് സമയം പിടിക്കും. അതുവരെ ഈ വേദന അനുഭവിച്ചേ മതിയാകു."

വീടിന്റെ ഗേറ്റിനു മുമ്പിൽ അടയാളമെന്നപോലെ അറുപതുവയസ്സു കഴിഞ്ഞ കറുത്തുമെലിഞ്ഞ ചോദ്യചിഹ്നംപോലെയുള്ള ഒരു മനുഷ്യൻ ഞങ്ങളെ പ്രതീക്ഷിച്ച് നില്പുണ്ടായിരുന്നു.

"ദിവാകരസാറ് വിളിച്ചു പറഞ്ഞിരുന്നു. വരൂ അകത്തേക്കിരിക്കാം."

മുറുക്കാൻകറ ചുമരെഴുത്ത് നടത്തിയ പല്ലുകൾ കാട്ടി അയാൾ ക്ഷണിച്ചു. റിച്ച മതിലിൽ വലത്തെ കൈപ്പത്തി ബലത്തിൽ അമർത്തി ശരീരത്തെ താങ്ങിനിർത്തിക്കൊണ്ട് വീടാകെ ചുറ്റിക്കാണുകയായിരുന്നു

റിച്ച ഉദ്ദേശിച്ചതുപോലെ ആയിരം സ്ക്വയർഫീറ്റിൽ താഴെയുള്ള ഒരു ശരാശരി കുടുംബത്തിന് സുഖമായി താമസിക്കാൻ കഴിയുന്ന വാസ്തുശാസ്ത്രപ്രകാരമുള്ള ഒരു വീട്. ചുമരുകൾ ചെത്തിത്തേച്ച് നിറം പൂശിയിട്ടുണ്ട്. വീടിനുള്ളിൽ ബാത്ത്റൂം സൗകര്യം ഒരുക്കിയിട്ടുണ്ട്. കാലപ്പഴക്കം അധികമില്ല. കൂടിയാൽ പത്തു വർഷം. അതുമാത്രമല്ല റിച്ചയുടെ മുച്ചക്ര സ്കൂട്ടർ അധികം ആയാസപ്പെടാതെ, പരസഹായമില്ലാതെ വീട്ടിൽ കൊണ്ടുവരാനും പോകാനും സാധിക്കും. പിന്നെ അടുത്തടുത്ത് വീടുകളുമുണ്ട്.

"ഒന്നും നോക്കാനില്ല റിച്ച, ഓടിവന്ന് താമസിച്ചാൽ മാത്രം മതി."

വീട്ടുടമസ്ഥൻ തൊട്ടരുകിൽ നിന്നതിനാൽ റിച്ചയുടെ കാതിൽ വളരെ

പതുക്കെയാണ് പറഞ്ഞത്.

"കഴിയുമെങ്കിൽ ഇന്ന് തന്നെ ഒരു ടോക്കൻമണി കൊടുത്ത് കച്ച വടമുറപ്പിക്കണം."

റിച്ചയുടെ അച്ഛന്റെ ഒരു പഴയ പരിചയക്കാരനായിരുന്നു വീട്ടുടമ സ്ഥൻ കുഞ്ഞൻകാളി. അയാളുടെ ജ്യേഷ്ഠൻ കുഞ്ഞമ്പുവും ഗംഗാധ രേട്ടനും വെറും പരിചയക്കാർ മാത്രമല്ല. നല്ല സുഹൃത്തുക്കളുമായിരു ന്നു.

"ഗംഗാധരേട്ടൻ പലതവണ അണ്ണനൊപ്പം ഇവിടെ വന്നിട്ടുണ്ടായി രുന്നു. ഒളിത്താമസത്തിനും മറ്റും. അന്നൊന്നും ഇതുപോലെ വീടുക ളൊന്നും ഉണ്ടായിരുന്നില്ല. പക്ഷേ, അന്നുള്ളതിനേക്കാൾ വലിയ ഒറ്റപ്പെ ടലാണ് ഇപ്പോൾ അനുഭവിക്കുന്നത്. അതുകൊണ്ടാണ് വീട് വിറ്റ് മറ്റെ വിടെയെങ്കിലും മാറിപ്പോകാമെന്ന് തീരുമാനിച്ചത്. അല്ലാതെ മനസ്സുണ്ടാ യിട്ടല്ല...."

അയാളുടെ ശബ്ദത്തിൽ ആഴത്തിൽ മുറിവേറ്റവന്റെ കിതപ്പുണ്ടാ യിരുന്നു.. എല്ലുന്തിയ കറുത്തശരീരത്തിൽ ഒരു തേങ്ങൽ കരയ്ക്കുപിടി ച്ചിട്ട തോട്ടുമീനെപ്പോലെ കിടന്നു പിടയ്ക്കുന്നുണ്ടായിരുന്നു.

"വിലയൊക്കെ സണ്ണിയുമായി സംസാരിക്കണം. എന്റെ മൂത്തമോ നാ. അവൻ വേദത്തിൽ ചേർന്നതിനുശേഷം പണിത വീടാണിത്. വീട് എന്റെ പേരിലൊന്നുമല്ല. അവന്റെയാ, അവൻ തിങ്കളാഴ്ച രാവിലേ വരു; നിങ്ങളപ്പം വാ."

തിങ്കളാഴ്ച രാവിലെ പത്തുമണി കഴിഞ്ഞ് വരാമെന്ന് ഉറപ്പുനല്കി ഞങ്ങൾ എഴുന്നേറ്റു. അയാൾ റിച്ചയ്ക്ക് നല്കിയ നാരങ്ങാവെള്ളത്തിൽ ഒരു മണിയനീച്ച ജലസമാധി പൂണ്ടുകിടന്നു. കുടിക്കാൻ വൈകിയതിൽ പ്രതിഷേധിച്ചുള്ള മണിയനീച്ചയുടെ ധീര രക്തസാക്ഷിത്വത്തെ നോക്കി ഒരു നുണ പൊട്ടിച്ചു. "ടോൺസ്ലൈറ്റിസിന്റെ ശല്യമുള്ളതിനാൽ തണുപ്പു പറ്റില്ല" ജീവനില്ലാത്ത മണിയനീച്ചപോലും അത് വിശ്വസിച്ചു കാണില്ല. പക്ഷേ, കുഞ്ഞൻകാളി വിശ്വസിച്ചു.

"അയ്യോ നേരത്തെ പറയണ്ടേ, കാപ്പിയനത്താമായിരുന്നല്ലൊ."

"പിന്നൊരിക്കലാകാം."

റിച്ച തന്റെ പൊയ്ക്കാലുമായി വേഗത്തിൽ മുറ്റത്തേക്കിറങ്ങി. കാർ ലക്ഷ്യമാക്കി നടന്നു. മടക്കയാത്രയിൽ ഞാൻ ഉത്സാഹവാനായിരുന്നു. ഒരു നീണ്ട ഇടവേളയ്ക്കുശേഷം ഒരു കച്ചവടം നടക്കാൻ പോകുന്നു. റിച്ച നിന്റെ വീടിനു വേണ്ടിയുള്ള അലച്ചിലുകൾ അവസാനിക്കുകയാണ്. എന്റെ മനസ്സ് പറയുന്നു. ഇതാണ് നിന്റെ ഭവനമെന്ന്. അവർ ആവശ്യ ക്കാരാണ്. ഇവിടെനിന്നും വിറ്റൊഴിയാൻ അവൻ അത്രമേൽ ആഗ്രഹി ക്കുന്നുണ്ടെന്ന് കുഞ്ഞൻകാളിയുടെ നെഞ്ചിലെ മിടിപ്പുകൾ ഉറക്കെ വിളിച്ചുപറയുന്നുണ്ട്. വിലയടുപ്പം സാദ്ധ്യമാകുമെന്ന് തന്നെ ഉറപ്പിച്ചോളു.

"റിച്ച, ഇത് നിന്റെ ഭാഗ്യമാണ്. നീ ആശിച്ചതെല്ലാം ആ വീട്ടിലു ണ്ട്."

റിച്ച എന്നെ ഞെട്ടിച്ചുകളഞ്ഞു.

"ഇത് വേണ്ട പ്രദീപേട്ടാ..., നമുക്ക് മറ്റൊരെണ്ണം നോക്കാം."

"അതെന്താ, നീ ആഗ്രഹിച്ച ഒരു വീട് തന്നെയല്ലെ ഇത്. നിന്റെ ചുരുങ്ങിയ ബഡ്ജറ്റിൽ ഇതുപോലൊന്ന് ശരിപ്പെടുത്താൻ കഴിയുമോ? ആയിരം സ്ക്വയർഫീറ്റിൽ താഴെയുള്ള അത്യാവശ്യ സൗകര്യങ്ങളെല്ലാമുള്ള ഒരു വീട്. കടുത്ത വേനലിലും വറ്റാത്ത ഒരു കിണർ. അനായാസം വണ്ടി കയറിച്ചെല്ലുന്ന ഒരു പാത, അതും കൂടാതെ നീ പറഞ്ഞതുപോലെ നമ്മുടെ മതക്കാർ മാത്രമുള്ള ഒരു പ്രദേശവും."

റിച്ച അസ്വസ്ഥനായി. അവൻ ഒരുപക്ഷേ, ഡോർ തുറന്ന് യാത്ര അവസാനിപ്പിച്ചുകളയുമെന്ന് പോലും ഞാൻ ഭയപ്പെട്ടു.

"അതു വേണ്ട പ്രദീപേട്ടാ, ഒരു വല്ലാത്ത ചേറിന്റെ നാറ്റം ആ വീട്ടിലാകെ."

"ചേറ്റുവാടയോ!"

ഞാൻ സംശയിച്ചു.

മുല്ലപ്പൂവിന്റെ ലോഷൻകൊണ്ട് വൃത്തിയാക്കി മിനുക്കിയെടുത്ത ടൈലുകൾ എന്റെ ഓർമ്മയിൽ തെളിഞ്ഞുവന്നു. മുല്ലപ്പൂവിന്റെ മണം നന്നായി ശ്വസിച്ചതുമാണ്. ഒരുപക്ഷേ, ഞങ്ങൾ എത്തുന്നതിനു അല്പം മുമ്പ് വൃത്തിയാക്കിയതുകൊണ്ടാകാം അത്രയ്ക്കൊരു സുഗന്ധമുണ്ടായത്.

എന്റെ ചിന്തകൾക്ക് മേലേ പൊടി പറത്തി മണ്ണുമൂടിയ ഒരു ടിപ്പർ ലോറി പാഞ്ഞുപോയി.

"എനിക്ക് ആ വീട് വേണ്ട."

റിച്ച തീർച്ചപ്പെടുത്തി.

"നീ പറയുന്നതുപോലെ അങ്ങനെയൊരു ചേറ്റുവാടയുണ്ടെങ്കിൽ നന്നായി ഒന്നു പെയിന്റടിച്ചാൽ പോരെ, അല്ലെങ്കിൽ റൂംഫ്രഷ്നെസ് വാങ്ങിച്ച് ചീറ്റിച്ചാൽ മതിയാകില്ലേ."

"അങ്ങനെയൊക്കെ അവസാനിക്കുന്നതാണോ അതൊക്കെ..... നമ്മുടെ സ്വജാതിക്കാർ താമസിക്കുന്ന ഏതെങ്കിലും വീടുണ്ടോയെന്നു നോക്കാം. അതുവരെ വാടകവീട്ടിൽത്തന്നെ തുടരാം.

ഇഷ്ടഭവനത്തിനുവേണ്ടി കാത്തിരിക്കുന്നത് അത്രമോശം കാര്യമൊന്നുമല്ലല്ലോ."

എനിക്ക് ദേഷ്യം സഹിക്കാനായില്ല. ഒരു നല്ല അവസരമാണ് വക്രബുദ്ധിയാൽ തുലച്ചുകളയുന്നത്. കാർ ടോപ്പ്ഗിയറിലേക്ക് ഉയർത്തിക്കൊണ്ട് ഞാൻ പറഞ്ഞു.

"നീ പറയുന്ന ദുർഗ്ഗന്ധം എനിക്ക് ശ്വസിക്കാൻ കഴിയുന്നില്ല. നീ എന്തൊക്കെയാണ് പുലമ്പുന്നതെന്ന് എനിക്ക് മനസ്സിലാകുന്നേയില്ല..."

പിന്നെ ഞങ്ങൾ ഒന്നും സംസാരിച്ചേയില്ല. ഒരിക്കലുമില്ലാത്ത തരത്തിലുള്ള വ്യഥയും ഭീതിയും എന്റെ മനസ്സിലേക്ക് ഉരുൾപൊട്ടി വീഴുകയായിരുന്നു. ഒരു ആശ്വാസത്തിനായി ഞാൻ കാറിന്റെ ജനൽപ്പാളികൾ

തുറന്നിട്ടു.

മണ്ണിന്റെ ആഴങ്ങളിൽനിന്നും വിരിഞ്ഞുവന്ന ഒരു തണുത്തകാറ്റ് പറന്നുവന്ന് എന്റെ തലയ്ക്ക് മുകളിൽ കൂടുവെച്ചു.

കണ്ണുകളിൽ മണ്ണിന്റ നിറമുള്ള പ്രകാശം.....

കാതുകളിൽ കൊയ്ത്തുപാട്ടിന്റെ ഈരടികൾ....

എനിക്ക് ഇപ്പോൾ കേൾക്കാം.... മണ്ണുകൾക്കു കീഴേ വിങ്ങുന്ന പാട ങ്ങളുടെ ഗദ്ഗദങ്ങൾ!

എനിക്ക് ഇപ്പോൾ കാണാം... നാമ്പിടാൻ വെമ്പുന്ന നെന്മണികളുടെ ഇളംചുണ്ടുകൾ!!

പൊടുന്നനെ ഞാനറിയാതെ കാർ അതിന്റെ പ്രയാണം നിർത്തി.

ഒരു ജാഥ റോഡു മുറിച്ചുകടക്കുകയാണ്. ജാഥ നയിക്കുന്നത് ഗംഗാ ധരേട്ടനാണ്. തൊട്ടരികിൽ കുഞ്ഞൻകാളിയുടെ സഹോദരൻ കുഞ്ഞ മ്പുവുമുണ്ട്. അണികൾക്ക് പഞ്ഞമില്ല. കർഷകനിബിഡമായ ഒരു വൻ ജനാവലി. എല്ലാവരുയെയും തലയ്ക്ക് മുകളിൽ ചുമടുകളുണ്ട്. സ്വപ്നങ്ങ ളാണോ!

"എവിടേക്കാ ഗംഗാധരേട്ടാ ചുമടുമായി?"

"മണ്ണുമാന്തിക്കളഞ്ഞ് നമ്മടെ നെൽപ്പാടങ്ങളെയും, തണ്ണീർത്തട ങ്ങളെയും തിരികെക്കൊണ്ടുവരാൻ പോകുവാടാ ഊവ്വേ, കൂടെ പോരുന്നോ!"

ഞാൻ മറുപടി പറയുന്നതിനുമുമ്പേ റിച്ചയുടെ വലതു കൈപ്പത്തി നീണ്ടുവന്നു തോളിൽ തട്ടി.

"എന്താ പ്രദീപേട്ടാ കാർ നിർത്തിയത്?"

"ഒരു ജാഥ........ അതിപ്പോൾ നമ്മളെ മുറിച്ച് കടന്നുപോയി."

"ജാഥയോ! ഞാൻ കണ്ടില്ലല്ലോ!! "

"നീ കാണില്ല... നിനക്ക് അത് കാണാൻ കഴിയില്ല... "

അരിശംകൊണ്ട് എന്റെ വാ പെരണ്ട് വന്നു. പക്ഷേ, എനിക്ക് മുഴു മിപ്പിക്കാനായില്ല.

എന്റെ പ്രതിഷേധസ്വരങ്ങളെ നിശ്ശബ്ദതയുടെ ആഴങ്ങളിലേക്ക് ചത ച്ചരച്ചുകൊണ്ട് മണ്ണ് തിന്നുവീർത്ത പള്ളകളുമായി കൊലവിളിയുയർത്തി ടിപ്പർലോറികൾ പാഞ്ഞുപോയി. ഒന്നിനുപുറകെ ഒന്നായി....

കുറ്റവും രക്ഷയും

അക്ഷരം രവി മരിച്ച് പതിനാറിന്റെയന്ന് രാവിലെ ആക്രിക്കാരൻ ഇട്ടൂപ്പിന്റെ കൈവണ്ടി അക്ഷരം വീടിന്റെ മുറ്റത്ത് വന്നുനിന്നു. ഒരു മുറി നിറയെ കൂമ്പാരമായി കിടക്കുന്ന പുസ്തകങ്ങൾ കണ്ട് ഇട്ടൂപ്പ് അത്ഭുതം കൂറി.

"ഒരു മിനിലോറി കൂടി വിളിക്കേണ്ടി വരും!"

മൂന്നരവയസ്സുകാരൻ വ്യാസൻ തന്റെ പിതൃസ്വത്ത് നഷ്ടമാകുന്നതറിയാതെ മുറ്റത്തെ പൂഴിമണ്ണിൽനിന്നും കുഴിയാനകളെ എണ്ണിപ്പെറുക്കിയെടുക്കുന്ന സന്തോഷത്തിലായിരുന്നു. മാധവി അടുക്കളക്കതകിൽ ചാരി ഒറ്റനില്പായിരുന്നു. ജീവിതം കൈവിട്ടുപോയ ഒരുവളുടെ മുഴുവൻ പിടച്ചിലുകളും ആ കണ്ണുകളിൽ കലങ്ങിമറിഞ്ഞുകിടന്നു. ഉടപ്പിറന്നോളുടെ ജീവിതത്തിന്റെ കണക്കും കഴഞ്ചും തെറ്റിപ്പോയ ആന്തലുമായി മനോഹരനാചാരി ഒരു ബീഡി ചുണ്ടിൽ നീറിപ്പിടിപ്പിച്ചോണ്ട് ഇട്ടൂപ്പിനോട് കലമ്പി.

"പൊടീം തട്ടി ഓമനിച്ചിരിക്കാതെ, വാരിക്കൂട്ടി വണ്ടിയിലേക്കിടാൻ നോക്ക് ഇട്ടൂപ്പേ."

"അതെന്നാ വാരിക്കൂട്ടിയിടാൻ, ഇത് മത്തിയോ ചാളയോ വല്ലതുമാണോ; പുസ്തകങ്ങളല്ലേ!"

മനോഹരൻ പിന്നെ ഒന്നും മിണ്ടിയില്ല. കണ്ണൊന്ന് ഏങ്കോണിച്ച് മാധവിയുടെ നേർക്ക് അനുനയത്തിന്റെ ഒരു പെൻസിൽ മാർക്കിട്ടു. ഇത്തിരിനേരം കൂടി സഹിച്ചാൽ മതിയല്ലോ!

ഒരു മിനിലോറിയും രണ്ട് തൊഴിലാളികളും കൂടി വന്നു.

മാധവിയുടെ കാഴ്ചയിലേക്ക് അതൊന്നും ഇരമ്പിവന്നില്ല. അവളുടെ ചിന്തയുടെ ഉലയിൽ അക്ഷരം രവി എന്ന ബിംബം അട്ടിയട്ടിയായി ഇടി

ഞ്ഞുവീഴുന്ന രംഗങ്ങൾ കിടന്ന് പിടച്ചുകൊണ്ടിരുന്നു.

രവിയുടെ വിവാഹാലോചന വന്നപ്പോൾ മനോഹരനാചാരി പെങ്ങളുടെ മനസ്സിൽ സ്വപ്നങ്ങൾകൊണ്ട് ചിന്തേരിട്ടു. "വല്യ വായനയും വിവരവുമൊക്കെയുള്ള ആളാ. ഉറപ്പായിട്ടും അയാക്ക് ഒരു സർക്കാര് ഉദ്യോഗം കിട്ടും. നിങ്ങക്ക് അല്ലലില്ലാതെ കഴിയാം. അതുവരേക്കുള്ള ഒരു ചെറിയ സെറ്റപ്പ് മാത്രമാ ഈ പുസ്തകശാലയൊക്കെ."

പക്ഷേ, മത്സരപ്പരീക്ഷകളിലൊന്നും പങ്കെടുക്കാൻ രവി മെനക്കെട്ടില്ല.

"നമുക്ക് ജീവിക്കാനുള്ളത് *അക്ഷരം* തരും."

ഒരേസമയം അയാൾ ജീവിതത്തെയും മാധവിയേയും മോഹിപ്പിച്ചു. വിവാഹത്തിനുശേഷം ബാങ്കിൽ നിന്ന് ലോണും പരിചയക്കാരിൽ നിന്ന് കടവുമൊക്കെ വാങ്ങി 'അക്ഷരം'പരിഷ്കരിച്ചു. ധാരാളം പുസ്തകങ്ങൾ അച്ചടിച്ചു. ഏറെയും പുതിയ എഴുത്തുകാരുടെ. നവാഗത പ്രതിഭകളുടെ, അഭയകേന്ദ്രമായിരുന്നു 'അക്ഷരം.' വിപണിയിലെ ലാഭനഷ്ട കണക്കുകളൊന്നും ആ പുസ്തകപ്രേമിയെ അലട്ടിയതേയില്ല. പുസ്തകങ്ങളുടെ കാര്യത്തിൽ ധീരമായ നിലപാടുകളായിരുന്നു അക്ഷരം രവിക്കുണ്ടായിരുന്നത്.

വായനയും കുടിയും മാത്രമുള്ള ഒരു വെറും പാഴിനെയായിരുന്നല്ലോ തന്റെ മാതുന്റെ തലയിൽ കെട്ടിവച്ചതെന്നോർത്ത് മനോഹരനാചാരി കെട്ടുപോയ ബീഡി ദൂരേക്കെറിഞ്ഞു. വ്യാസൻ ആ ബീഡിക്കുറ്റി കണ്ടെടുത്ത് കുഴിയാനകളെ സൂക്ഷിക്കുന്ന തീപ്പെട്ടിക്കൂടിലേക്ക് വലിച്ചെറിഞ്ഞ് ആനകളുടെ ചിന്നം വിളിക്കായി കാതോർത്തുനിന്നു.

രവി മരിക്കുന്നതിനു രണ്ടുദിവസം മുമ്പ് വ്യാസന് ചുട്ടുപൊള്ളുന്ന പനിയായിരുന്നു. മാധവി നെറ്റിത്തടത്തിലും തൊണ്ടക്കുഴിയിലും നെഞ്ചത്തുമൊക്കെ തുണിക്കീറുകൾ നനച്ചിട്ടു. ചൂടിന്റെ ആധിക്യത്തിൽ അവ പെട്ടെന്ന് ഉണങ്ങിവരണ്ടു. കുഞ്ഞ് നാലഞ്ച് തവണ ഛർദ്ദിച്ചു. ശരീരമാകെ മാണ്ടുപോയി. ദേഹം വിറയ്ക്കാൻ തുടങ്ങി. കുഞ്ഞിനെ ആശുപത്രിയിൽ കൊണ്ടുപോകാനായി കേണപേക്ഷിച്ചിട്ടും രവി കതക് തുറന്നില്ല. അക്ഷരം പൊട്ടിപ്പോയതിനുശേഷം അയാൾ തന്റെ വായനാമുറിക്കുള്ളിൽത്തന്നെയായിരുന്നു. ഒരുതരം തടവറജീവിതം. വായനയും കുടിയും അക്ഷരം രവിയുടെ ശിരസ്സിൽ മുൾക്കിരീടം പണിതു.

"വായിക്കുകയാണ്......" ഉണർച്ചയുടെ ഏതോ അപരാഹ്നത്തിൽ ഒരു തവണ അപശബ്ദം പോലൊന്ന് മുറിക്കുള്ളിൽനിന്നും പുറത്തേക്ക് തികട്ടി. പിന്നെ പുസ്തകം കൈയിലുറയ്ക്കാതെ, അക്ഷരങ്ങൾ കണ്ണിൽ തങ്ങിനില്ക്കാതെ അയാൾ തന്റെ ഭാരം മുഴുവനും പുസ്തകങ്ങൾക്കു മീതെ അമർത്തി ബോധമില്ലാതെ ആഴ്ന്നുകിടന്നു.

മാധവി വ്യാസനെയും തോളത്തിട്ട് ആശുപത്രിയിലേക്കോടി. ഇനിയും വൈകിയാൽ കുഞ്ഞ് മരിച്ചുപോകുമെന്ന് അവൾക്കുറപ്പായിരുന്നു.

ആശുപത്രിയിൽനിന്നും ഡിസ്ചാർജ് ചെയ്തു വീട്ടിലെത്തുമ്പോൾ

മുറ്റം നിറയെ കരിയിലകളാൽ മൂടിക്കിടന്നു. മുരിങ്ങയുടെ ഒരു കമ്പ് പൊട്ടി അടുക്കളഭാഗത്തെ മേൽക്കൂര തകർത്തു. രവിയുടെ മുറി പതിവില്ലാതെ തുറന്നുകിടന്നു. പുസ്തകങ്ങളെല്ലാം റാക്കുകളിൽനിന്നും തട്ടിമറിഞ്ഞ് ഭീമാകാരനായ ഒരു പുരാതനജീവിയുടെ ഉടലിനെ അനുമസ്മരിപ്പിക്കുന്ന വിധത്തിൽ ഒരു വലിയ കൂനയായി. ഒരു വല്ലാത്ത നാറ്റം അതിന്റെ വായ പുറന്തള്ളി. ആ ചരിത്രാതീത ജീവിയുടെ ഉടൽശൽക്കങ്ങൾ ഓരോന്നായി മാധവി ഭീതിയോടെ വിടർത്തിമാറ്റി. ഒടുവിൽ ഹിംസ്രാത്മകമായ ആ ദൃശ്യം മാധവിയെ വിഴുങ്ങിക്കളഞ്ഞു. പുസ്തകങ്ങളുടെ അടിത്തട്ടിൽ തോണി നഷ്ടമായ ചൂണ്ടക്കാരന്റെ അപാരമായ നിസ്സഹായതയുമായി അക്ഷരം രവി ചലനമില്ലാതെ കിടന്നു. പോസ്റ്റുമാർട്ടം റിപ്പോർട്ടിൽ ഹൃദയസ്തംഭനം എന്നാണ് രേഖപ്പെടുത്തിയതെങ്കിലും മാധവി വിശ്വസിച്ചത് അങ്ങനെയല്ലായിരുന്നു. പുസ്തകങ്ങൾ ചതിച്ചതാ... അവറ്റകൾ അങ്ങേരെ കൊന്നു.

"കുറേക്കൂടി ഒണ്ടാരുന്നു..." മനോഹരനാചാരി ഇട്ടൂപ്പിനും കൂട്ടർക്കും കട്ടൻചായ കൊടുത്തുകൊണ്ട് ലോഹ്യം പറഞ്ഞു."ദേഹത്തൊട്ടിച്ചേർന്ന് കിടന്നതെല്ലാം കത്തിച്ചുകളഞ്ഞു." പുസ്തകങ്ങളെല്ലാം ഒഴിഞ്ഞു പോകുന്നതിന്റെ ഒരു തെളിച്ചം അപ്പോൾ അയാളുടെയും മാധവിയുടെയും മുഖത്തുണ്ടായിരുന്നു.

'അക്ഷരം രവി' – പുസ്തകങ്ങളുടെ നെറുകയിൽ ചുവന്ന മഷിയിൽ ആലേഖനം ചെയ്തിട്ടുള്ള സീലിലൂടെ കണ്ണോടിച്ചുകൊണ്ട് ഇട്ടൂപ്പ് കീശയിൽ കൈയിട്ടു.

"വെല ഒട്ടും കുറയ്ക്കുന്നില്ല. എനിക്കറിയാം ഞാനെടുത്തോണ്ട് പോകുന്നത് ഒരാളുടെ പ്രാണനാണെന്ന്. "

മാധവി ആ പണംകൊണ്ട് മൂന്നാല് മാസത്തേക്കുള്ള അരിയും പലവ്യഞ്ജനങ്ങളും വാങ്ങി.

പിന്നീടൊരിക്കലും കഥകളും കവിതകളുമുള്ള ഒരു പുസ്തകവും അക്ഷരം വീടിന്റെ പടികേറാൻ മാധവി സമ്മതിച്ചിട്ടില്ല.

വ്യാസൻ പ്രൈമറിസ്കൂളിൽ പഠിക്കുന്നകാലത്ത്, അവന് ചില കുരുത്തംകെട്ട പിള്ളാരും സാറമ്മാരും അമ്മാതിരി പുസ്തകങ്ങൾ വഴിതെറ്റിക്കാനായി വീട്ടിലേക്ക് കൊടുത്തുവിടുമായിരുന്നു. മാധവി അവയെല്ലാം നിർദ്ദാക്ഷിണ്യം തീയിട്ടു ചുട്ടു. പുസ്തകച്ചിതയെ സാക്ഷിയാക്കി, വാവിട്ടുകരഞ്ഞ വ്യാസന്റെ ചങ്കിലേക്ക് അച്ഛന്റെ പരാജയങ്ങൾ ഒന്നൊന്നായി ഉരുക്കിയൊഴിച്ചു. ഭാഷാവിഷയങ്ങൾക്ക് മാർക്ക് കുറവാണെന്നുള്ള ജിനൻ മാഷിന്റെയും ബിന്ദു ടീച്ചറിന്റെയും പരിഭവങ്ങൾക്ക് നേരെ മാധവി കശുവണ്ടിക്കറയുള്ള കൈ കാട്ടി ചീറി.

"ഞാൻ പറങ്ങേണ്ടി നുള്ളിത്തൊലിച്ച് വളത്തുന്നതേ അവൻ നശിക്കാനല്ല. എന്റെ ചെറുക്കൻ കണക്കും സയൻസുമൊക്കെ പഠിച്ചാ മതി. അതവനെ കാത്തോളും."

വ്യാസന് ബാങ്കിൽ പ്രൊബേഷണറി ഓഫീസറായി ഉദ്യോഗം കിട്ടി

യിട്ടും അക്ഷരം പൊളിച്ച് വ്യാസനിലയം പണിതുയർത്തിയിട്ടും കഷ്ടതകളെല്ലാം കാലത്തിന്റെ കണക്കുപുസ്തകത്തിൽ ക്ലോസ് ചെയ്തുകഴിഞ്ഞിട്ടും മാധവിക്ക് പുസ്തകങ്ങളോടുള്ള വൈരാഗ്യം അവസാനിച്ചില്ല. അവർ ഓർമ്മകൾകൊണ്ട് പഴുതുകളുടെ ഓരായങ്ങൾ അടച്ചു. മുതിർന്നിട്ടും മാധവി ജാഗ്രതയോടെ മകന്റെ പിന്നാലെ നടന്നു. പുസ്തകനിരാസത്തിന്റെ കുട ചൂടി വ്യാസൻ അമ്മയെ സന്തോഷിപ്പിച്ചു. അവന് ഒരിക്കലും അമ്മയെ സങ്കടപ്പെടുത്താനാകുമായിരുന്നില്ല. ആ വ്യസനപർവ്വതത്തിന്റെ ചൂടും ചൂരും അവനോളം അറിഞ്ഞവരാരുണ്ട്. വ്യാസന് അക്കങ്ങളോടായിരുന്നു പ്രണയം. പക്ഷേ, ആ പ്രണയത്തിലും തന്റെ സ്ഥാനവില തെറ്റിപ്പോകാതിരിക്കാൻ അവൻ സൂക്ഷ്മത പുലർത്തി.

വ്യാസന് വിവാഹാലോചനകളുമായെത്തിയ ദല്ലാൾമാരോട് മാധവിക്ക് ഒറ്റ ഡിമാന്റെ ഉണ്ടായിരുന്നുള്ളു.

“കഥയും കവിതകളുമായി നടക്കുന്നോളുമാരെയൊന്നും എന്റെ വ്യാസന് വേണ്ട. സ്ത്രീധനം ഇത്തിരി കുറഞ്ഞാലും വേണ്ടീല, ജോലിയുള്ള പെണ്ണ് മതി.”

ജ്യോതിഷശാസ്ത്രപ്രകാരം വ്യാസനും നളിനിയും തമ്മിൽ പത്തിൽ എട്ടായിരുന്നു പൊരുത്തം. പക്ഷേ, ആദ്യരാത്രിയിൽത്തന്നെ ആ ഗണിതശാസ്ത്ര അദ്ധ്യാപിക പൊരുത്തമില്ലായ്മയുടെ സൂത്രവാക്യങ്ങൾ കൊച്ചുവർത്തമാനത്തിന്റെ രൂപത്തിൽ വ്യാസന് കാട്ടിക്കൊടുത്തു. അതുവരെ ആരോടും വെളിവാക്കാത്ത ഒരു രഹസ്യത്തിന്റെ കുടുക്ക് വ്യാസന് മാത്രമായി തുറന്നുവെച്ചു. പച്ച പുറഞ്ചട്ടയുള്ള ഡയറി നിറയെ വടിവൊത്ത കറുത്ത അക്ഷരങ്ങളിൽ കവിതകളുടെ വിരിപ്പ് കണ്ട് വ്യാസൻ അന്ധാളിച്ചു. പിറന്നാൾ സമ്മാനമായി പുസ്തകങ്ങൾ വാങ്ങിത്തരുന്ന രാമനുണ്ണി എന്ന അച്ഛനെക്കുറിച്ചും ആദ്യമായി വായിച്ച പുസ്തകം -*സങ്കീർത്തനം പോലെ*യെക്കുറിച്ചും വായിച്ചവസാനിപ്പിച്ച *മനുഷ്യന് ഒരാമുഖ* ത്തെക്കുറിച്ചുമൊക്കെ അവൾ വാചാലയായി. വ്യാസൻ തലയിണയിൽ മുഖം പൂഴ്ത്തി.

“ഒരു തലവേദന...!”

അനിഷ്ടത്തെ ഒറ്റവാക്കിൽ സമീകരിച്ച് അവൻ ലൈറ്റണച്ചു. ആ രാത്രിയിൽ മുഖം വ്യക്തമല്ലാത്ത അനേകം കഥാപാത്രങ്ങളെ വ്യാസൻ സ്വപ്നം കണ്ടു. കഥകളും കവിതകളും ഹുങ്കാരവങ്ങൾ മുഴക്കുന്ന അധോതലത്തിലുള്ള പുസ്തക നിർമ്മിതമായ കോട്ടയിൽക്കിടന്ന് പ്രാണരക്ഷാർത്ഥം വിളിച്ചുകൂവി. സ്വപ്നത്തിൽനിന്നും കുതറിച്ചാടിയെത്തിയ നിലവിളിയിൽ മുറിയാകെ പ്രകമ്പനം കൊണ്ടു. തുടർന്നുള്ള രാവുകളിലും വ്യാസന് ഉറക്കവും ഉദ്ദാരണവും നഷ്ടമായി. കവിത ചോർന്നുപോയ ഒരു ഉത്തരാധുനികാനന്തര ഖണ്ഡികയായി അവൻ നളിനിയുടെ ഉടലിനുമീതേ കിടന്നു കരഞ്ഞു

“നീ എന്നെ ചതിക്കുവാരുന്നു നളിനീ.... എനിക്കിനി നിന്നെ വേണ്ട...”

ജീവിതത്തിന്റെ ഉയർച്ചതാഴ്ചകളുടെ ഗ്രാഫ് കുടുംബക്കോടതിയിലെ കൗൺസിലർ ഡോക്ടർ സൈമൺ ഇടിക്കുളയുടെ മുമ്പിൽ വളവും പുളവും ഒന്നുമില്ലാതെ വരഞ്ഞ് അവസാനിപ്പിക്കുമ്പോഴേക്കും വ്യാസൻ വിയർത്തുകുളിച്ചു. സ്ഫടികഗ്ലാസിലെ വെള്ളം മുഴുവനും കുടിച്ചുതീർത്തു. അത് കുടുംബക്കോടതിയിലെ അയാളുടെ രണ്ടാമത്തെ കൗൺസലിങ്ങായിരുന്നു.

തന്റെ തടിച്ച ദേഹം കസേരയിൽനിന്നും ഒന്നിളക്കി, പുഞ്ചിരിച്ചുകൊണ്ട് ഡോക്ടർ ഇടിക്കുള ഒരു പൊതി സമ്മാനിച്ചു.

“വ്യാസൻ, ഇത് ഒരു പുസ്തകമാ. ക്ലയന്റ്സിന്റെ കൈയിൽനിന്നും ഉപഹാരങ്ങൾ വാങ്ങുകയോ കൊടുക്കുകയോ ചെയ്യരുതെന്നാണ് ലോ. എങ്കിലും ഞാൻ ഇത് വ്യാസന് തരികയാണ്... താല്പര്യമുണ്ടെങ്കിൽ മാത്രം വായിച്ചാൽ മതി. എന്നാൽ ഇനി അടുത്ത കൗൺസലിങ്ങിന് കാണാം...”

മനഃശാസ്ത്രസംബന്ധിയായതോ, നീതിന്യായവ്യവസ്ഥയെക്കുറിച്ചോ പ്രതിപാദിക്കുന്ന ഏതെങ്കിലും ഒരു പുസ്തകമായിരിക്കും. വ്യാസൻ ഊഹിച്ചു. പുസ്തകങ്ങളോട് യാതൊരുവിധ കമ്പവുമില്ലെങ്കിലും വ്യാസൻ അത് വാങ്ങി കാറിന്റെ പിൻസീറ്റിലേക്കിട്ടു.

“എന്താ ഇത്...” അശ്രീകരമായ എന്തോ കണ്ടതുപോലെ, പുസ്തകവുമായി വീടിനുള്ളിലേക്ക് പ്രവേശിച്ച വ്യാസനോട് മാധവി വേവലാതിപൂണ്ടു.

“ഒരു പുസ്തകമാ, ആ കൗൺസിലർ വായിക്കാൻ തന്നതാ... ”

അമ്മയുടെ മുമ്പിൽവച്ചു തന്നെ വ്യാസൻ കൂട് തുറന്നു പുസ്തകം പുറത്തേക്കെടുത്തു. അമ്മയും മകനും ഒരേസമയം പുറഞ്ചട്ടയിലെ ശീർഷകം ഉച്ചരിച്ചു.

“കുറ്റവും ശിക്ഷയും....”

സംഗതി ഫിക്ഷനാണ്! കുത്തഴിഞ്ഞ പുസ്തകംപോലെ വ്യാസനാകെ ചിതറിപ്പോയി.

പക്ഷേ, പുസ്തകത്തിന്റെ പേര് അമ്മയ്ക്ക് ആശ്വാസമേകി!

“ആ കൗൺസിലർ നിന്നെ ഭയപ്പെടുത്തുവാൻ ശിക്ഷാവിധികളെക്കുറിച്ചുള്ള പുസ്തകം തന്നുവിട്ടേക്കുക. വ്യാസാ, നീ നിന്റെ തീരുമാനത്തിൽ ഉറച്ചുനിന്നേക്കണം. അവളെ നമുക്കിനി വേണ്ട.”

പാതിരാത്രിയിൽ ഉറക്കത്തിൽനിന്നും ഞെട്ടിയുണർന്നപ്പോഴാണ് ഡോക്ടർ ഇടിക്കുള നല്കിയ പുസ്തകത്തെക്കുറിച്ച് വ്യാസൻ ഓർത്തത്. കൊണ്ടുവന്നപാടെ മേശപ്പുറത്ത് തന്നെ കിടപ്പുണ്ടായിരുന്നു. പുസ്തകം കൈയിലെടുത്ത് ശീർഷകം ഒരിക്കൽക്കൂടി വായിച്ചു.

കുറ്റവും ശിക്ഷയും. പിന്നെ എഴുത്തുകാരന്റെ പേരും. *ഡോസ്റ്റോയ്വ്സ്കി.*

‘ജൂലായ്മാസത്തിലെ ഒരു സായാഹ്നം...’ കണ്ണുകൾ ആദ്യപേജിലൂടെ അറച്ചറച്ച് നീങ്ങി. പൊടുന്നനെ അവൻ പുസ്തകമടച്ചു. വ്യാസന്

അമ്മയെ കാണാൻ ഒരു കൊതി. മാധവിയുടെ മുറിയിലേക്ക് നടന്നു. അമ്മ നല്ല ഉറക്കത്തിലായിരുന്നു. ഒരായുസ്സു മുഴുവനും അവർ കുടിച്ച കണ്ണീരിന് കണക്കില്ല. വിവരിക്കാൻ വാക്കുകളുമില്ല. അക്ഷരങ്ങളുടെയും വാക്കുകളുടെയും വ്യർത്ഥതയെ ആ മെല്ലിച്ചരൂപം ഉറക്കത്തിൽപ്പോലും ഓർമ്മിപ്പിക്കുന്നതായി തോന്നി.

"മോനെ, നീ നിന്റെ അച്ഛനെപ്പോലെയാകരുത്." ഉണർവ്വിലും ഉറക്കത്തിലും വ്യാസനെ വിടാതെ പിന്തുടരുന്ന ബോധമന്ത്രം.

ശല്യക്കാരനായ ഒരു പൂച്ചക്കുട്ടിയുടെ കഴുത്തേൽ പിടിച്ച് പുറന്തള്ളാനെന്നപോലെ *കുറ്റവും ശിക്ഷയും* എടുത്ത് വ്യാസൻ ഡോർ ലോക്ക് ചെയ്തു പുറത്തേക്കിറങ്ങി. ആകാശത്ത് നിറയെ നക്ഷത്രങ്ങളും അന്തരീക്ഷത്തിലാകെ നനുത്തകാറ്റുമുള്ള, ദൈവത്തിന്റെ കൈയൊപ്പുള്ള ഒരു പാതിരാവായിരുന്നു അത്. അവൻ പടികൾ കയറി ടെറസിലേക്ക് നടന്നു.അവിടെനിന്നാൽ, അകലെയുള്ള പൊന്തക്കാട്ടിലേക്ക് വലിച്ചെറിയാം. അതിനുള്ളിലെ ഇരുട്ടിലും കുരുക്കിലും കിടന്ന് നരകിച്ച്, അക്ഷരങ്ങളുടെ എല്ലുപൊട്ടി, ആശയങ്ങളെ ചിതലും പുഴുക്കളും അരിച്ച് അനാഥ ജഡമായി അഴുകിത്തീരട്ടെ!

മുകളിലെ വെളിച്ചം തെളിച്ചു. നവജാതശിശുവിന്റെ നിഷ്കളങ്കതയോടെ ആ പുസ്തകം വ്യാസന്റെ കയ്യിലിരുന്ന് വിറച്ചു.

"വധശിക്ഷയ്ക്ക് വിധിക്കപ്പെട്ട കൊടുംപാപിക്കുപോലും പറയാനുള്ളത് കേൾക്കും. പിന്നെയല്ലേ ഒരു പാവം പുസ്തകത്തിന്...!"

വ്യാസൻ കാതുകൂർപ്പിച്ചു.

എവിടെ നിന്നാണീ രക്തംപുരണ്ട വാക്കുകൾ? ചുറ്റിലും നോക്കി. ചീവിടുകളുടെ ഒച്ചയും ഇലയനക്കങ്ങളും അവന്റെ കാതുകളെ ആശ്വസിപ്പിച്ചു.

ചോദിക്കാനും പറയാനും ആരുമില്ലെന്നുള്ള ആ പുസ്തകത്തിന്റെ നിസ്സഹായത, വ്യാസന് ഒരു വല്ലാത്ത ധൈര്യം നല്കി. പക്ഷേ, വലിച്ചെറിയാൻ ആഞ്ഞ കരം തന്നെ ആ പുസ്തകത്തെ അവന്റെ ഉടലോട് ചേർത്തുവെച്ചു. വ്യാസൻ ആകെ തളർന്നുപോയിരുന്നു. ടെറസിലെ കുട്ടക്കസേരയിലേക്ക് ചാഞ്ഞുകിടന്നു. നെഞ്ചിൽ *കുറ്റവും ശിക്ഷയും.*

വ്യാസൻ പുസ്തകം മെല്ലെ തുറന്നു.

"നേരം പോകണ്ടേ... നേരം പോകാൻ വേണ്ടി മാത്രം..." വ്യാസൻ വലിയ പാപഭാരത്തോടെ പിറുപിറുത്തു. നിലാവെട്ടം ഒരു കള്ളനെപ്പോലെ അവന്റെ മേലെ അരിച്ചിറങ്ങി.

തൊട്ടടുത്ത രണ്ടുദിവസങ്ങൾ ബാങ്ക് അവധിയായിരുന്നു. പെസഹാവ്യാഴവും ദുഃഖവെള്ളിയാലും അവൻ *കുറ്റവും ശിക്ഷയും* അനുഭവിച്ചു തീർത്തു. വാരാന്തത്തിൽ ഒരു പുതിയ ചിന്ത ഉയർത്തെഴുന്നേറ്റു. ഒരെണ്ണം കൂടി കിട്ടിയാൽ വായിക്കാരുന്നു.

കുറ്റവും ശിക്ഷയും അവസാനതാളിൽ ഒരു അന്ത്യപ്രലോഭനം വ്യാസനെ കാത്തിരിപ്പുണ്ടായിരുന്നു. ഒരു പത്തക്ക നമ്പർ. അവൻ

മൊബൈലിലേക്ക് ആ അക്കങ്ങൾ നിറച്ചു. മറുതലയ്ക്കൽ ഡോക്ടർ ഇടിക്കുളയായിരുന്നു.

"സർ, ഞാൻ വ്യാസനാണ്. *കുറ്റവും ശിക്ഷയും* വായിച്ചു. ഒരു ബുക്കുകൂടി കിട്ടിയാൽ നന്നായിരുന്നു..."

"ഓ...അതിനെന്താ വരൂ... പക്ഷേ, പുസ്തകം വായിച്ചിട്ട് തിരികെ ത്തരണം."

ഡോക്ടർ ഇടിക്കുള വ്യാസനെ താരാശങ്കർ ബന്ദോപാദ്ധ്യായയുടെ *ആരോഗ്യനികേതന*ത്തിലേക്കാണ് പിന്നീട് കൂട്ടിക്കൊണ്ടുപോയത്. അവിടെ അവൻ ഡോക്ടർ *ജീവൻമശായ്*ക്കൊപ്പം നാലു രാവുകൾ പാർത്തു. *ആരോഗ്യനികേതനം* തിരികെ കൊടുക്കുമ്പോൾ വ്യാസൻ ഡോക്ടർ ഇടിക്കുളയുടെ വലംകൈയിലെ നാഡിയിൽ സ്പർശിച്ചു.

"ഞാൻ എന്റെ ജീവൻമശായിയെ തൊട്ടു "

കസാൻദ് സാക്കിസിന്റെ *സോർബ* പൊടിതട്ടിയെടുത്ത് ഡോക്ടർ ഇടിക്കുള പറഞ്ഞു.

"വ്യാസൻ, ഒന്നും മറ്റൊന്നിന്റെ ആവർത്തനമല്ല."

ഒളിച്ചുകടത്തലിൽ പോലും നിഗൂഢമായ ഒരാനന്ദം അനുഭവവേദ്യ മാണെന്ന് *സോർബ* വായനയ്ക്കിടയിലാണ് വ്യാസന് ബോദ്ധ്യമായത്. അതുവരെ അവന്റെ മനസ്സ് കുറ്റബോധത്തിന്റെ ഖനികളിൽ മരവിച്ചു കിടക്കുകയായിരുന്നു. പുസ്തകങ്ങളുടെ വരുത്തുപോക്കുകളൊന്നും മാധവി അറിയുന്നുണ്ടായിരുന്നില്ല. *സോർബ*യോടോപ്പമുള്ള ദിനങ്ങൾ, വ്യാസന് വളരെ രസകരമായിരുന്നു. അവൻ വൈകുന്നേരങ്ങളിൽ കുട്ടി കളോടൊപ്പം ഇറങ്ങി പാടത്ത് ക്രിക്കറ്റ് കളിച്ചു. അവരുടെ സൈക്കിൾ കടം വാങ്ങി തോട്ടിറമ്പിലൂടെ ചവിട്ടി. ചെയിൻ പൊട്ടി, സൈക്കിൾ മറിഞ്ഞ് ചോരയൊലിപ്പിച്ച് കിടക്കുമ്പോഴും വ്യാസൻ പുഞ്ചിരിക്കുന്നു ണ്ടായിരുന്നു.

സോർബ തിരികെക്കൊടുത്തു *സിദ്ധാർത്ഥ*യുമായി മടങ്ങുമ്പോഴാ യിരുന്നു വ്യാസന് വീട്ടിലേക്കുള്ള വഴി തെറ്റിയത്. കാർ ഇട്ടൂപ്പിന്റെ വീടിന്റെ മുന്നിൽ വന്നുനിന്നു. അക്ഷരം രവി വായിച്ച ഒരു പുസ്തകമെ ങ്കിലും അയാളുടെ പക്കൽ കാണാതിരിക്കില്ല! ഒരു ഡിറ്റക്ടീവ് കഥയുടെ കൗതുകം വ്യാസന്റെ മനസ്സിൽ ചുരുട്ടും വലിച്ചു നില്പുണ്ടായിരുന്നു.

കെട്ടുപോയ വെളിച്ചത്തിന്റെ മീതേ ഭിത്തിയിൽ തൂക്കിയ ചില്ലുകൂ ട്ടിലിരുന്നു ഇട്ടൂപ്പ് പരിചയഭാവത്തിൽ നോക്കി ചിരിച്ചെങ്കിലും വ്യാസൻ അത് ശ്രദ്ധിക്കാതെ ഉറക്കെ വിളിച്ചു.

"ഇട്ടൂപ്പ് ഇല്ലേ ഇവിടെ...?"

ഇരുനില മാളികയും അതിനുചേർന്ന ചുറ്റുപാടും ആക്രിക്കാരൻ ഇട്ടൂപ്പ് എന്ന വിശേഷണത്തോട് ഒരു ചേർച്ചക്കുറവ് തോന്നിപ്പിച്ചു. അൽസേഷ്യൻ നായയുടെ ആർഭാടകരമായ കുര അവന്റെ സംശയത്തെ ഇരട്ടിപ്പിച്ചു. അവധിക്ക് വീട്ടിലെത്തിയ ജോർദ്ദാനിലെ വ്യാപാരിയുടെ ഒച്ച മുകളിൽനിന്നും ഇറങ്ങിവന്നു വ്യാസനെയും അൽസേഷ്യനെയും നിശ്ശ ബ്ദരാക്കി.

“അപ്പച്ചൻ മരിച്ചിട്ട് വർഷം മൂന്നാലായി. നിങ്ങളാരാ? എന്തോത്തിനാ വന്നേ.”

“ഞാനിത്തിരി ദൂരേന്നാ. ഒരു പുസ്തകം തേടി വന്നതാ.”

“പുത്തകവും കിത്തകോന്നും ഇവിടില്ല. നിങ്ങള് നിങ്ങടെ പണി നോക്കി പോയേ”

അയാൾ കതക് വലിച്ചടച്ചു.

വ്യാസൻ കുറച്ചുനേരം കൂടി മുറ്റത്ത് നിന്നു. പലവിധ ചെടികളാൽ അലംകൃതമായ ആ പരിസരത്തിൽനിന്നും ആകെ പുഷ്പിക്കുന്നത് ഒരേ ഒരു മണമാണെന്നും അത് പുസ്തകങ്ങളുടേതാണെന്നും വ്യാസൻ ശ്വസിച്ചെടുത്തു. തേടി വന്നത് തൊട്ടരികിലെവിടെയോ സാറ്റ് കളിച്ചിരിപ്പുണ്ട്. ഒരു വിളിച്ചുണർത്തലിന്റെ കാര്യമേ ബാക്കിനില്ക്കുന്നുള്ളൂ. വ്യാസൻ ആ ചിന്തയെ ഊട്ടിയുറപ്പിക്കുന്നതിന് മുമ്പേ കെന്നലിൽ വിശ്രമിക്കുന്ന അൽസേഷ്യൻ ഒരു വലിയ ഗർജ്ജനം ഉള്ളിലൊളിപ്പിച്ച് ചെറുതായൊന്ന് മുരണ്ടു. അത് ഒരു ഓർമ്മപ്പെടുത്തലാണ്. പിഞ്ഞിപ്പോയ മനസ്സുമായി വ്യാസൻ തിരിഞ്ഞുനടന്നു. പൊടുന്നനെയായിരുന്നു ആരോ കെട്ടഴിച്ചുവിട്ട കാറ്റുപോലൊരു ചുറ്റിവളയക്കം അവനെ തടുത്തുനിർത്തിയത്. ഉടലും ശിരസ്സും ഒരേപോലെ വെളുത്ത് ദുർബ്ബലപ്പെട്ട, വെള്ളപ്പാറ്റയ്ക്ക് സമാനമായ ഒരു വൃദ്ധയായിരുന്നു അതെങ്കിലും അവരുടെ കണ്ണുകളിൽ ആഴത്തിലുള്ള ഒരു പ്രത്യാശ മുനിഞ്ഞുകത്തുന്നതായി വ്യാസന് തോന്നി.

“വരൂ...”

കാന്തത്താൽ ആകർഷിക്കപ്പെട്ട ലോഹ ഉരുപ്പടിയെപ്പോലെ വ്യാസൻ അവർ തെളിച്ച പിന്നാമ്പുറത്തുള്ള വഴിയിലൂടെ വീടിനുള്ളിലേക്ക് കടന്നു. തൊട്ടരികിലൊക്കെ മനുഷ്യസ്പന്ദനങ്ങൾ ചിതറിക്കിടപ്പുണ്ടെങ്കിലും അതിൽ നിന്നൊക്കെ വ്യാസനെ മറച്ചുവയ്ക്കുന്ന കൈയടക്കം വൃദ്ധ തന്റെ ചടുലചലനങ്ങളിൽ കാത്തുസൂക്ഷിച്ചു. ആയുർവേദത്തിന്റെയും അലോപ്പതിയുടെയും ഗന്ധം കെട്ടുപിണഞ്ഞ് കിടക്കുന്ന ഒരു കുടുസ്സുമുറിയുടെ ഭിത്തിയിൽ ചാരിനിന്ന് വൃദ്ധ കിതപ്പിനെ ക്രമപ്പെടുത്തി. മുറിക്കുള്ളിൽ വെളിച്ചം കമ്മിയായിരുന്നു. “നാശം! കരണ്ടിന് പോവാം കണ്ട നേരം.” വൃദ്ധ ഒരു മെഴുതിരി കത്തിച്ചു. പിന്നെ ആ വെള്ളപ്പാറ്റ തന്റെ കിടക്കയ്ക്ക് കീഴേ ഇരിക്കുന്ന ട്രങ്കുപെട്ടി ആയാസപ്പെട്ട് നിരക്കിക്കൊണ്ടു വന്നു. പെട്ടിയുടെ മുകളടപ്പിൽ മഴുകൊണ്ട് വെട്ടിയ, അധികം പഴക്കമില്ലാത്ത ഒരു മുറിപ്പാട് വ്യാസനെ തുറിച്ചുനോക്കി. ഒരു ചെറു തൊട്ടനക്കം വല്ലതും തന്നിൽനിന്നും ഉണ്ടായാൽ ചോരചീറ്റുന്ന കഥകൾ ഒരുപക്ഷേ, ചീന്തിത്തെറിക്കുമെന്ന് വ്യാസൻ ഭയപ്പെട്ടു. എന്നാൽ ഭാഗ്യത്തിന് അതുണ്ടായില്ല. കിരുകിരുപ്പ് ഒച്ചയുടെ അഹങ്കാരം ഒട്ടുമേ കാട്ടാതെ പെട്ടി പൂർണ്ണമായും വൃദ്ധയ്ക്ക് വിധേയപ്പെട്ടു. മെല്ലെ തുറന്നു. തുരുമ്പാണി മുതൽ നിസ്സാരമെന്ന് പുച്ഛിക്കാനും അവഗണിക്കാനും കഴിയുന്ന അനവധി ചെറുവസ്തുക്കളുടെ ഒരു പഴഞ്ചൻ സമാഹാരമായിരുന്നു ആ ലോഹക്കൂട്. അല്പനേരത്തെ

പരതലിനൊടുവിൽ കാലപ്പഴക്കത്തിന്റെ പുള്ളിക്കുത്തുകൾ മുറിവേല്പിച്ച ഒരു ചെറിയ പുസ്തകം അവർ കണ്ടെടുത്തു.

"അങ്ങേരുടെ ഓർമ്മയ്ക്കായി ചിലതൊക്കെ ഞാൻ കൂട്ടിവച്ചിരുന്നു. വല്ലപ്പോഴുമൊക്കെ അവറ്റകളിലൂടെ കണ്ണോടിക്കുമ്പോൾ എനിക്ക് എന്റെ ഇട്ടൂപ്പിങ്ങനെ ചിരിച്ചോണ്ട് നിക്കുന്നതായിട്ട് കാണാൻ പറ്റും. അതിലൊന്നാ ഈ പുസ്തകവും. കൊച്ചന് വേണ്ടത് ഇതാണോ എന്നൊന്നും എനിക്കറിയാൻമേലാ. എന്തായാലും നീ ഇത് എടുത്തോ. അല്ലേലും എനിക്കെന്തിനാ ഇനി ഇതൊക്കെ."

പുറഞ്ചട്ടയിലെ പൊടിതുടച്ച് വ്യാസൻ പുസ്തകം മെഴുതിരി വെട്ടത്തോട് ചേർത്തുവെച്ചു. വെളിച്ചം അക്ഷരങ്ങളെ തെളിച്ചപ്പെടുത്തി. പുസ്തകത്തെ തിരിച്ചറിഞ്ഞു.

അത് ആശാന്റെ *നളിനി*യായിരുന്നു.

*നളിനി*യുടെ നെറുകയിൽ പതിഞ്ഞിട്ടുള്ള ശോണനിറമുള്ള അക്ഷര ചുംബനത്തിൽ വ്യാസൻ വിരൽകൊണ്ട് ഉമ്മവെച്ചു.

'അക്ഷരം രവി'

കണ്ണിൽനിന്നും ഒരു തുള്ളി അടർന്നുവീണ് പുസ്തകത്തെ നനയിച്ചു. വ്യാസനപ്പോൾ ഓർമ്മകളിലൂടെ ഒരു നദി കടക്കുകയായിരുന്നു...

"മനുഷ്യന്മാരെപ്പോലെ മണ്ണിലുള്ള ഓരോ പൊട്ടും പൊടിയും അത് അർഹതപ്പെട്ടവരെ കാത്തിരിക്കുന്നു..."

"പുസ്തകങ്ങളും..."വ്യാസൻ പൂരിപ്പിച്ചു.

"എന്നാ ഇനി നിക്കണ്ട. പൊയ്ക്കോ."

വൃദ്ധ തകരപ്പെട്ടി അടയ്ക്കാതെ കിടക്കയിൽ കിടന്നു. പുതപ്പുകൊണ്ട് ശരീരം മൂടി. വല്ലാത്ത ക്ഷീണം. കുറച്ചുനേരത്തേക്ക് കടം കിട്ടിയ ഉഷാറെല്ലാം പലിശസഹിതം ആരോ തിരികെ പിടിക്കുന്നതുപോലെ. അത്യസാധാരണമായ ഒരു ലാഘവത്വം തന്റെ ഉടലിന് കൈവരുന്നതായി അവർക്ക് തോന്നി. മെല്ലിച്ചവിരലുകൾ തകരപ്പെട്ടിയെ ഒന്നുഴിഞ്ഞു. പിന്നെ അവ നിശ്ചലമായി. ഓർമ്മകളുടെ ആ പേടകം നിർവ്വികാരതയോടെ മെഴുതിരി വെളിച്ചത്തിൽ വൃദ്ധയെ നോക്കി വാതുറന്നിരുന്നു.

വ്യാസൻ മടങ്ങിയെത്തുമ്പോൾ നേരം സന്ധ്യ കഴിഞ്ഞിരുന്നു. മാധവി മകനെ കാത്ത് പടിക്കൽത്തന്നെ നില്പുണ്ടായിരുന്നു. ഒളിവിന്റെ മുഖംമൂടികൾ ഒന്നുമില്ലാതെ പുസ്തകങ്ങളുമായി വീടിനുള്ളിലേക്ക് പ്രവേശിച്ച വ്യാസനോട് മാധവി പൊട്ടിത്തെറിച്ചു.

"അപ്പോ നീ നശിക്കാൻ തന്നെ തീരുമാനിച്ചു..."

പേടിച്ചെന്നപോലെ കൈയിൽനിന്നും ഊർന്നു വീഴാൻപോയ *നളിനി*യെ മുറുകെ പിടിച്ചുകൊണ്ട് വ്യാസൻ പറഞ്ഞു.

"അല്ലമ്മേ... ഞാൻ തളിർക്കാൻ പോവുകയാണ്. ചില നശിക്കലുകളിൽനിന്നാണ് പുതിയ തളിർക്കലുകൾ മുളപൊട്ടുന്നത്."

പ്ലാമരം ബീറ്റിൽസ്

"Oh yeah, I'll tell you something
I think you will understand
when I say that something
I want to hold your hand
I want to hold your hand
I want to hold your hand"

വൈകുന്നേരത്ത് വളവൻചാല് കവലയിൽ വെച്ച് 'പ്ലാമരത്തിൽ' ജീപ്പ് ഡാനിയേലിനെ വട്ടംപിടിച്ചു. അപ്പനും മൂത്ത ചെക്കന്മാരായ എൽദോയും ബോബിയും ഇളയവനായ ജിമ്മിയും പിന്നെ കാര്യസ്ഥൻ ചാക്കോയുമായിരുന്നു ജീപ്പിൽ. എല്ലാവരുടെയും അരയിൽ ടൂൾസുണ്ട്. പക്ഷേ, ഡാനിയേൽ മാത്രം നടുങ്ങിയില്ല. ഇവന് ഇതെന്തിന്റെ കേടാ എന്ന് ചന്തമൈതാനത്ത് കൂടി നിന്നോരെല്ലാം അതിശയിച്ചു. അങ്ങനൊന്നും പതറിപ്പോകാത്ത ഇറച്ചിവെട്ടുകാരൻ ലാസറുപോലും വെട്ടുകത്തീലെ ചോര വടിച്ചെടുത്തോണ്ട് ഉറക്കെ വിളിച്ചു പറഞ്ഞു. "ഡാനിയേലേ, അപ്പൻ മാപ്പിളയോട് മാപ്പ് പറഞ്ഞേരെ, അല്ലെങ്കി അങ്ങേര് നിന്നെ വെട്ടിനുറുക്കും."

ഡാനിയേല് കുലുങ്ങിയില്ല. നാട്ടില് അപ്പൻ മാത്രമല്ലല്ലോ ആണായിപ്പിറന്നോർ. ഒന്നു കാർക്കിച്ച് തുപ്പീന്നുവെച്ച് തട്ടിക്കളയുന്നെങ്കിൽ തട്ടിക്കളയട്ടെ. അതിനുമുമ്പ് ഒരുത്തനെയെങ്കിലും... ഡാനിയേല് അരയിൽ നിന്നും വടിവാളെടുത്ത് വീശി. അപ്പന്റെ മൂത്തപുത്രൻ എൽദോയുടെ ചൊമലേന്ന് ചോര മണ്ണേപ്പറ്റി. അപ്പന് സഹിക്കോ. പെരുവിരലേന്ന് രോഷം കട്ടച്ചോരയായി തലമണ്ടയിലേക്ക് ഇരച്ചുകയറി. അപ്പന്റെ മുഖം

കേറി ചുവന്നു. പന്ന നായിന്റെ മോനെ എന്ന് ആക്രോശിച്ച് അപ്പൻ ചുരി കയെടുത്തൊരു വീശ്. ഡാനിയേലിന്റെ പുച്ഛം കലർന്ന മോന്തായം നിലത്ത് കിടന്നുരുണ്ടു. അപ്പന്റെ പിള്ളേര് അത് വളവൻചാലിലെ ആലിൻ കൊമ്പിൽ കെട്ടിത്തൂക്കി. പ്ലാമരത്തുകാരോട് കളിച്ചാൽ ഇങ്ങിനിരിക്കും!

അപ്പന്റെ മൂന്നാമത്തെ സന്തതി, ക്ലീറ്റസപ്പോൾ അടുക്കളയിലായി രുന്നു. അപ്പനും കൂടപ്പിറപ്പുകൾക്കും വയറുനിറയ്ക്കാനുള്ള ആട്ടിൻ സൂപ്പും ബീഫ് ബിരിയാണിയും ഉണ്ടാക്കുന്ന പെടാപ്പാടിലായിരുന്നു. ചാക്കോമാപ്പിളയുടെ കെട്ട്യോള് സ്വർണ്ണമ്മ നുറുക്കാനും അരയ്ക്കാനു മൊക്കെ കൂടെയുണ്ടെങ്കിലും എല്ലാറ്റിലും ക്ലീറ്റസിന്റെ കണ്ണും കൈയും എത്തണം. അല്ലെങ്കില് അപ്പന് പിടിക്കേല. ക്ലീറ്റസിനും തീരെ ഇഷ്ടമി ല്ലാത്ത ഒരു പരിപാടിയാ, കൊലയ്ക്കുശേഷമുള്ള ഈ സദ്യയൊരുക്കൽ. അവനറിയാം, കൊലപാതകികളെക്കാൾ പാപിയാണ് കൊലപാതകി കൾക്ക് സദ്യ ഒരുക്കുന്നവനെന്ന്. പക്ഷേ, എന്ത് ചെയ്യാം? ചില ജന്മങ്ങ ളങ്ങനെയാ, എത്ര കുതറി മറിഞ്ഞോടാൻ ശ്രമിച്ചാലും കെട്ടുംമൂലേ തന്നെ ഒതുങ്ങേണ്ടിവരും. എങ്കിലും സമയം കിട്ടുമ്പോഴൊക്കെ, അപ്പന്റെ മൂഡനുസരിച്ച് ക്ലീറ്റസ് അഭ്യർത്ഥിക്കുമായിരുന്നു.

“അപ്പാ, ഇനിയെങ്കിലും നമുക്കീ പണി നിർത്തിക്കൂടെ.”

അപ്പൻ ചാരുകസേരെ കാലുമ്മേ കാലുവെച്ച് ക്ലീറ്റസിന്റെ സാരോ പദേശം ശ്രദ്ധിച്ചുകേൾക്കും. പിന്നെ ചാക്കോയുടെ നേർക്ക് വലംകൈ നീട്ടും. ചാക്കോ അപ്പന്റെ മനസ്സറിഞ്ഞവനാണ്. വലംകൈയേൽ വെറ്റയും പഴുക്കടയ്ക്കയും ചുണ്ണാമ്പും വാസനപ്പൊകേലയും പകുത്തുവയ്ക്കും. ക്ലീറ്റസ് അതെല്ലാം ചുരുട്ടി ഒന്നാക്കി അപ്പന്റെ വായിലേക്കുവയ്ക്കും. മുപ്പത്തിരണ്ട് പല്ലുകളും നാവും കടിപിടി കൂടി മുറുക്കാന്റെ കെട്ട് പൊട്ടിച്ച് ചോര തെറിപ്പിക്കും. മുറുക്കാൻ ചാറ് നീട്ടിത്തുപ്പി അപ്പൻ വിളിക്കും.

“മോനെ ക്ലീറ്റസേ, അപ്പനായിട്ട് തൊടങ്ങിയ എടപാടല്ല നീ ഈ ആക്ഷേപിക്കുന്ന കൊലഫാതകം. അത് നമ്മടെ അപ്പനപ്പന്മാരായി തൊട ങ്ങിവെച്ച ഒരു ഏർപ്പാടാ, അത് ഞാനായി നിർത്തിവെക്കുന്നത് തറവാ ടിന് വല്ല്യകൊറച്ചിലല്ലേടാ കൊലദ്രോഹീ.....”

അപ്പന് അതുകൊണ്ടൊന്നും ഇരിക്കപ്പൊറുതി കിട്ടില്ല. മുണ്ടിൻ കോണിലെ കൂട്ടത്താക്കോലിൽനിന്നും, വീട്ടിയലമാരയ്ക്കുള്ളത് തെര ഞ്ഞെടുത്ത് അലമാര തുറക്കും. വീട്ടിയലമാരയ്ക്കുള്ളിലാണ് ചന്ദനപ്പെ ട്ടകം. ചന്ദനപ്പെട്ടകത്തിലാണ് പ്ലാമരം കുടുംബത്തിന്റെ ആണിക്കല്ലായ പ്രാമാണികഗ്രന്ഥം കുടിയിരിക്കുന്നത്. പത്തഞ്ഞൂറ് വർഷം മുമ്പ്, പ്ലാമരം തറവാടിന്റെ സ്ഥാപകനായ ഇട്ടൂലിമാപ്പിള താളിയോലയിൽ എഴുതിയ താണ്. ഗുണ്ടർട്ട് സായിപ്പ് അച്ചടിയന്ത്രം കണ്ടുപിടിച്ച കാലത്ത്, അന്നത്തെ കാരണവരായ ലൂക്കോമാപ്പിള അത് അച്ചടിപ്പിച്ചു. ആ പുസ്ത കമാ കൈമാറി, കൈമാറി ഇപ്പോൾ അപ്പന്റെ കൈയിലെത്തിയിട്ടുള്ളത്.

അപ്പൻ ആദരവോടെ ആ പഴഞ്ചൻ പുസ്തകം കണ്ണിന് നേർക്ക് പൊക്കിപ്പിടിക്കും. പിന്നെ അതിൽ നോക്കി നാലുവാക്യങ്ങൾ ഉറക്കെ ഉദ്ധരിക്കും. അവറ്റകൾ അപ്പന്റെ ചെയ്തികളെ ന്യായീകരിക്കുന്നതായിരിക്കും. അപ്പന്റെ മാർഗ്ഗങ്ങളെയും ലക്ഷ്യങ്ങളെയും സാധൂകരിക്കുന്നതായിരിക്കും. അപ്പന് ആശ്വാസമാകും! അപ്പൻ മുമ്പോട്ടും പിമ്പോട്ടും സൈറൺ പോലെ രണ്ട് ഒച്ചകൾ മൂളിച്ചുവിടും. അതോടെ ദുർഗ്ഗന്ധം പരത്തുന്ന മൂർച്ചയുള്ള ഒരു നിശ്ശബ്ദത തറവാടിന് താഴേക്ക് തൂങ്ങിക്കിടക്കും.

വാക്കുകൾ പൂക്കുന്ന ഒരു വസന്തകാലത്തെ സ്വപ്നം കണ്ട് ക്ലീറ്റസ് തന്റെ മുറിയിലേക്ക് പോകും. കിടക്കയിൽ കിടന്ന് തലയ്ക്കുമുകളിൽ നില്ക്കുന്ന അമ്മച്ചിയോട് സങ്കടം പറയും. "അമ്മച്ചിയേ... എന്നാ നമ്മടെ ഈ ചോരക്കളി ഒന്നു തീർന്നുകിട്ടാ" - അമ്മച്ചിക്ക് മിണ്ടാട്ടമുണ്ടാകില്ല. ജീവിച്ചിരുന്നപ്പോഴേ അമ്മച്ചിയുടെ നാവറുത്തതാണ്. ചത്താലും ഭീതി മാറില്ല. പ്രേതമായിപ്പോലും വരാൻ മടിക്കും.

അപ്പനല്ല, അപ്പൻ പെട്ടകത്തിൽ സൂക്ഷിക്കുന്ന ആ അറുപഴഞ്ചൻ പുസ്തകമാണ് ശരിക്കുമുള്ള കൊലപാതകിയെന്ന് ക്ലീറ്റസിന് പലപ്പോഴും തോന്നിയിട്ടുണ്ട്. ആ പുസ്തകത്തിലെ പ്രമാണങ്ങളനുസരിച്ചാണ് അപ്പൻ ഓരോന്നും കാട്ടിക്കൂട്ടുന്നത്. ഓരോ കൊല കഴിഞ്ഞെത്തുമ്പോഴും അപ്പനാ പുസ്തകത്തിൽ കൊലയുടെ എണ്ണം കുറിച്ചിടുന്നത് ക്ലീറ്റസ് ഒളിഞ്ഞുനിന്നു കണ്ടിട്ടുണ്ട്. നിഗൂഢമായി ഒരു ആഭിചാരക്രിയ ചെയ്യുന്ന സന്തോഷമായിരിക്കും അപ്പനപ്പോൾ. അപ്പൻ പൂർവ്വികരോടായി ഉച്ചത്തിൽ വിളിച്ചു പറയുമായിരുന്നു. "പൊന്നു പിതാക്കളേ..., നിങ്ങളേല്പിച്ച ദൗത്യം, ഈ അപ്പനും അവനേക്കൊണ്ട് കഴിയാവുന്നവിധത്തിൽ നടത്തിക്കൊണ്ട് പോകുന്നേ"...

അപ്പനിപ്പോൾ വല്ലാത്ത സങ്കടത്തിലാണ്. പഴയതുപോലൊരു സംതൃപ്തി ലഭിക്കുന്നില്ല. നിയമവും നീതിയും വല്ലാത്ത കർക്കശ്യത്തിലേക്കു വന്നുകൊണ്ടിരിക്കുന്നു. പണ്ടേപ്പോലെ നിയമപാലകരൊന്നും എളുപ്പത്തിൽ വരുതിയിലാകുന്നില്ല. വന്നാലോ വരാലുപോലെ കിടന്ന് പിടയ്ക്കും. ആർത്തിപ്പണ്ടാരങ്ങള്... ഓരോ കൊല കഴിയുമ്പോഴും കാശെത്രാ പൊടിയുന്നേ. കേസേറ്റെടുക്കുന്ന ഡമ്മിപ്രതികൾക്ക്, വക്കീലിന്, പിന്നെ ഏമാന്മാർക്ക്. വർഷം കഴിയുന്തോറും വീട്ടിയലമാരയിൽ ആധാരങ്ങളുടെ എണ്ണം കുറഞ്ഞുവന്നു. എത്ര ഏക്കറ് പറമ്പും പാടങ്ങളും ഉണ്ടായിരുന്നതാ. പിന്നെ തറവാടിന് വേണ്ടിയല്ല്യോ എന്നോർക്കുമ്പോഴാ അപ്പന് ഒരാശ്വാസം!

ഡാനിയേല് അപ്പന് ഉദ്ദേശിച്ചാളായിരുന്നില്ല. അവന് ചോദിക്കാനും പറയാനും ആളുകളുണ്ടായിരുന്നു. ചത്തിട്ടും അവൻ ഓർമ്മകളിലൂടെ ഉയിർത്തെഴുന്നേറ്റു. പ്ലാമരം തറവാട്ടിൽ പൊലീസുകാർ തേരാപ്പാരാ കേറി നിരങ്ങി. അപ്പൻ എല്ലാരോടും കളിച്ച കളിയല്ലിതെന്ന് നാട്ടാർ

അടക്കം പറയാൻ തുടങ്ങി. അപ്പനോ മക്കളോ കേൾക്കയെല്ല. ചാക്കോ കേൾക്കെ. ചാക്കോ കേട്ടാൽ മതിയല്ലോ. അത് അപ്പന്റെ കാതിലെത്തിക്കോളും. പക്ഷേ, പണ്ടേപ്പോലെ കേട്ടപാതി കേൾക്കാത്ത പാതി ഇറങ്ങിച്ചാടുന്ന ശീലത്തിൽനിന്നും അപ്പൻ കുറച്ചൊക്കെ വിടുതൽ നേടിയിരുന്നു. "അവന്മാര് ഞാൻ കേക്കെ പറയട്ടെ, അപ്പോ കാണാം കളി." എടുപിടീന്ന് ഒരു ചാടിപ്പിടുത്തമില്ലാത്തതിനാൽ എരിപിടിപ്പിക്കുന്നതിൽ ചാക്കോയ്ക്കും രസം കുറഞ്ഞു.

എല്ലാറ്റിനും കാരണം സ്ഥലം മാറി പുതുതായെത്തിയ ഇൻസ്പെക്ടർ ഇസഹാക്ക് സാറായിരുന്നു. ഇസഹാക്ക് സാറ് വന്നതോടെ അപ്പൻ ചങ്ങലേപ്പൂട്ടിയ നായേപ്പോലെയായി. ഡാനിയേല് വധം ഒതുക്കിത്തീർത്തതിന് ഇസഹാക്ക് സാറ് ലക്ഷങ്ങള് എണ്ണിമേടിച്ചു. ലക്ഷങ്ങള് മേടിച്ചതിലല്ല അപ്പന് സങ്കടം. ഇസഹാക്ക് സാറ് അവസാനം വച്ച ഉടമ്പടിയിലായിരുന്നു.

"അപ്പാ, നടന്നത് നടന്നു. ഇനി ഇതുപോലൊരു തലകൂടി വീണാൽ അപ്പനെയും മക്കളെയും ഞാൻ പൊക്കിയെടുത്ത് അകത്തിടും. തൂക്കുകയറാ... തൂക്കുകയർ... ഓർത്തോണം."

അതോടെ കൊലപാതകങ്ങൾക്ക് ദീർഘമായ ഒരിടവേള വന്നു. പ്ലാമരത്തു വീട്ടിൽ കൊലപാതങ്ങളെക്കുറിച്ചുള്ള ചർച്ചകൾ അവസാനിച്ചുവെന്നു പറയാം. ചിന്തയും സംസാരവും വ്യാപാരത്തിലേക്കും കൃഷിയിലേക്കുമായി പടർന്നു പന്തലിച്ചു. ക്ലീറ്റസിന് അതിയായ സന്തോഷമുണ്ടായി. അവൻ രാവുകളിൽ അമ്മച്ചിയോട് സംസാരിക്കാൻ തുടങ്ങി. അമ്മച്ചിയാണങ്കിലോ ആകാശത്ത് ഒരു കുഞ്ഞു നക്ഷത്രത്തിന്റെ രൂപത്തിൽ അവൻ പറയുന്നതെല്ലാം ശ്രദ്ധയോടെ കേട്ടിരുന്നു. അമ്മച്ചിയുടെ നക്ഷത്രക്കണ്ണുകളിൽ അതുവരെയില്ലാത്ത ഒരു കൗതുകം തുളുമ്പിനിന്നിരുന്നു.

വേനൽ മാറി മഴപ്പെയ്ത്തിന്റെ കാലമായി. സന്തോഷവും സമാധാനവും പുലർന്ന ദിനങ്ങൾ. ഇളയവനായ ജിമ്മിക്കുട്ടിയുടെ മനസ്സിൽ പ്രണയത്തിന്റെ നാമ്പുകൾ മുളപ്പിച്ചു. അത് ആദ്യം കണ്ടുപിടിച്ചത് ക്ലീറ്റസായിരുന്നു. അമ്മച്ചിയുടെ മനസ്സായിരുന്നു ക്ലീറ്റസിന്. അമ്മച്ചിയുടെ വേവാരത്തോടെ ജിമ്മിക്കുട്ടിയെ രഹസ്യമായി തന്റെ മുറിയിലെത്തിച്ചു കതകടച്ചു. അവന്റെ നീണ്ട തലമുടിയിൽ കൈകൾ വാത്സല്യപൂർവ്വം വിരിച്ചുകൊണ്ട് ക്ലീറ്റസ് ആരാഞ്ഞു.

"മോനെ ജിമ്മി, നീ ഇതെന്തിന്റെ പുറപ്പാടാ, ആ കറവക്കാരൻ അന്തോണിയുടെ മോളെ നീ കെട്ടാൻ പോകയാണോ"

"അതെ അമ്മച്ചി" അങ്ങനെയാണ് ജിമ്മിക്കപ്പോൾ വിളിക്കാൻ തോന്നിയത്. ജിമ്മി ക്ലീറ്റസിന്റെ മടിയിൽക്കിടന്ന് കരഞ്ഞു. "എനിക്ക് മരയയെ കെട്ടണം. ഇച്ചായാ, അവളില്ലാതെ എനിക്ക് ജീവിക്കാൻ മേലാ."

"എല്ലാം നടക്കുമെന്റെ കൊച്ചേ", ജിമ്മിക്കുട്ടിയെ ആശ്വസിപ്പിച്ച്

കണ്ണീരുതോർത്തി വിട്ടെങ്കിലും ക്ലീറ്റസിന് ഒരു എത്തും പിടിയുമില്ലായിരുന്നു. എങ്ങനെ സാധിക്കുമെന്നാ പറയുന്നത്. പ്ലാമരത്തുകാരെവിടെ നില്ക്കുന്നു?... കല്ലുവെട്ടാങ്കുഴിയിൽ അന്തോണിയെവിടെ നില്ക്കുന്നു?.... കറവക്കാരന്റെ മോളെക്കൊണ്ട് അപ്പൻ ജിമ്മിയെ കെട്ടിക്കുവോ?.... ഈശോയെ ഇനിയും ചോരക്കളിക്കുള്ള പുറപ്പാടാണോ!....

ക്ലീറ്റസിന് ആ രാത്രി ഉറങ്ങാൻ കഴിഞ്ഞില്ല. അവൻ മേലോട്ട് നോക്കിക്കിടന്നു. അവന്റെ മുഖത്തിന്റെ മണ്ടയ്ക്കുള്ള ഉത്തരത്തിലായിരുന്നു അമ്മച്ചിയെ അപ്പൻ കെട്ടിത്തൂക്കിയത്. നാവ് പുറത്തേക്ക് തള്ളി നിന്നിരുന്നില്ല. തൂക്കുന്നതിന് മുമ്പേ അപ്പൻ നാവ് അറുത്തെടുത്തു കളഞ്ഞിരുന്നല്ലോ. ഓടിന്റെ വിടവിലൂടെ നിലാവെട്ടം അരിച്ചിറങ്ങുന്നുണ്ട്. പുറത്ത് നല്ല നിലാവ് പെയ്യുന്നുണ്ടാകാം. അതാ വെളിച്ചത്തിനുപോലും ഇത്ര വെളിച്ചം!

കുഞ്ഞുനക്ഷത്രം പ്രകാശവർഷങ്ങൾ താണ്ടി നിലാവെട്ടത്തിലൂടെ തൂങ്ങിയിറങ്ങി ക്ലീറ്റസിന്റെ ശിരസ്സിനോട് ചേർന്നിരുന്നു.

നക്ഷത്രത്തോട് പൊട്ടിച്ച് അമ്മച്ചി പ്രത്യക്ഷപ്പെട്ടു.

“മോനെ ക്ലീറ്റസേ”

മരണത്തിനുശേഷം അമ്മച്ചി ആദ്യമായൊന്ന് ഉരിയാടി.

ക്ലീറ്റസിന് വിശ്വസിക്കാനായില്ല. ശബ്ദം അവന്റെ തൊണ്ടയിൽകിടന്ന് മുയൽക്കുഞ്ഞിനെപ്പോലെ കുതറി. പുറത്തേക്ക് നീണ്ടില്ല.

അമ്മച്ചി നാക്കുനീട്ടി സാക്ഷ്യം പറഞ്ഞു.

“എത്ര മുറിച്ചുകളഞ്ഞാലും മുളപൊട്ടും മകനേ.... ഇത്തിരി കാലം പിടിക്കിലും.”

ആത്മാവിലാകെ ഊതിയൂതി പെരുക്കിവെച്ച വാക്കുകൾ ക്ലീറ്റസിനു മീതെ പടർന്നു.

“അതെ, ഞാൻ വന്നതേ... നീ നാളെപ്പോയി ആ അന്തോണിച്ചനെ കാണണം. നമ്മടെ ജിമ്മിക്കുട്ടിക്കുവേണ്ടി പെണ്ണ് ചോദിക്കണം. അവള് നല്ല പെങ്കൊച്ചാടാ മരയാ... അവള് ഈ മണ്ണിൽ വിപ്ലവം കൊണ്ടുവരും. നീ നോക്കിക്കോ.”

“വിപ്ലവമെന്നോന്നും പറയാതമ്മച്ചി എനിക്കാ വാക്കു കേൾക്കുന്നതേ പേടിയാ.”

പള്ളിക്കൂടക്ലാസിലെ പാഠങ്ങളോർത്തുകൊണ്ട് അവൻ വിലപിച്ചു.

“ഒരു പേടിത്തൊണ്ടൻ. എന്റെ കുഞ്ഞേ, സ്നേഹത്തിനേ ഈ മണ്ണിൽ ശാശ്വതമായ വിപ്ലവം കൊണ്ടുവരാൻ കഴിയൂ. അങ്ങനാ, ഉടയതമ്പുരാൻ ഈ മണ്ണ് പാകപ്പെടുത്തിവച്ചിട്ടുള്ളത്. നീ വെഷമിക്കാണ്ടന്നേ, എല്ലാം കലങ്ങിത്തെളിയുമെന്റെ കൊച്ചേ.”

എന്തോ ക്ലീറ്റസിന് അത്ര വിശ്വാസം തോന്നിയില്ല.

“ഈ പ്രണയം തറവാട്ടിൽ വീണ്ടും കൊലകൊണ്ടു വരും, അമ്മച്ചി

കണ്ടോ."

കുറ്റിക്കുരുക്കിൽ പിടയുന്ന ഒരു മുട്ടനാടിന്റെ കരച്ചിൽ തൊഴുത്തിൽ നിന്നും കേറി വന്നു. അപ്പൻ ചോര കുടിക്കുകയാണ്. അമ്മച്ചിയും ക്ലീറ്റസും ഒരേപോലെ കണ്ണുംകാതും അടച്ചുവെച്ചു. പ്രാണൻ കുതറി യോടുന്ന ശബ്ദം കുറേനേരത്തേക്കുകൂടി കലമ്പൽ കൂട്ടിനിന്നു.

അമ്മച്ചി ഒരു ദീർഘനിശ്വാസം വലിച്ചുവിട്ടു. എന്നിട്ട് അമ്മച്ചി ഒന്നു മന്ദഹസിച്ചു.

"നിന്റെ അപ്പൻ എന്ത് അഹമ്മതി കാട്ടിയാലും ന്യായീകരിക്കുന്ന ഒരു പുസ്തകമുണ്ടല്ലോ. അത് മുഴുവൻ പ്രണയമാടാ. നിന്റെ കുടുംബ ത്തിന്റെ വേരേൽ പടർന്നിരിക്കുന്നത് ചോരയല്ല. പ്രേമത്തിന്റെ കറയാ".....

"അമ്മച്ചി ആ നശിച്ച പുസ്തകത്തെക്കുറിച്ച് എന്നോട് മിണ്ടരുത്. ആ പുസ്തകമാ നമ്മടെ അപ്പനെയും, പൂർവ്വികരെയും ഈ പരുവത്തി ലാക്കിയത്."

അമ്മച്ചി ക്ലീറ്റസിന്റെ നെറുകയിൽ ഒരു ഉമ്മ വെച്ചു. പിന്നെയാ ആ കോലൻമുടികളിൽ തഴുകി.

"നിനക്ക് അറിയോ കുഞ്ഞേ... ആ പുസ്തകമൊരു പ്രണയകാവ്യ മാടാ... പത്തഞ്ഞൂറ് വർഷം മുമ്പുള്ള പ്ലാമരത്തെ ഇട്ടൂലി മാപ്പിളയ്ക്ക് ഒരു പണക്കാരിപ്പെണ്ണിനോട് തോന്നിയ പ്രേമവും, അവള് തേച്ചതിന്റെ സങ്കടമൊക്കെ വാരിവിതറിയേക്കുന്ന ഒരു പാട്ടുസാഹിത്യം. ചൊല്ലാൻ നല്ല രസമാ അത്."

അമ്മച്ചി ഏലം മണക്കുന്ന പാട്ടുചോലകളിലേക്കു മനസ്സുംചുണ്ടു മർപ്പിച്ചു. പാട്ടിനെ തടുത്തുനിർത്തി ക്ലീറ്റസ് ചോദിച്ചു. "പ്രണയത്തിലെ ങ്ങനാ അമ്മച്ചി ഈ കൊലപാതങ്ങള് വന്നു കേറിയത്."

"അതോ, പ്ലാമരത്തെ ഇട്ടൂലി മാപ്പിള ഒരു തോട്ടക്കാരനായിരുന്നു. അന്ന് പ്ലാമരമെന്ന തറവാടോ, മാപ്പിള എന്ന സ്ഥാനപ്പേരോ ഇല്ലായിരു ന്നു. അതെല്ലാം പിന്നെ വന്നുചേർന്നതാണ്. അന്നയാൾ വെറും ഇട്ടൂലി യായിരുന്നു. വെറുമൊരു കാവൽക്കാരൻ. ഇട്ടൂലി തോട്ടത്തിലെ പെരു ച്ചാഴികളെ കൊല്ലുന്നത് പ്രേയസിയെ രസിപ്പിച്ച് പറഞ്ഞുകൊടുക്കുന്ന ഭാഗത്താ ഈ കൊലപാതക പ്രമാണങ്ങളും ന്യായീകരണങ്ങളൊ ക്കെയും. ആ അദ്ധ്യായത്തിന്റെ പേര് തന്നെ പെരുച്ചാഴി വധമെന്നാ. പിന്നൊരു കാര്യം പറയാം കുഞ്ഞേ... പുസ്തകത്തിലല്ലാ കേട്, അത് വായിക്കുന്നവന്റെയും, വ്യാഖ്യാനിക്കുന്നവന്റെയും മനസ്സിലാ..."

"അമ്മച്ചി ഈ പുസ്തകം വായിച്ചിട്ടുണ്ടോ."

"എടാ ചെറുക്കാ അത് വായിച്ചേന്റന്നല്ലേ, നിന്റെ അപ്പൻ ആ പേരും പറഞ്ഞ് നാക്കറുത്തെടുത്തിട്ട് എന്നെ കെട്ടിത്തൂക്കിയേ? പഴമ്പു രാണം പറഞ്ഞിരുന്ന് നേരം പോയി. നീ നാളെത്തന്നെ അന്തോണിയെ പ്പോയി കാണണം, എല്ലാം കലങ്ങിത്തെളിയും, അമ്മച്ചിയല്ലിയോ പറ യുന്നത്."

"ശരി അമ്മച്ചി," അമ്മച്ചിയുടെ കയ്യേല് ഒരു മുത്തം കൊടുക്കാനാഞ്ഞപ്പോഴേക്കും അമ്മച്ചി പൊയ്ക്കളഞ്ഞിരുന്നു.

നേരം പുലർന്നപ്പോൾ അപ്പനില്ലാത്ത സമയം നോക്കി ക്ലീറ്റസ് കറവക്കാരൻ അന്തോണിയുടെ വീട്ടിലേക്കുപോയി. വീടെന്നു പറഞ്ഞുകൂടാ. പ്രാരാബ്ധം മുനകൂർപ്പിച്ചുനില്ക്കുന്ന ചെത്തി തേക്കാത്ത ഒരു കൂട്. പൈക്കൾക്ക് പകരം മനുഷ്യരാണെന്നേയുള്ളൂ. കറവയ്ക്കുശേഷം അന്തോണി ഉറങ്ങുകയായിരുന്നു. അന്തോണിയുടെ ഭാര്യ പൗളി പ്ലാസ്റ്റിക് വള്ളികൾ മുക്കാലും ഒഴിഞ്ഞുപോയ ഒരു വട്ടക്കസേര മുന്നോട്ടിട്ട്, പഴിഞ്ചില കൊണ്ട് തൂത്തു. "അയ്യോ, ഇതാര് ക്ലീറ്റസ് കുഞ്ഞോ, ഇരുന്നാട്ടെ," "ദേ, ഇതാരാ വന്നേന്ന് നോക്കിയേ" - ആർത്തനാദം പോലൊരു ചെലമ്പിച്ച ശബ്ദം മുറിക്കുള്ളിലേക്കും കയറിപ്പോയി. അന്തോണിച്ചൻ ഉറക്കം മുറിഞ്ഞ വിഷമത്തോടെ കൺപോളകളെ ഞെരിച്ചുടച്ചു പുറത്തേക്കു വന്നു. ക്ലീറ്റസിനെ കണ്ടപ്പോൾ പൗളി പറഞ്ഞ അതേ വർത്തമാനം അന്തോണിയും ആവർത്തിച്ചു. കസേര തോളേക്കിടന്ന ചെമല തോർത്തുകൊണ്ട് ഒന്നുകൂടി തുടച്ച് പ്ലാമരത്തുകാരോടുള്ള വിധേയത്വം വെളിവാക്കി.

ക്ലീറ്റസ്, വന്ന കാര്യം ഔചാരികതകളുടെ പാപക്കറകൾ തീണ്ടാതെ അന്തോണിയെ അറിയിച്ചു. കേട്ടപാടെ അന്തോണിയും പൗളിയും നെടുംപാടടിച്ച് നിലത്തേക്കു വീണു. "അപ്പനറിഞ്ഞാ, ഞങ്ങളെ വെച്ചേക്കത്തില്ല. ഞങ്ങടെ കുടുംബം കൊളംകോരും." ക്ലീറ്റസ് ഒരു ചെറുപുഞ്ചിരിയോടെ രണ്ടുപേരെയും എഴുന്നേല്പിച്ചു. ആ പുഞ്ചിരിത്തണുപ്പ് ഉൾത്താപത്തെ ആറ്റിത്തണുപ്പിച്ചു. അന്തോണിയുടെയും പൗളിയുടെയും ചിത്തത്തിലെ കനലുകൾ ഒന്നടങ്ങിയപ്പോൾ ക്ലീറ്റസ് മരയയെ വിളിച്ചു. ഉളുമ്പുതിന്ന, അഴുക്കുപുരണ്ട അരവാതിൽ തുറന്ന് മരയ ഇറങ്ങിവന്നു. ചുരുണ്ടമുടികളും നീലക്കണ്ണുകളുമുള്ള ഒരു മാലാഖക്കുട്ടി. ജിമ്മിക്കുട്ടി വീണുപോയതിൽ അവനെ പഴിക്കാനാകില്ല. ക്ലീറ്റസ് മനസ്സിലോർത്തു. അവൻ പൊടുന്നനെ ഒരു കാരണവരുടെ സ്ഥാനത്തേക്ക് കസേരയിൽ അമർന്നിരുന്നുകൊണ്ട് അനിയത്തിക്കുട്ടിയോട് ചോദിച്ചു.

"മരയാ, എല്ലാം അറിഞ്ഞുകൊണ്ടുതന്നെയാണോ. നീ ജിമ്മിയെ സ്നേഹിക്കുന്നത്."

"അതെ"

"നിനക്ക് മരണത്തെ ഭയമില്ലേ."

"പ്ലാമരത്തെ അപ്പൻ മാപ്പിളയ്ക്ക് ആളുകളെ കൊല്ലാനേ കഴിയൂ... പക്ഷേ, പ്രണയത്തെ കൊല്ലാനാകില്ല. പ്രണയം ആത്മാവിലുള്ളതാണ്. അതിനെ ശരീരത്തിനോ ആയുധത്തിനോ നശിപ്പിക്കാനാകില്ല."

അതിശയിച്ചിരുന്ന ക്ലീറ്റസിനെ ബലമായി പിടിച്ചോണ്ട് മരയ കദളിവാഴയുടെ മൂട്ടിലോട്ടുകൊണ്ടുപോയി. അന്തോണി അരുമയായി നട്ടുവ

ഉർത്തിയ കദളിവാഴച്ചോട്ടില് നിന്ന് അവൾ ക്ലീറ്റസിനോട് ചിലത് പറഞ്ഞു. ഒരു ഉപദേശകഥയുടെ ആഴവും വ്യാപ്തിയുമുണ്ടായിരുന്നു ആ വാക്കുകൾക്ക്. അതുമാത്രമല്ല, തീരെ നേർത്ത ഒച്ചയിലുമായിരുന്നു. കദളിവാഴക്കൈയിലിരുന്ന കാവതികാക്കപോലും ഒന്നും കേൾക്കാനാകുന്നില്ലല്ലോ എന്ന വ്യസനത്താൽ വ്രണിതചിത്തയായി അകലേക്കു പറന്നുപോയി. ഇതേനേരം ക്ലീറ്റസിന്റെ ചിത്തം മരയയുടെ വാക്കൊലികളാൽ തെളിഞ്ഞ പുഴയായി. വെയിൽച്ചീളുകൾ ചിതറിക്കിടന്ന ഇടവഴിയിലൂടെ പ്ലാമരത്തിലേക്കു നടന്നുകൊണ്ടിരിക്കുമ്പോഴും അവൻ വിസ്മയത്തോടെ ഓർത്തുകൊണ്ടിരുന്നു. ഈ പെണ്ണുങ്ങള് എത്ര വേഗത്തിലാ കൊലകൊല്ലി പ്രശ്നങ്ങൾക്കുപോലും പോംവഴി കണ്ടെത്തുക. കർത്താവേ, അടുത്ത ജന്മത്തിലെങ്കിലും പോംവഴികളുടെ പേറ്റുനോവറിയാൻ നീ എന്നെ പെണ്ണായി ജനിപ്പിക്കണമേ.

ക്ലീറ്റസ് തറവാട്ടിൽ തിരികെയെത്തുമ്പോൾ എൽദോയും ബോബിയും ജിമ്മിക്കുട്ടിയും മുന്തിരിത്തോട്ടത്തിലായിരുന്നു. മരയയുടെ ഉപദേശത്താൽ വിജൃംഭിതനായ ക്ലീറ്റസ് ഓടിച്ചെന്ന് ജിമ്മിക്കുട്ടിയെ കെട്ടിപ്പിടിച്ച് കാര്യം പറഞ്ഞു. പെട്ടെന്നായിരുന്നു, ഒരു വെളിപാടുപോലെ, അയ്യോ എൽദോച്ചായനും ബോബിച്ചായനും കേക്കയാണല്ലോ രഹസ്യത്തിന്റെ കുടുക്കഴിച്ചതെന്ന് ഒരു വീണ്ടുവിചാരമുണ്ടായത്. പക്ഷേ, വൈകിപ്പോയിരുന്നു. എൽദോയും ബോബിയും സർവ്വതും കേട്ടിരിക്കുന്നു. എന്തും സംഭവിക്കാം! അനിശ്ചിതത്വത്തിന്റെ കൊടുമുടിയിൽ പകച്ചുനിന്ന ക്ലീറ്റസിനെയും ജിമ്മിക്കുട്ടിയെയും ഞെട്ടിച്ചുകൊണ്ട് അവരുടെ ഇച്ചായന്മാർ വിലപിച്ചു. "തിന്നാനിരിക്കുമ്പോൾ പോലും ചത്തവന്മാരുടെ ചോരയുടെ മണമാ. ഒരിറ്റ് വറ്റുപോലും ചോരച്ചൂരില്ലാതെ എറക്കാനാകുന്നില്ല. ഈ നരകത്തീന്ന് ഞങ്ങളെക്കൂടി രക്ഷപ്പെടുത്തെടാ പിള്ളാരെ."

ആശ്വാസമായി. പിന്നെ എല്ലാം വളരെ വേഗത്തിലായി. കാര്യസ്ഥൻ ചാക്കോയുടെ കെട്ട്യോള് സ്വർണ്ണമ്മ ക്യാൻസർ വന്ന് ചത്തതോടെ ചാക്കോ പ്രാന്തുകേറി നാടുവിട്ടുപോയി. എത്ര മരണങ്ങൾക്ക് കൈയടിച്ച് ആർപ്പുവിളിച്ചോനാ. അല്ലേലും മരണം സ്വന്തം കരളേല് വന്ന് തട്ടണം. അന്നേരെ അറിയൂ ജീവന്റെ വില. എന്തായാലും ചാക്കോയ്ക്കു പ്രാന്തുകേറിയതു നന്നായി. അല്ലെങ്കിൽ പ്രശ്നം ഇത്തിരികൂടി കടുപ്പമായേനേ.

മരയ പറഞ്ഞപ്രകാരം ക്ലീറ്റസ് അപ്പന് രാത്രി കുടിക്കാനുള്ള ആട്ടിൻപാലിൽ മയക്കുപൊടി കലർത്തി. പൊടിയുടെ അളവ് കൂടിയാൽ ആള് തട്ടിപ്പോകും. ആരെയും നശിപ്പിക്കാനല്ല നമുക്ക് രക്ഷപ്പെടാനുള്ള ഒരു വിദ്യമാത്രമാണെന്ന് മരയ പ്രത്യേകം പറഞ്ഞിരുന്നു.

ക്ലീറ്റസ് നല്കിയ പാല് കുടിക്കുന്നതിന് മുമ്പ്, അപ്പൻ തന്റെ നാലു മക്കളെയും അരികത്ത് വിളിച്ചു. ദിവാൻകോട്ടിൽ നാലുപേരെയും ഇരു

ത്തിയതിനു ശേഷം, അപ്പൻ പിഞ്ഞാണത്തിലിരുന്ന മുന്തിരിക്കുലകൾ എടുത്ത് കശക്കി നീര് സ്ഫടിക ഗ്ലാസിലേക്ക് ചൊരിഞ്ഞു. ചോരക്കുടുക്കകൾ പോലുള്ള മുന്തിരിക്കുലകൾ ഞെരിഞ്ഞമർന്നപ്പോൾ മക്കൾ നാലുപേരും കണ്ണുകൾ ഇറുക്കിയടച്ചു.

"അയ്യോടാ, ഇതെന്നാ പറ്റി. അസ്സല് മനുഷ്യച്ചോര കണ്ടാപോലും അറയ്ക്കാത്ത പിള്ളാരാ, പിന്നാ ഈ മുന്തിരിച്ചാറ്." അതും പറഞ്ഞ് അപ്പനാ സ്ഫടികഗ്ലാസ് ക്ലീറ്റസിന്റെ മുന്നിലേക്ക് നീക്കിവെച്ചു. "ഇതെന്റെ രക്തമാണ്, പാനം ചെയ്യുക." ചതി മണക്കുന്നതുപോലൊരു തോന്നൽ. ക്ലീറ്റസിന്റെ ചങ്കിലാകെ മരണത്തിന്റെ പെരുമ്പറ മുഴക്കം. വേട്ടമൃഗത്തിന്റെ നിസ്സഹായതയോടെ കണ്ണുകൾ ചെന്നു പറ്റിയത് ഉത്തരത്തേലായിരുന്നു. "അമ്മച്ചി... പെട്ടല്ലോ."

വാൽ മുറിച്ച ഒരു പല്ലി അതിന്റെ പൊട്ടുപോലെയുള്ള കണ്ണുകൾ തള്ളിച്ച് തിളക്കം കാട്ടി. "സാത്താൻ ക്രിസ്തുവിന്റെ രൂപത്തിലും പരീക്ഷിക്കാനെത്തും. തളരരുത്. എല്ലാം കലങ്ങിത്തെളിയുമെന്റെ കൊച്ചേ."

ക്ലീറ്റസ് നയത്തോടെ അപ്പനെ വരുതിയിലാക്കി. "വയറിന് വല്ലാത്ത മൊശട് വേദനയപ്പാ, ഞാൻ പിന്നെ കുടിച്ചോളാം."

"ആമേൻ" – അപ്പൻ പാൽ കുടിച്ച് കിടക്കയിലമർന്നു.

ഇരുട്ടിന്റെ കടുപ്പം കുറഞ്ഞ് നിലാവ് പരക്കുവാൻ തുടങ്ങി. അപ്പൻ കൂർക്കം വലിക്കുകയാണ്. നേരമായി. ക്ലീറ്റസ് സഹോദരങ്ങളെ ഓർമ്മിപ്പിച്ചു. ഉടുതുണികളല്ലാതെ അവർ ഒന്നും തന്നെ എടുത്തില്ല. തൊഴുത്തുകളിലും കൂടുകളിലും പൂട്ടിയിട്ടിരുന്ന മൃഗങ്ങളെയും പറവകളെയും അവർ തുറന്നുവിട്ടു. സ്വാതന്ത്ര്യത്തിന്റെ സ്തുതിഗീതങ്ങൾ ചൊല്ലി അവറ്റകൾ പ്രകൃതിയിലേക്ക് മടങ്ങി. ക്ലീറ്റസ് എന്തോ ഓർത്തെന്നപോലെ ഗേറ്റിൻ വാതില്ക്കൽ നിന്ന് ഓടി, അപ്പന്റെ മുറിയിലേക്കു പോയി. മയങ്ങിക്കിടന്ന അപ്പന്റെ ഇടുപ്പിൽനിന്നും കൂട്ടത്താക്കോൽ കണ്ടെടുത്ത് ചന്ദനപ്പെട്ടകം തുറന്ന് കുടുംബത്തിന്റെ പ്രാമാണിക ഗ്രന്ഥമെടുത്ത് കക്ഷത്തുവെച്ച് സഹോദരങ്ങൾക്കു പിറകെ വെച്ചടിച്ചു.

കടവിൽ അന്തോണി വള്ളവുമായി കാത്തുനില്പുണ്ടായിരുന്നു. ഭക്ഷണസാധനങ്ങൾ ശേഖരിച്ച തുകൽ സഞ്ചികളുമായി മരയയും പൗളിയും വള്ളത്തിലിരിപ്പുണ്ടായിരുന്നു.

എല്ലാം നമ്മള് പറഞ്ഞതുപോലെ നടന്നില്ലേ."

"ഇത്തിരി കൂടിപ്പോയില്ലേ എന്നൊരു തോന്നൽ. ഒറ്റയാകുന്നതിനേക്കാൾ വല്യ ശിക്ഷ ഒരു മനുഷ്യന് കിട്ടാനില്ല."

ക്ലീറ്റസ് മരയയോട് സങ്കടപ്പെട്ടു.

ജിമ്മിക്കുട്ടിക്ക് ദേഷ്യം ഇരച്ചുകയറി. "കാലം കരുതിവെച്ച നീതിയാണ്. അത് നടപ്പാക്കുക തന്നെ ചെയ്യും."

പിന്നെ ആരും ഒന്നും പറഞ്ഞില്ല. തെളിഞ്ഞ നിലാവിൽ നിശ്ശബ്ദത പരന്നുകിടന്നു. വള്ളം കിഴക്ക് ദിശയിലേക്ക് പൊയ്ക്കൊണ്ടിരുന്നു. ക്ലീറ്റസ്

കൈയേലിരുന്ന പുസ്തകമെടുത്ത് നിലാവെട്ടത്തിൽ മറിച്ചുനോക്കി. പുസ്തകത്തിന്റെ പഴഞ്ചൻ ഗന്ധം മൂക്കിലേക്ക് തുളഞ്ഞു കയറി. അവൻ ആഞ്ഞൊന്നു തുമ്മി. പുസ്തകം തട്ടിക്കുടഞ്ഞ് ക്ലീറ്റസ് താളുകൾ മറിച്ചു. പൗളി റാന്തലിന്റെ തിരി കൂട്ടിവെച്ചു. അക്ഷരങ്ങൾ കാണാം. ക്ലീറ്റസ് പുസ്തകത്തിലെ പെരുച്ചാഴി വധവും അവസാന താളുകളിൽ പൂർവ്വികർ കുറിച്ചിട്ട കൊലപാതകകണക്കും വലിച്ചു കീറി പുഴയിലേക്കെറിഞ്ഞു. പ്രതാപത്തിന്റെ ജീർണ്ണതയെ പുഴവെള്ളം പെട്ടെന്ന് തന്നെ അലിയിച്ചുകളഞ്ഞു.

ദുർമേദസ്സ് നഷ്ടമായ പുസ്തകം ഒരു കൊച്ചുപക്ഷിയെപ്പോലെ സുന്ദരമായിത്തീർന്നു. ക്ലീറ്റസ് ഒന്നാമത്തെ താളിലെ വരികൾ പതുക്കെ ചൊല്ലാൻ തുടങ്ങി.

“ആഹാ, ഇത് നമ്മടെ ചവിട്ടുനാടകത്തിലെ പാട്ടുപോലുണ്ടല്ലോ” എന്നു പറഞ്ഞ് അന്തോണി ഒരു ഈണപ്പിടുത്തത്തിനായി ചവിട്ടുനാടകത്തിലെ പ്രാരംഭഗീതം ഉറക്കെ ചൊല്ലി.

പൊടുന്നനെ ഏവരുടെയും ചുണ്ടുകളിലേക്കു സ്നേഹത്തിന്റെ കുളിർമഴ ചൊരിഞ്ഞുകൊണ്ട് പ്ലാമരത്തിലെ പ്രണയകാവ്യം പെയ്യുവാൻ തുടങ്ങി.

നിലാവെളിച്ചത്തിൽ ആകാശത്തൊരു കൊച്ചുനക്ഷത്രം ഉദിച്ചുവന്നു. പിന്നെ ഒന്നിനു പിറകെ ഒന്നായി അനേകം നക്ഷത്രങ്ങൾ... അവ വിണ്ണിൽ അക്ഷരങ്ങളായി പൂത്തു. ഒരു ഗാനമായി പടർന്നു....

കരുവാങ്കുന്നിലെ തുന്നൽക്കാരൻ

"I want to transform reality into something less real"

- Kiki Dimoula

ചിങ്ങമാസത്തിലെ നല്ല നിലാവുള്ള ഒരു രാത്രിയിലായിരുന്നു വർദ്ധമാനകൻ എന്നുപേരുള്ള തുന്നൽക്കാരൻ കരുവാങ്കുന്നിൽ കാലുകുത്തുന്നത്. കരുവാങ്കുന്നിന്റെ കീഴേയുള്ള ചെമ്മാങ്കടവിൽ തോണിയിറങ്ങി, ഒരു ഷർട്ടടിച്ചിടുന്ന വേഗതയിൽ വർദ്ധമാനകനും ശിങ്കിടികളും കുന്നുകയറി. നിലാവിൽ കുളിച്ച പകൽ സമാനമായ ഒരു രാവായിരുന്നിട്ടും ആ വരവ് ആരുടേയും കണ്ണിൽപ്പെട്ടില്ല. തലവരതന്നെ തെറ്റിക്കിടക്കുന്ന ഒരു നാടിനെങ്ങനെയാണ് അല്ലെങ്കിൽത്തന്നെ ഇത്തരം വരുത്തുപ്പോക്കുകൾ തിരിച്ചറിയാനാകുക.

കരുവാങ്കുന്ന് ഒരു വലിയ പ്രതിസന്ധിയിൽ അകപ്പെട്ടിരിക്കുകയായിരുന്നു. പണ്ഡിതന്മാർ ഒരു വട്ടമേശയ്ക്ക് ചുറ്റുമിരുന്ന് വെള്ളമടിച്ച് പരിഹരിക്കേണ്ട ഒരു സിമ്പിൾ ഭാഷാവിഷയമായിരുന്നു പ്രശ്നങ്ങളുടെ കാതൽ. തികച്ചും അക്കാദമികം. അതിനെയാണ് വിഷം കയറ്റി വഷളാക്കിയിരിക്കുന്നത്.

കരുവായ (മർമ്മം) കുന്നാണ് കരുവാങ്കുന്നെന്നും അതല്ല ആരുടെയോ കൈയിലെ കരുവാകാൻ (ആയുധം) പിറന്ന കുന്നാണ് കരുവാങ്കുന്നെന്നുമായിരുന്നു തർക്കം. ഭാഷാപണ്ഡിതന്മാർ കുലച്ചുനിർത്തിയ സമസ്യയെ കരുവാങ്കുന്നിലെ രാഷ്ട്രീയ – സാംസ്കാരിക പ്രമാണിമാർ എടുത്തുയർത്തിയതോടെ സംഗതി പിടിച്ചാൽകിട്ടാത്ത നിലയിലായി. പട്ടിണിപ്പാവങ്ങളുടെ ഉണങ്ങിവരണ്ട ഞരമ്പുകൾ പോലും തർക്കവിതർക്കങ്ങളേറ്റ് ഇപ്പം പൊട്ടുമെന്ന മാതിരി വലിഞ്ഞുമുറുകി എഴുന്നുനിന്നു. കരുവാങ്കുന്ന് മനസ്സുകൊണ്ടും ശരീരംകൊണ്ടും രണ്ടായി പകുക്കപ്പെട്ടു. മർമ്മ

പക്ഷമെന്നും ആയുധപക്ഷമെന്നും. ആകയാൽ കരുവാങ്കുന്നുകാരുടെ ശ്രദ്ധ മറ്റൊന്നിലേക്കുമായി പാളിപ്പോകാതെ ദേശപ്പേര് എന്ന ഒറ്റ ലക്ഷ്യത്തിലേക്ക് മാത്രമായി മുനകൂർപ്പിച്ച് ഉന്നംപിടിച്ചുനിന്നു.

നേരം വെട്ടം വീഴുന്നതിനുമുമ്പേ വർദ്ധമാനകനും സംഘവും കുന്നിന്റെ നെറുകയിലെത്തി. സംഘമെന്നു പറഞ്ഞാൽ വർദ്ധമാനകനുൾപ്പെടെ ഏഴ് തുന്നൽക്കാർ. എണ്ണത്തിൽ കുറവെങ്കിലും അവരുടെ നടപ്പിലുള്ള ചടുലതയും ഇറ്റുവീഴുന്ന വിയർപ്പുതുള്ളികളിലെ ഗാഢതയും രുചിച്ചറിഞ്ഞ കരുവാങ്കുന്നിന്റെ മണ്ണ് ഒരു ദീർഘനിശ്വാസം വലിച്ചുവിട്ടു. ചെടികളും മരങ്ങളും ഉലഞ്ഞു. ചെമ്മാങ്കടവും കൈവഴികളും കലങ്ങിമറിഞ്ഞു. ദീർഘനിശ്വാസത്തിൽ വിങ്ങുന്ന പൊരുളിനെ ചില്ലകളിലെ പക്ഷികളും കൂട്ടിലെ മൃഗങ്ങളും പരാവർത്തനം ചെയ്ത് കരുവാങ്കുന്നിനെ ബോധവല്ക്കരിക്കാൻ പണിപ്പെട്ടു. എന്നാൽ ആ വിലാപഗീതങ്ങളിലെ ആശങ്കാസന്ദേശമൊന്നും സംഗ്രഹിച്ചെടുക്കാനുള്ള ത്രാണി കരുവാങ്കുന്നിലെ മാനവർക്കുണ്ടായിരുന്നില്ല. അവർ അപ്പോഴും സംവാദഭൂമിയിൽ പോരുകോഴികളെപ്പോലെ തങ്ങളുടെ വാദമുഖങ്ങളുമായി ചിറകിട്ടടിക്കുകയായിരുന്നു.

വെയിൽ പരക്കുന്നതിനുമുമ്പു തന്നെ വർദ്ധമാനകന്റെ ശിങ്കിടികൾ ചെണ്ടകൊട്ടി വരവറിയിച്ചു. വാടകയ്ക്കെടുത്ത നാലഞ്ച് നാട്ടുകാരേയും കൂടെച്ചേർത്ത് ഒരു ചെറു ജാഥപോലെ തോന്നിച്ച വിളംബരയാത്ര ഇങ്ങനെ പ്രഘോഷിച്ചു.

"കരുവാങ്കുന്നിൽ ഒരു പുതിയ തുന്നൽശാല കൂടി, വ്യാളീവിലാസം തുന്നൽശാല" ചെണ്ട കൊട്ട് അത്യുച്ചത്തിൽ കൊട്ടിക്കയറി ആളേക്കൂട്ടി.

പാൽക്കാരി സരോജയക്കന്റെ ജങ്ഷനിലുള്ള ഒറ്റമുറിക്കടയായിരുന്നു വ്യാളീവിലാസത്തിനായി വർദ്ധമാനകൻ തെരഞ്ഞെടുത്തത്. തുന്നൽക്കടകളുടെ പ്രസക്തി തന്നെ ചോദ്യചിഹ്നമായി നില്ക്കുന്ന ഒരു ഗ്രാമമായിരുന്നു കരുവാങ്കുന്ന്. കരുവാങ്കുന്നിലെ ആമ്പിറന്നവന്മാർ മേൽക്കുപ്പായം ധരിക്കാറില്ല. അർദ്ധനഗ്നരായ ഫക്കീറുകൾ എന്നാണ് സ്വയം വിശേഷിപ്പിച്ച് അഭിമാനിക്കുക. പുരോഗമനവാദികളായ ചില ചെറുപ്പക്കാർ മാത്രം യാഥാസ്ഥിതികന്മാരെ വല്ലപ്പോഴുമൊക്കെ ഒന്നു പിടിച്ചുലയ്ക്കാനായി അതും വിശേഷാവസരങ്ങളിൽ മാത്രം മേൽക്കുപ്പായം തയ്പ്പിച്ചിട്ടു. പെണ്ണുങ്ങളാകട്ടെ ഒറ്റമുണ്ടും മുലക്കച്ചയാലും നാണം മറച്ചു. മുലക്കച്ച നിർബ്ബന്ധമായിരുന്നില്ല. പൂർണ്ണമായും മുലകളുടെ സ്വാതന്ത്ര്യം സ്ത്രീകൾക്കുതന്നെയായിരുന്നു. അത് കച്ചകൾ അപഹരിച്ചിരുന്നില്ല. മാറുമറയ്ക്കൽ, മാറുതുറക്കൽ സംവാദങ്ങൾക്കൊന്നും യാതൊരു സ്കോപ്പുമില്ലാത്ത ഒരു അറുപിന്തിരിപ്പൻ നാട്.

മുണ്ടിനും ചുട്ടിത്തോർത്തിനും വിളുമ്പടിക്കുക, കച്ച മുറിച്ചു നല്കുക, പിഞ്ചിപ്പോയത് തുന്നിപ്പിടിപ്പിക്കുക തുടങ്ങിയ കരുവാങ്കുന്നുകാരുടെ ലളിതമായ വസ്ത്രാലങ്കാര സ്വപ്നങ്ങളെ നിവർത്തിച്ചു

കൊടുക്കുവാൻ കെൽപുള്ള നാല് തുന്നൽക്കടകൾ അപ്പോൾത്തന്നെ കരുവാങ്കുന്നിലുണ്ടായിരുന്നു. ജോലിഭാരം നിമിത്തമല്ല മറിച്ച് തൊഴിലില്ലായ്മ മൂലമുണ്ടാകുന്ന വരുമാനത്തിലുള്ള ഇടിവിനാൽ ആസ്ഥാന തുന്നൽക്കാരുടെ കവിളുകൾ ചടച്ച് സൂചിമുനകൾ പോലെയായി. തത്ഫലമായി സൂചിമുഖികൾ എന്ന വട്ടപ്പേരു വിളിപോലും അലങ്കാരത്തുന്നൽ പോലെ ആ പാവം തുന്നൽജീവികളുടെ പേരിനൊപ്പം തുന്നിപ്പിടിപ്പിക്കപ്പെട്ടു. അങ്ങനെയുള്ള കരുവാങ്കുന്നിലാണ് ഒരു പുതിയ തുന്നൽക്കടകൂടി നാടമുറിക്കുവാൻ പോകുന്നത്...!

വാർത്ത കേട്ടവർ കേട്ടവർ പരദേശിയുടെ മണ്ടത്തരത്തിന് തലയിൽ കൈവെച്ച്, പൊട്ടിച്ചിരിച്ച് പരിഹാസത്തോടെ ആണേഷ് വിളിച്ചു.

“ഈ വരുത്തന് വേറൊരിടം കിട്ടിയില്ലേ, അതും കരുവാങ്കുന്നേല്... എവൻ കൊറച്ച് തച്ച് ഒണ്ടാക്കും” പക്ഷേ, വർദ്ധമാനകൻ എന്ന തുന്നൽക്കാരൻ അതുകൊണ്ടൊന്നും തളർന്നുപോയില്ല. തീയിൽകുരുത്തവൻ വെയിലത്തുവാടില്ലല്ലോ!. കരുവാങ്കുന്നിലെ ആബാലവൃദ്ധന്മാരെയും കൈയിലെടുക്കുവാനുള്ള മായാവിദ്യകൾ അയാളുടെ പക്കലുണ്ടായിരുന്നു.

ആദ്യമായി വർദ്ധമാനകൻ ചെയ്തത് ഒറ്റമുറിയെ രണ്ടായി വിഭജിക്കുകയായിരുന്നു. പുരുഷന്മാർക്കും സ്ത്രീകൾക്കും വെവ്വേറെ തുന്നൽശാലകൾ. വിഭജിച്ചു ഭരിക്കുക എന്നതായിരുന്നു സായ്പ്പിന്റെ കുശിനിക്കാരനായി ദീർഘനാൾ സേവനമനുഷ്ഠിച്ച വർദ്ധമാനകന്റെ നയവും പരിപാടിയും. ലേഡീസ് ഫസ്റ്റ് നിബന്ധനയിൽ ആദ്യത്തെ മുറി നാരീജനങ്ങൾക്കും രണ്ടാമത്തേത് പുരുഷാധിപത്യത്തിനുമായി അധികാരപ്പെടുത്തി. ഇരുജാതികളുടെയും ലളിതകാമനകളെ തൊങ്ങൽ ചാർത്തുന്ന രീതിയിൽ പെണ്ണിടങ്ങളെയും ആണിടങ്ങളെയും മോടിപിടിപ്പിച്ചു. വിവേചനങ്ങളില്ലാതെ പങ്കകളും പാട്ടുപെട്ടികളും സ്ഥാപിച്ചു. മുറികളാകെ നീളൻ കണ്ണാടികളാൽ അലങ്കരിച്ചു. ഒരുതരം കാലിഡോസ്ക്കോപ്പിക് അനുഭൂതിയുടെ വിഭ്രാന്തിയിൽ ഉപഭോക്താവിനെ തളച്ചിടുകയായിരുന്നു ഉദ്ദേശ്യം. കാഴ്ചകളെ പെരുപ്പിച്ചെടുക്കുന്നതിൽ അതിസമർത്ഥനായിരുന്നു വർദ്ധമാനകൻ.

വ്യാളീവിലാസത്തിന്റെ പ്രവേശനകവാടമായിരുന്നു ഏറ്റവും സവിശേഷമാർന്നത്. കാരിരുമ്പിനാൽ തീർക്കപ്പെട്ട ഇരുപത്തൊന്നേകാൽ എടുപ്പുകുതിര പോലുള്ള കവാടം. കവാടത്തിന്റെ മുകളിൽ വൈരക്കണ്ണുള്ള തീ തുപ്പുന്ന വ്യാളീമുഖം. വ്യാളീമുഖത്തിൽനിന്നും ചുരന്നൊഴുകുന്ന പ്രകാശവീചികളിൽ മിന്നിത്തെളിയുന്ന പരസ്യപ്പലകകൾ മാന്യ ഉപഭോക്താക്കൾക്ക് സ്വാഗതമരുളി.

“പ്രിയ ഉടൽപ്രേമികളേ ഇതിലേ........ ഇതിലേ....... ചുരിദാർ, കുർത്ത, നൈറ്റി, ഷർട്ട്, പാന്റ്സ്, ഷോർട്സ്, റ്റീ- ഷർട്ട് അനുയോജ്യമായത് തെരഞ്ഞെടുത്ത് അണിയൂ ഉടൽ സൗന്ദര്യത്തിന്റെ മാറ്റ് കൂട്ടൂ. തുണിയും തയ്യൽക്കൂലിയും തികച്ചും സൗജന്യം. ഉടൽ സ്നേഹികളേ, കടന്നുവരൂ

കടന്നുവരൂ.”

ആദ്യം ഒന്ന് അറച്ചുനിന്നെങ്കിലും കരുവാങ്കുന്നുകാർ വ്യാളിയെ ഒന്നു തൊട്ടറിയുവാനും പരിചയപ്പെടാനുമൊക്കെയായി വ്യാളീവിലാസത്തിലേക്ക് കുതിച്ചു. ആഗതരിൽ ഒരാളെപ്പോലും വ്യാളീവിലാസം നിരാശപ്പെടുത്തിയില്ല. തന്റെ ആതിഥേയമര്യാദയും കച്ചവടത്തിലെ മാന്യതയും കൊണ്ട് വ്യാളി കരുവാങ്കുന്നുകാരെ പൂണ്ടടക്കം വരിഞ്ഞുമുറുക്കി. പാന്റ്സും ഷർട്ടും സാരിയും ചുരിദാറുകളുമൊക്കെ അണിഞ്ഞ സുന്ദരരൂപങ്ങളെ നീളൻ കണ്ണാടികളിൽ ദർശിച്ച് കരുവാങ്കുന്നുകാർ അന്ധാളിച്ചുപോയി

“കരുവാങ്കുന്നിലപ്പോ ഉടുപുടവകൾക്ക് ഇത്രത്തോളം മനുഷ്യരെ മാറ്റാൻ കഴിയ്യോ.” മുഴുവൻ കാളയുടെ പുറത്തിരിക്കുന്ന നഗ്നനായ കൽവിഗ്രഹത്തിന് മിണ്ടാട്ടം മുട്ടിപ്പോയി.

മൂന്നുമാസങ്ങൾക്കുള്ളിൽ കരുവാങ്കുന്നിൽ ഒരു ഫാഷൻ തരംഗം തന്നെ അലയടിച്ചു. കരുവാങ്കുന്നിന്റെ നഗ്നത മറച്ച് പ്രാകൃതരായ ജനങ്ങളെ പരിഷ്കാരരഥ്യകളിലേക്കു നയിച്ച വർദ്ധമാനകനെ ഗ്രാമമുഖ്യൻ ഒരു പ്രത്യേക ചടങ്ങ് തന്നെ സംഘടിപ്പിച്ച് അഭിനന്ദിച്ചു. ആത്മാർത്ഥമായ കരഘോഷങ്ങളാലും അഭിനന്ദനപ്രവാഹങ്ങളാലും വർദ്ധമാനകൻ വാഴ്ത്തപ്പെട്ടവനായി.

അതിനിടയിൽ മറ്റൊരു സംഭവമുണ്ടായി. കരുവാങ്കുന്നിലെ നാല് സ്വദേശി തുന്നൽപ്രസ്ഥാനക്കാരുടെ സ്ഥിതി അർദ്ധപട്ടിണിയിൽനിന്നും മുഴുപ്പട്ടിണിയിലേക്ക് പരിവർത്തനപ്പെട്ടു. ഒരു നായ്ക്കുഞ്ഞുപോലും അവരുടെ മാടക്കടകളിലേക്ക് ഒന്ന് എത്തിനോക്കുവാൻ കൂട്ടാക്കിയില്ല. സൂചിമുഖികൾ പരിഭവങ്ങളും പരാതികളും എഴുതി ഉപന്യാസം ചമച്ച് പൊതിഞ്ഞുകെട്ടി തോമസ്മാഷിന്റെ തൃക്കരങ്ങളിൽ അർപ്പിച്ചു.

“തോമസ് മാഷേ രക്ഷിക്കണം വർദ്ധമാനകനെന്ന ഒരുമ്പെട്ടവനെ ഈ നാട്ടിൽനിന്നുതന്നെ പായിച്ചാലേ ഞങ്ങള് രക്ഷപ്പെടൂ.... കരുവാങ്കുന്ന് മൊത്തത്തിൽ രക്ഷപ്പെടൂ.”

തോമസ് മാഷ് കരുവാങ്കുന്നിന്റെ ക്ലീൻഷേവ് മുഖമാണ്. പത്താം ക്ലാസ് വിദ്യാഭ്യാസം പൂർത്തിയാക്കി പള്ളി സ്കൂളിൽ അദ്ധ്യാപകനായ ഏക കരുവാങ്കുന്നുകാരൻ. മനുഷ്യമനസ്സുകളെ എടുത്തു അമ്മാനമാടുന്ന നാടക രചയിതാവും സംവിധായകനും. പോരാത്തതിന് നാലാളറിയുന്ന ബുദ്ധിജീവിയും.

കലാകാരന്മാർക്കും ബുദ്ധിജീവികൾക്കും മനുഷ്യദുഃഖങ്ങൾ എളുപ്പത്തിൽ ഇഴപിരിച്ചെടുക്കാനുള്ള ബുദ്ധിയുണ്ട്. അങ്ങനെയൊരു വിചാരവുമായിട്ടായിരുന്നു സൂചിമുഖികൾ ബുദ്ധിജീവിയുടെ മടയിലേക്ക് പറന്നുവന്നത്. പക്ഷേ, ആ മോഹം ബർലിൻ മതിൽപോലെ പൊളിഞ്ഞു നിലംപൊത്തിയത് സൂചിമുഖികളെ അമ്പരപ്പിച്ചു.

ബുദ്ധിജീവി സൂചിമുഖികളുടെ നേർക്ക് കുരച്ചു:

“പോയിനെടാ മോഴകളെ, നിന്നെയൊക്കെ എന്തിനുകൊള്ളാം

നാട്ടില് ഒരു കൊമ്പൻ തച്ച് വാഴട്ടെടാ.''

വാർത്തയറിഞ്ഞ വർദ്ധമാനകൻ തന്റെ മാംസനിബദ്ധമായ ഉടൽകുലുക്കി ആർത്തുചിരിച്ചു. "ബലേഭേഷ് അപ്പോ കരുവാങ്കുന്നിൽ വിവരമുള്ള പന്നികളുമുണ്ട്." അന്ന് സായാഹ്നത്തിൽത്തന്നെ വ്യാളീവിലാസം തുന്നൽശാലയുടെ മുമ്പിൽ വർണ്ണപ്പന്തൽ ഉയർന്നു.

'തോമസ് മാഷിന് കരുവാങ്കുന്നിന്റെ സ്നേഹാദരം.'

സ്വർണ്ണനൂലിൽ നെയ്തെടുത്ത നല്ല ഒന്നാന്തരം ഒറിജിനൽ പൊന്നാടയണിയിച്ച് വർദ്ധമാനകൻ തോമസ് മാഷിനെ പൊതുസമക്ഷം ആദരിച്ചു സിംഹാസനത്തിലിരുത്തി. പൊതുജനപങ്കാളിത്തം കണ്ടറിഞ്ഞ തോമസ് മാഷ് അന്തംവിട്ടുപോയി. 'ഇവരെല്ലാം എന്റെ ആരാധകരോ അതോ തുന്നൽക്കാരന്റേയോ? അങ്ങനെ കുറേനേരം ഉത്പ്രേഷിച്ച് തോമസ് മാഷ് ഉറങ്ങിപ്പോയി. സിംഹാസനത്തിൽ ഈളുവാ പരന്നു. കൂർക്കംവലി പൊങ്ങി സംതൃപ്തിയുടെ മഴവില്ല് ഒരു പുഞ്ചിരിയായി അപ്പോഴും എല്ലായ്പ്പോഴുമായി തോമസ് മാഷിന്റെ ചുണ്ടിൽ ഉദിച്ചുവന്നു. പിന്നെയൊരിക്കലും തോമസ് മാഷ് ഉണർന്നില്ല. നടക്കുമ്പോൾ, ഇരിക്കുമ്പോൾ, ചിരിക്കുമ്പോൾ, ഉണ്ണുമ്പോൾ എന്നുവേണ്ട വെളിക്കിറങ്ങുമ്പോൾ പോലും അയാൾ ഉറങ്ങികൊണ്ടേയിരുന്നു.

ചിരി പടരുന്ന, പടർത്തുന്ന നിദ്രാസുഖം! യോഗനിദ്ര!.

വർദ്ധമാനകന്റെ വളർച്ച അതിവേഗത്തിലായിരുന്നു. കച്ചവടം ഒന്ന് ഉത്സാഹപ്പെട്ടതോടെ സൗജന്യങ്ങൾ പൂർണ്ണമായും നിർത്തലാക്കി. വ്യാളീവിലാസത്തെ വാടകശീട്ടിൽനിന്നും സ്വതന്ത്രമാക്കി സ്വന്തംപേരിൽ കരം കൂട്ടി തീർത്തു. പാൽക്കാരി സരോജയക്കന്റെ അപ്പൻ മൺകട്ടകളിൽ മെനഞ്ഞെടുത്ത കടമുറികൾ പൊളിച്ചുകളഞ്ഞ് സിമന്റ് കല്ലും മാർബിൾ ഫലകങ്ങളും പാകി ബഹുനിലകെട്ടിടം പടുത്തുയർത്തി. ജെന്റ്സ്, ലേഡീസ്, കിഡ്സ് എന്നീ ബോർഡുകൾ നിരത്തി. ഓരോ വിഭാഗത്തിനുമായി പ്രത്യേക ഷോറൂമുകൾ വേർതിരിച്ചു നല്കി. വിഭജനം പുതിയ മാനങ്ങളിലേക്ക് ലിഫ്റ്റുകയറി. കരുവാങ്കുന്നിന്റെ വിവിധ ഭാഗങ്ങളിലും അയൽഗ്രാമങ്ങളിലും വ്യാളികൾ പിറവികൊണ്ടു.

സ്വദേശി തുന്നൽക്കാർ ഈനേരം വെറുതെയിരുന്നില്ല. അവർ തങ്ങളുടെ പൊട്ടബുദ്ധിയുടെ ചുറ്റളവിൽ കിട്ടാവുന്ന സകലമാന ആയുധങ്ങളും സ്വരുക്കൂട്ടി വ്യാളീവിലാസത്തിനെതിരെ പ്രവർത്തിച്ചു. അതുവരെയില്ലാത്ത ഒരു ഐക്യബോധം പൊതുശത്രുവിനെതിരെ അതിരൂക്ഷമായി അണപൊട്ടിയൊഴുകി. ചില തൊഴിലാളി നേതാക്കന്മാരെ കൂട്ടിക്കൊണ്ട് വന്ന് കടയടപ്പ് പോലുള്ള സമരാഭാസങ്ങൾ നടത്തുവാൻ ശ്രമിച്ചു. അത് കരുവാങ്കുന്നുകാർ അപ്പോൾത്തന്നെ പൊളിച്ചടുക്കി. പിന്നെ ആ പ്രതികാരദാഹികൾ ചെയ്തത് പട്ടണത്തിൽനിന്നും റെയിമെയ്ഡ് വസ്ത്രങ്ങൾ വരുത്തി നാമമാത്രമായ കമ്മീഷനെടുത്തുകൊണ്ട് വീടുകയറി ഇൻസ്റ്റാൾമെന്റ് വ്യവസ്ഥയിൽ കൊടുക്കുകയായിരുന്നു. പക്ഷേ, ആ ഏർപ്പാടും കരുവാങ്കുന്നിന്റെ മണ്ണിൽ വിലപോയില്ല. മറ്റുള്ളവർ മരത്തിൽ

കാണുമ്പോൾ മനസ്സിൽ കാണുന്ന വെളവൻ പുള്ളിയായിരുന്നു വർദ്ധമാനകൻ. മൂക്കള ഒലിപ്പിച്ചുകൊണ്ടു നടക്കുന്ന ചെക്കന്മാർ മുതൽ ചാവാൻ കിടക്കുന്ന തള്ളച്ചിമാർ വരെ വ്യാളീവിലാസത്തിനുവേണ്ടി പരസ്യമോഡലുകളാകും.

"കൊണോം മണോം ഉള്ള തുണി ഇടണോ അത് നമ്മടെ വർദ്ധൻ..... വർദ്ധമാനകൻ തന്നെ തയ്ക്കണം. വ്യാളീവിലാസത്തിലെ പൊടവകള് ചുറ്റണം. എന്നാലെ നാലാള് കണ്ടാ ചേലുണ്ടാവൂ."

വർദ്ധമാനകന് കരുവാങ്കുന്നിന്റെ മെയ്യും മനവും ഉള്ളംകൈയിലെ രേഖകൾ പോലെ ഹൃദിസ്ഥമായിരുന്നു. വ്യാളീവിലാസം തുന്നൽശാലയിൽ തുന്നിയെടുത്ത വസ്ത്രങ്ങൾ മാത്രമേ ഇപ്പോൾ കരുവാങ്കുന്നുകാരും അയൽഗ്രാമവാസികളും ധരിക്കാറുള്ളൂ. വ്യാളീവിലാസം തുന്നൽശാലയും വർദ്ധമാനകൻ എന്ന തുന്നൽക്കാരനും കരുവാങ്കുന്നുകാരുടെ സംസ്കാരത്തിന്റെയും എന്തിന് ശ്വാസതന്മാത്രകളുടെ വരെ ഭാഗമായിമാറിയെന്ന് പറഞ്ഞാൽപ്പോലും അതിശയോക്തിയാകില്ല. കരുവാങ്കുന്നിന്റെ സകലമൂലകളിലേക്കും വ്യാളീവിലാസം വിജയഗാഥകൾ വിളംബരം ചെയ്യുന്ന നെടുങ്കൻ ഫ്ളെക്സുകളും വീരഗാഥകൾ ചൊല്ലുന്ന തെങ്ങേപ്പാട്ടുകളും നിരന്നുനിറഞ്ഞു. കരുവാങ്കുന്നിന്റെ പഞ്ചേന്ദ്രിയങ്ങളിലേക്കും ആറാമതൊരു ഇന്ദ്രിയമുണ്ടെങ്കിൽ അതിലേക്കും വ്യാളീവിലാസം ഒരു ലഹരിയായി നുരഞ്ഞുകയറി.

"മാറ്റമെന്ന പദമൊഴികെ ബാക്കി എല്ലാം മാറ്റപ്പെടുമെന്ന പ്രാപഞ്ചിക സത്യത്തെ അന്വർത്ഥമാക്കുന്നതിൽനിന്നും കരുവാങ്കുന്നിനും മാറിനില്ക്കാനാകില്ലല്ലോ. അതിന് ചില നിമിത്തങ്ങൾ വന്നുഭവിക്കുന്നത് ഈശ്വരനിശ്ചയം. അങ്ങനേ കരുതാവൂ തന്റെ വരവും പിന്നീടുണ്ടായിട്ടുള്ള സംഭവവികാസങ്ങളും."

അഭിനന്ദനയോഗങ്ങളിലെല്ലാം വർദ്ധമാനകൻ വിനയാന്വിതനായി. പക്ഷേ, കരുവാങ്കുന്നിനെ പണ്ട് കണ്ടിട്ടുള്ളവർ ഇപ്പോൾ വന്നുകണ്ടാൽ അതിശയിച്ച് മൂക്കത്ത് വിരൽവെച്ച് തുണിക്കടയിലെ പ്രതിമകൾ പോലെ നിന്നുപോകും. അത്രയ്ക്കുണ്ട് മാറ്റങ്ങൾ!

ഒരു കാലത്ത് വസ്ത്രങ്ങളോട് അറപ്പും വെറുപ്പും പുലർത്തിപ്പോന്നിരുന്ന ഒരു ജനത ഇന്ന് തന്റെ വ്യക്തിത്വത്തിന്റേയും അഭിമാനത്തിന്റേയും വെന്നിക്കൊടിയായിട്ടാണ് വസ്ത്രങ്ങളെ മാനിക്കുന്നത്. കുറഞ്ഞത് ഓരോ ദിവസമെങ്കിലും വ്യത്യസ്തമായ നിറത്തിലും ഫാഷനിലുമുള്ള ഉടുപുടവകളണിയാൻ അവർ ദത്തശ്രദ്ധരായിരുന്നു. അതിൽ അഴുക്ക്, പൊടി, വിയർപ്പുതുള്ളി മുതലായ മാലിന്യങ്ങൾ വന്നുപെടാതിരിക്കാൻ അതീവജാഗ്രത പുലർത്തി. അഥവാ വന്നുപെട്ടുപോയാൽ അപ്പോൾതന്നെ ദേഹത്തുനിന്നും ഉരിഞ്ഞെടുത്ത് വ്യാളീവിലാസം വാഷിങ്പൗഡറിൽ അലക്കി, വ്യാളീവിലാസം കഞ്ഞിപ്പശയിൽ മുക്കി അശയിൽ തോരാനായി നിവർത്തിയിടുമായിരുന്നു. മണ്ണിൽ സ്പർശിക്കുന്നത് തന്നെ അലർജിയായി മാറി. മണ്ണിനെ സ്പർശിക്കാതിരിക്കാൻ അവർ

വ്യാളീവിലാസം പാദരക്ഷകൾ വാങ്ങി ഉപയോഗിച്ചു. ഒന്നിനും ഒരിടത്തേക്കും പോകേണ്ടതില്ല. എല്ലാം വ്യാളീവിലാസമെന്ന ഒറ്റക്കുടക്കീഴിൽ തന്നെയുണ്ടായിരുന്നു.

പാടങ്ങളും പറമ്പുകളും കരുവാങ്കുന്നുകാരന്റെ പാദസ്പർശമേല്ക്കാതെ നിർബ്ബന്ധിത വന്ധ്യംകരണത്തിന് വിധേയരായ അഭയാർത്ഥികളെപ്പോലെ ഒരു തുള്ളി ദാഹനീരിനായി ആകാശംനോക്കി കിടന്നു. വിളകൾ ഉണങ്ങി ശുഷ്കിച്ച് ഭൂമി കരുവാങ്കുന്നുകാരന്റെ ഹൃദയംപോലെ ഊഷരമായി. കടുത്ത സാമ്പത്തിക അരാജകത്വത്തിലേക്കാണ് കരുവാങ്കുന്ന് കേറിച്ചെല്ലാൻ പോകുന്നതെന്ന് പുരോഗമനവാദികൾ കവലകളിൽ ചെണ്ടകൊട്ടി പ്രസംഗിച്ചു നടന്നു. അത് കേൾക്കുമ്പോൾ കരുവാങ്കുന്നുകാരന്റെ ചുണ്ടിൽ ചിരിപൊട്ടും. *താളവട്ടം* സിനിമയിൽ ജഗതി ശ്രീകുമാറിന്റെ കഥാപാത്രം പറയുന്നതുപോലെ - "രവീന്ദ്രാ ഒരു മൈക്കും സൈക്കിളുമെടുത്ത് ഞാനിറങ്ങാൻ പോകുവാ"- അത്തരത്തിലുള്ള ഡയലോഗുകളും കോമഡിരംഗങ്ങളുമാകും അവർക്ക് അപ്പോൾ ഓർമ്മ വരിക.

കരുവാങ്കുന്നുകാർ അങ്ങനെ വെടിവട്ടം പറഞ്ഞും വ്യാളീവിലാസം പുതുതായി ഇറക്കിയ സിഗരറ്റും മദ്യവും ആവോളം ആസ്വദിച്ചും ജീവിതത്തെ ആഘോഷിച്ചുപോന്നു. അതിനിടയിലേക്കാണ് ചുരുണ്ടമുടികളും തിളക്കമുള്ള കണ്ണുകളുമായി ശ്യാമവർണ്ണനായ ദന്തിലൻ എന്ന ചെറുപ്പക്കാരൻ ഉജ്ജ്വല പ്രഭാഷണങ്ങളുമായി കടന്നുവന്നത്.

കവലകളിൽ, നാട്ടിടവഴികളിൽ ദന്തിലന്റെ ശബ്ദം മുഴങ്ങി.

"പ്രിയരേ, സാധാരണക്കാരന്റെ ദൈനംദിന ജീവിതത്തിൽ നേരിട്ട് ഇടപഴകുന്ന ജംഗമങ്ങളിലൂടെയാണ് വ്യാളികൾ നമ്മെ തേടിയെത്തുക. ജംഗമങ്ങളിൽ അവ ഒളിച്ചുപാർക്കുന്നതിനാൽ ഉപഭോഗ സംസ്കാരത്തിൽ പരിലസിക്കുന്ന ആധുനിക പരീക്ഷിത്തുകളുടെ സാദാ കാഴ്ചയ്ക്ക് അത് വെളിവാകണമെന്നില്ല. നാം ഉടുക്കുകയും ഉണ്ണുകയുമൊക്കെ ചെയ്യുന്ന സകലമാന വസ്തുക്കളിലും വ്യാളിയുടെ ബീജാവാപങ്ങൾ നടന്നിട്ടുണ്ട്. അധികം വിദൂരത്തല്ലാതെ അവ വിരിഞ്ഞ് ഭീമാകാരൻ വ്യാളികളായി ചിറകുവിടർത്തി, വാ പിളർത്തി കരുവാങ്കുന്നിനെ പൂർണ്ണമായും വിഴുങ്ങുന്നതായിരിക്കും."

അവസാനത്തെ സൈറൺവിളിയുടെ പ്രകമ്പനമുണ്ടായിരുന്നു ആ വാക്കുകൾക്ക്. പക്ഷേ, വ്യാളീവിലാസം പുകയിലച്ചൂരിലും മദ്യത്തിലും അകപ്പെട്ടുപോയ കരുവാങ്കുന്നുകാർ അതൊന്നും വകവച്ചുകൊടുക്കത്തേയില്ല.

വ്യാളീവിലാസം തുന്നൽശാലയുടെ തിരുമുമ്പിൽ കയറിനിന്ന് പ്രഭാഷണം നടത്തിയ രാത്രിയിൽ, അത്താഴത്തിന് ശേഷം ദന്തിലൻ ഈ ഭൂലോകത്തുനിന്നും അപ്രത്യക്ഷനായി. കുറച്ചുനാളുകൾക്കുശേഷം ചെമ്മാങ്കടവിൽനിന്നും മനുഷ്യന്റെ അസ്ഥികൾക്കു സമാനമായ എല്ലിൻകഷണങ്ങൾ കണ്ടുകിട്ടിയെന്നുള്ള വാർത്ത പരന്നു. പക്ഷേ,

അത് ചെന്നായ്ക്കൾ വേട്ടയാടി കടിച്ചുകീറിയ ദന്തിലൻ എന്ന പോത്തിന്റേതായിരുന്ന് എന്ന് ബൗദ്ധികസേന സ്ഥിരീകരിച്ചു.

കരുവാങ്കുന്നിന്റെ കാര്യത്തിൽ ഒരു തീരുമാനമായെന്ന് ഗണിച്ചറിഞ്ഞത് സാക്ഷാൽ വർദ്ധമാനകൻ തന്നെയായിരുന്നു. അയാളുടെ തലച്ചോറിനുള്ളിൽ അക്കങ്ങൾ പെരുക്കപ്പെട്ടികയിലേക്ക് ഗോവണി കയറി ഒരു ഭീമാകാരൻ സംഖ്യയായി സമപ്പെട്ടു.

പൊടുന്നനെ വർദ്ധമാനകന്റെ വ്യാപാരശാലകളുടെ വാർത്താപത്രികകളിൽ ഒരു പരസ്യം സ്ഥാനം പിടിച്ചു.

'മാന്യമഹാജനങ്ങളെ,

ജീവിതപ്രയാസങ്ങൾ, അസ്തിത്വഭാരങ്ങൾ... ജീവിതത്തിന്റെ രസം കെടുത്തുന്ന ദുഃഖകാരിണികൾ. അവയെ ആട്ടിപ്പായിക്കുവാൻ കെൽപ്പുള്ള ഒരു മാന്ത്രികക്കുപ്പായം വ്യാളിവിലാസം തുന്നൽശാലയിൽ ഊടുംപാവുമണിയുന്നു. മാന്ത്രികക്കുപ്പായം ധരിക്കുന്നതോടെ വിശപ്പില്ലാതാകും, ബുദ്ധി തെളിയും, മനസ്സിൽ അകൈതവമായ ശാന്തി പുലരും. അതോടെ വേല ചെയ്യാതെ, ശരീരം വിയർക്കാതെ സ്രഷ്ടാവ് ദാനം ചെയ്ത ഉടൽപുണ്യത്തെ കാത്തുസൂക്ഷിച്ച്, ജീവിതാസക്തികളിൽ രമിച്ച് ദീർഘനാൾ ഈ ഭൂമിയിൽ ജീവിക്കാനിടവരും. അത്ഭുതകുപ്പായം ആഗ്രഹിക്കുന്ന പൂജനീയർ എത്രയും വേഗം അവരുടെ മുഴുവൻ സമ്പാദ്യങ്ങളും വ്യാളീവിലാസം തുന്നൽശാലയുടെ മുമ്പിൽ സ്ഥാപിച്ചിട്ടുള്ള ഭണ്ഡാരപ്പെട്ടിയിൽ ഉപേക്ഷിക്കുക. മാന്ത്രിക കുപ്പായം നേടൂ..... ജീവിതത്തെ ആനന്ദതുന്ദിലമാക്കൂ.

ഓർഡറുകൽ പരിമിതം

ശുഭസ്യ ശീഘ്രം....!'

വാർത്ത വളരെ വേഗത്തിൽ കരുവാങ്കുന്നിലാകെ പടർന്നുപിടിച്ചു. കരുവാങ്കുന്നുകാർ പെട്ടിയും പ്രമാണവുമായി കേട്ടപാതി, കേൾക്കാത്ത പാതി ഓടിച്ചെന്ന് സർവ്വതും വ്യാളീവിലാസം ഭണ്ഡാരപ്പെട്ടിയിൽ നിക്ഷേപിച്ചു. മോക്ഷപ്രാപ്തിക്കായി കൈകൂപ്പി നിന്നു.

മൂന്ന് ദിവസത്തെ സമയദൈർഘ്യമായിരുന്നു വർദ്ധമാനകൻ ആവശ്യപ്പെട്ടത്. കൈവല്യമാകാൻ പോകുന്നത് അസുലഭ സൗഭാഗ്യമാണ്. അതിനാൽ ആ സമയദൈർഘ്യം അവരെ വേവലാതിപിടിപ്പിച്ചില്ല. അത്രയ്ക്ക് കേമമായ സംഗതിയാണല്ലോ കരഗതമാകാൻ പോകുന്നത്!.

കരുവാങ്കുന്നുകാർ അച്ചടക്കത്തോടെ തങ്ങളുടെ ഊഴത്തിനായി കാത്തുനിന്നു.

ആത്മസമർപ്പണത്തിന്റെ, ആത്മസംയമനത്തിന്റെ നീണ്ട ക്യൂ.

മൂന്ന് ദിവസങ്ങളെ ചവിട്ടിയരച്ച് സമയചക്രം നാലാമത്തേതിലേക്ക് ഉരുണ്ടുകയറി.

ഇരുൾ വിടവാങ്ങാൻ മടിച്ചുനിന്നു.

സൂര്യൻ വലിയ ഉത്സാഹങ്ങളൊന്നുമില്ലാതെ മങ്ങി മങ്ങി വളരെ വൈകിയാണെത്തിയത്.

നെറ്റിക്ക് മേലേ കൈപൊന്തിച്ച് കരുവാങ്കുന്നുകാർ ഒന്നടങ്കം വിണ്ണിലേക്ക് നോട്ടമെയ്തു. കാലാവസ്ഥാ നിരീക്ഷണത്തിലേർപ്പെട്ടു. ഗതികെട്ട് മഴദൈവങ്ങളോട് കേണു.

"പൊന്നുദൈവങ്ങളെ, മഴപെയ്യാതെ അടിയങ്ങളെ കാത്തോണേ."

മഴവീണ് കുതിർന്ന് മാന്ത്രിക കുപ്പായത്തിന്റെ ശക്തി പൊയ്പ്പോയാലോ! അതായിരുന്നു ഭയം! പ്രാർത്ഥിക്കാൻ ഓരോരോ ഭയങ്ങൾ!

കാലരാഹുവിനെപ്പോലെ കരിമേഘങ്ങൾ വന്നു വെളിച്ചത്തെ മൂടി.

ഇരുൾ.... ഇരുൾ മാത്രം

"മഴയത്തും വെയിലത്തും വാടാത്ത ഉഗ്രൻ കുപ്പായമായിരിക്കും. നിങ്ങള് നോക്കിക്കോ...!"

ഒരു ഉല്പതിഷ്ണു ശുഭാപ്തി വിശ്വാസം പരത്തി.

"നിന്റെ നാക്ക് പൊന്നാകട്ടെ കുഞ്ഞേ."

എമ്പതുകഴിഞ്ഞ രൈരുവേട്ടനാണ് അങ്ങനെ പ്രതിവചിച്ചത്.

"വർത്താനം പറഞ്ഞ് നിന്നാ മതിയോ. ദെവസം നാലായിട്ടും കട തൊറക്കുന്നില്ലല്ലോ."

ആരോ തൊടുത്തുവിട്ട ആകാംക്ഷ എല്ലാവരുടെയും ആശങ്കയായി മാറാൻ പിന്നെ അധികനേരമൊന്നും വേണ്ടി വന്നില്ല. ഭയം ഒരു വിഷപ്പാമ്പിനെപ്പോലെ കരുവാങ്കുന്നുകാരുടെ ചിത്തങ്ങളിൽനിന്നും ഇഴഞ്ഞ് ഉച്ചിയിലെത്തി ഫണം വിടർത്തിയാടി.

നേരം ഉച്ചയായതോടെ കരുവാങ്കുന്നുകാർ ഒരു തീരുമാനത്തിലെത്തി.

"ചവിട്ടി തൊറക്ക തന്നെ."

ആകാശം അപ്പോഴും മുഖം വീർപ്പിച്ചു നിന്നു. ഒന്നുരണ്ടു തുള്ളികൾ മണ്ണിലേക്ക് അടർന്നു വീണു. കണ്ണീർക്കണങ്ങൾപോലെ ഉപ്പും നനവും ഉള്ളത്!

ആദ്യം പ്രവേശനകവാടം, പിന്നെ ഷട്ടർ, ശേഷം വാതിലുകൾ എന്നീ ക്രമത്തിൽ വ്യാളീവിലാസത്തിന്റെ കവചങ്ങൾ പൊളിഞ്ഞുവീണു. യുദ്ധാനന്തര ഭൂമിയെപ്പോലെയുള്ള അപാരമായ ശൂന്യതയിലേക്കായിരുന്നു അവർ പടികയറി ചെന്നത്. വ്യാളിവിലാസം തുന്നൽശാല വിറുങ്ങലിച്ച് നിന്നു. യുദ്ധക്കളത്തിൽ അറ്റുവീണ ഉടൽഭാഗങ്ങളെപ്പോലെ കുറച്ച് തുന്നിക്കീറുകളല്ലാതെ അവിടെ യാതൊന്നും ശേഷിച്ചിരുന്നില്ല.

വളരെ വിദഗ്ദ്ധമായി തങ്ങൾ കൊള്ളയടിക്കപ്പെട്ടിരിക്കുന്നു എന്ന വിചാരം കരുവാങ്കുന്നുകാരെ ഭ്രാന്തുപിടിപ്പിച്ചു. അവർക്ക് എന്താണ് പറയേണ്ടതെന്നോ, ചെയ്യേണ്ടതെന്നോ അറിയാൻ പറ്റാതായി. കൈയിൽ കിട്ടിയതെല്ലാം വാരിവലിച്ചെറിഞ്ഞും പരസ്പരം കലഹിച്ചും അടിച്ചും തൊഴിച്ചും വെട്ടിയുംകുത്തിയും കരുവാങ്കുന്ന് അക്ഷരാർത്ഥത്തിൽ ഒരു ചോരക്കളമായി മാറി.

മൂടിക്കെട്ടിയ ആകാശം പൊട്ടിക്കരയാൻ തുടങ്ങി. കരുവാങ്കുന്നിന്റെ കണ്ണുനീരിലേക്കും ചോരയിലേക്കും ആ മഹാദുഃഖം ഒരു പേമാരിയായി

പെയ്തുവീണു.

പ്രളയജലത്തിൽ വ്യാളീവിലാസം നിലംപൊത്തി. വ്യാളീമുഖമേന്തിയ പ്രവേശനകവാടം ഒരു അനാഥപ്രേതംപോലെ ജലത്തിനു മീതെ ഒഴുകിനടന്നു. പൊടുന്നനെ ഒരു കുറ്റൻ വ്യാളി ആഴങ്ങളിൽനിന്നും ഉയർന്നുവന്നു. പ്രവേശനകവാടത്തിന്റെ വ്യാളീമുഖത്തെ കിരീടമായി ശിരസ്സിൽ അലങ്കരിച്ച് ചിറകുവിടർത്തി, തീ തുപ്പി വ്യാളി അകലേക്ക് ഒഴുകിമാഞ്ഞു.

കരുവാങ്കുന്നിന്റെ ആത്മഗതം കുമിളകളായി പൊന്തിവന്നു ജലോപരിതലത്തിനു മീതേ വീർത്തുപൊട്ടി.

'ഇനി മറ്റൊരു ദേശം, മറ്റൊരു കാലം, മറ്റൊരു രൂപം.'

നാട്ടുവിശേഷം ഡോട്ട് കോം

'മേരിമാത'

ഇരിങ്ങന്നൂരിലെ ഒരേ ഒരു വർക്ക്ഷോപ്പ്. അത് ഫയദോർ മുതലാളിയുടേതായിരുന്നു. ഫയദോർ മുതലാളിക്ക് എട്ട് ശിഷ്യന്മാരുണ്ടായിരുന്നു. എട്ടിലേറ്റവും പ്രിയം വിക്ടറിനോട്. വിക്ടർ ജോലിയിൽ കൃത്യതയുള്ള തൊഴിലാളി. പറഞ്ഞ സമയത്തിനു മുമ്പേ ഉദ്ദേശിച്ചതിലും കുറച്ച് ലേബേഴ്സിനെയുംകൊണ്ട് അനുയോജ്യമായ റ്റൂൾസ് ഉപയോഗിച്ചു മെനക്കേടുകൾ ഒഴിവാക്കി ഒരേസമയം കസ്റ്റമേഴ്സിനെയും ഫയദോർ മുതലാളിയെയും സംതൃപ്തിപ്പെടുത്തുന്നവൻ.

"നിങ്ങക്ക് ഇതുപോലൊരുത്തനെക്കൂടി കിട്ടിയാല് നിങ്ങളിവിടം വെച്ചേക്കൂലാ കേട്ടാ....."- കസ്റ്റമേഴ്സിന്റെ ആരുടെയെങ്കിലും വായിൽ നിന്ന് അങ്ങനൊന്നു കേട്ടാൽ മതി. അന്ന് ഷോപ്പിന്റെ തട്ടുമ്പുറത്തു കുപ്പി പൊട്ടും. കുറുവടി അഗസ്ത്യാനോസിന്റെ വാറ്റുചാരായം പരിസരമാകെ കുമിഞ്ഞുനാറും.

"നീ നമ്മടെ മുത്താണ്"- എന്നു നെറുകയിൽ മുത്തി ഫയദോറും ശിഷ്യന്മാരും വിക്ടറിന്റെ ഉശിരിനെ വാഴ്ത്തിപ്പാടി ചാരായം ആമാശയത്തിലേക്കൊഴുക്കും.

വിക്ടർ, തട്ടുമ്പുറത്തെ ആളൊഴിഞ്ഞ ഒരു മൂലയിലിരിക്കും. ചാരായം കുടിക്കാതെ, പച്ചവെള്ളം ചവച്ചിറക്കും. ചൂട് പെറോട്ടയും കന്നാലിയിറച്ചിയും അകത്താക്കി മുതലാളിയുടെ സന്തോഷത്തിൽ പങ്കാളിത്തപ്പെടും.

അങ്ങനെയുള്ള ഒരു മദ്യസമാഗമത്തിലായിരുന്നു അത് സംഭവിച്ചത്. ജോണിക്കുട്ടി എന്ന ഫയദോർ മുതലാളിയുടെ മൂന്നാമത്തെ ശിഷ്യൻ, അക്കത്തിനൊത്ത പെരുമാറ്റം വിക്ടറിനെതിരെ പെരുമാറിയത്. ഫയ

ദോർ മുതലാളിയുടെ രണ്ടു കാതിലും മാറി മാറി കരിവണ്ടിന്റെ ഇരമ്പം പോലുള്ള ചില സംഗതികള് വശക്കേടായി ഓതിക്കൊടുത്തു. അതും പോരാഞ്ഞ്, ഫയദോറെന്നാൽ ഫെയിലുവറാണെന്നും വിക്ടറെന്നാൽ വിക്ടറിയാണെന്നും പേരുകളെപ്പോലും വ്യാഖ്യാനിച്ചു ഏറാൻമൂളി ഫയദോർ മുതലാളിയെ ഒരു ദുരന്തനാക്കി.

മദ്യത്തിന്റെ കലശലായ രസക്കേടിലായതുകൊണ്ട് ഫയദോർ മുതലാളി ഒച്ചപ്പാടുണ്ടാക്കിയില്ല. വയറ്റിന് പിടിക്കാതെ കുടല് കലക്കിയ മാടിനെ പുറത്തേക്കു വിളിച്ചു സുഖമായിക്കിടന്നുറങ്ങി.

ഫയദോർ മുതലാളി കഴിഞ്ഞതൊന്നും മറക്കുന്നോനല്ല. വിക്ടർ എന്ന തൊഴിലാളി ശിഷ്യൻ ഒന്നും ഒളിച്ചുവെക്കുന്നോനുമല്ല. പണ്ടേ കൂടെക്കൂടിയ കാലക്കേടിന്റെ ശീലങ്ങള്. അവറ്റകൾ വെകിളിപിടിക്കുന്ന കുഴമണ്ണിലാണ് പിറ്റേന്നുകാലത്തു ആശാനും ശിഷ്യനും പാദമമർത്തി നില്ക്കുന്നത്.

പഴയശീലം രസക്കേടുപോലെ കിടന്ന് ഒന്നു ശൂര് കാട്ടി. 'അടങ്ങന്റെ കൂടപ്പിറപ്പേ, ഞാനൊന്ന് ഊരിക്കോട്ടെ' – എന്ന് അപേക്ഷിച്ചു നിഗളിച്ച മനസ്സിനെ ശാന്തമാക്കി വിനയത്തോടെ ഫയദോർ മുതലാളിയുടെ കരം ഗ്രഹിച്ചു വിക്ടർ ന്യായം പറഞ്ഞു.

"കേട്ടതെല്ലാം പൊളി; അങ്ങനൊന്ന് ഗീവർഗ്ഗീസു പുണ്യാളച്ചനാണേ മനസ്സിപ്പോലും നിരൂപിച്ചിട്ടില്ല."

'ഠേ' – എന്നൊരു അടിപൊട്ടി.

"കുത്തിത്തിരിപ്പു പറഞ്ഞ് ആണുങ്ങളെ മക്കാറാക്കുന്നോടാ പന്നീ."

ജോണിക്കുട്ടിയുടെ കറുത്തുണങ്ങിയ മോന്ത നീലിച്ചുപോയി. ഫയദോർ മുതലാളിയുടെയും വിക്ടറിന്റെയും വെളുത്തുതുടുത്ത സുന്ദരമോന്തായങ്ങളിൽ അർക്കനുദിച്ച് വിശ്വാസത്തിന്റെ ചെഞ്ചായം ചാലിച്ചൊഴിച്ചു.

സന്തോഷം വന്നാലും സന്താപം വന്നാലും ഫയദോർ മുതലാളിക്ക് കുടിക്കണം. സന്തോഷം വരുമ്പോൾ നേരും നെറിവുമുള്ള വൃത്തിയുള്ള കുടി കുടിക്കണം. ഫയദോർ മുതലാളി തന്റെ സ്വന്തം ലാമ്പ്രട്ടായിൽ പട്ടാളം വാസുവിന്റെ വീട്ടിലുള്ള ഒള്ള കുപ്പികളും പെറുക്കി, ചൂണ്ടക്കാരൻ മൊയ്തൂന്റെ ചൂണ്ടയിൽനിന്നും കൂടക്കണക്കിനു മീനും കൊത്തി ഷോപ്പിലെത്തി.

"നിർത്തിനെടാ പിള്ളേരേ പണി; ഇന്നിനി ആഘോഷം."

തലേന്നു രാത്രിയിൽ വെച്ച വാളും പരിചയുമൊക്കെ തട്ടുമ്പുറത്തു നിന്നും കോരിയെടുത്തു മറ്റുള്ളവർ കളയുമ്പോഴേക്കും പുഴമീൻ കറി വെക്കേണ്ടത് വിക്ടറിന്റെ ചുമതലയായിരുന്നു. അതിനായി വിക്ടറിനെ നിയോഗിച്ച് അവനെ മുതലാളി സ്വന്തം തറവാടായ പ്ലാന്തോട്ടത്തിലേക്കു പറത്തിവിട്ടു.

കാണാൻ നല്ല ചന്തക്കാരിയായിരുന്നു ഫയദോർ മുതലാളിയുടെ പെമ്പറന്നോത്തിയെങ്കിലും കൈപ്പുണ്യം എന്നു പറഞ്ഞത് ലവലേശം

അയലത്തൂടെപ്പോലും പോയിട്ടില്ല. വിക്ടർ അങ്ങനെയല്ല. വണ്ടിപ്പണിയാകട്ടെ, കുശിനിപ്പണിയാകട്ടെ എന്തോന്നായാലും നിമിഷനേരംകൊണ്ട് അതിന്റെ മനത്തിലും മർമ്മത്തിലും കേറിപ്പിടിച്ചുകളയും. ദൈവം തമ്പുരാനാൽ അനുഗ്രഹിക്കപ്പെട്ട കരത്തിന്റെ ഉടയോൻ.

ക്ലാരക്കൊച്ചമ്മയ്ക്കും; ആദ്യം ഉരുണ്ടുവീണ പ്രസ്താവനയോട് ഒട്ടുമേ യോജിപ്പില്ലെങ്കിലും രണ്ടാമത് നീട്ടിയടിച്ച വിക്ടർ വാഴ്ത്തലുണ്ടല്ലോ, അതിനോടു നൂറരത്തരം യോജിപ്പായിരുന്നു.

വിക്ടർ വന്നാൽ ക്ലാരക്കൊച്ചമ്മ അടുക്കള വിട്ടു തളത്തിലേക്കു പോകും. പൈങ്കിളി വാരികകളിലെ നോവലുകൾ വായിക്കും. അങ്ങനെയായിരുന്നു പതിവ്. വായ്ക്കു രുചിയായിട്ടുള്ളതൊന്നും ഉണ്ടാക്കാനറിയില്ലെന്ന ഫയദോർ മുതലാളിയുടെ നിരന്തര കുറ്റപ്പെടുത്തലിനിടയിൽ ഒരു തീരുമാനമങ്ങുണ്ടായി. പഠിച്ച്, പരിപാലിച്ച് പാചകകലയിൽ വിക്ടറിനെയും തോല്പിച്ചുകളയുമെന്ന്.

ഇപ്പോഴതുകൊണ്ട് വിക്ടർ വന്നു കഴിഞ്ഞാൽ ക്ലാരക്കൊച്ചമ്മ അടുക്കളയിൽനിന്നും നോവലുകളിലേക്കു പലായനം ചെയ്യില്ല. വിക്ടറിന്റെ അടുത്തു തൊട്ടും പിടിച്ചും നിക്കും. എത്ര കരണ്ടി ഉപ്പിടണം, വാളനാണോ ഇരിമ്പനാണോ ഞെവുടേണ്ടത്, അരപ്പിനിത്രയും ചതപ്പു വേണോ– എന്നൊക്കെ നിരീക്ഷിച്ചും സംശയിച്ചും പഠിച്ചും ശിഷ്യപ്പെട്ടിരിക്കുമ്പോൾ 'കൊച്ചമ്മ മിഴികൾ' കുപ്പായം മറയ്ക്കാത്ത വിക്ടറിന്റെ ദേഹത്തേക്കും പാളിപ്പോകുമായിരുന്നു.

വിക്ടർ പുഴമീനിനെ ചിരവപ്പുറത്തുവച്ച് തുണ്ടം തുണ്ടമാക്കുന്നതിനിടയിലാണ് കൊച്ചമ്മ ചോദിച്ചത്.

'അല്ലാ, ഇങ്ങനെ നടന്നാ മതിയോ, ഒരു കല്യാണമൊക്കെ കഴിക്കേണ്ടേ?'

പുഴമീനിന്റെ ദേഹത്തുകൊള്ളേണ്ട വെട്ട് ചിരവപ്പുറത്തിന്റെ ഒരു ചെറു ചീളിനെ ദൂരേക്കു പറപ്പിച്ചു കളഞ്ഞു.

"കഴിക്കണോന്നൊക്കെ ഒണ്ട്. പക്ഷേ, വർക്ക്ഷോപ്പീന്നു കിട്ടുന്ന കാശുകൊണ്ടു മെനയുള്ള ഒരു സാരിപോലും വാങ്ങിക്കൊടുക്കുവാൻ തെകയൂല്ല.'

"എന്നും കൂലിക്കാരനായി നടക്കണ കൊണ്ടല്ലേ. നെനക്കും എന്തെങ്കിലുമൊക്കെ തൊടങ്ങിക്കൂടെ."

നാട്ടിൽ മുതലാളിമാരുടെ എണ്ണം പെരുകുന്നതോടെ ലാഭവിഹിതം ഛേദിക്കപ്പെട്ടുപോകുമെന്ന സാമ്പത്തികശാസ്ത്രത്തെക്കുറിച്ചൊന്നും ക്ലാരക്കൊച്ചമ്മ അപ്പോൾ ചിന്തിച്ചില്ല. അല്ലെങ്കിൽ തന്നെ അങ്ങനെയൊക്കെ ചിന്തിക്കാനുള്ള കൗശലബുദ്ധിക്കുവേണ്ട വിവരമോ വിദ്യാഭ്യാസമോ ഉണ്ടായിരുന്നില്ല താനും. തന്റെ മാറിടത്തിന്റെ വിരിവിനെയും ഒതുങ്ങിയ അരക്കെട്ടിനെയും മൂടിവെക്കുന്ന മനോഹരമായ ആടയാഭരണങ്ങളിലും രുചിക്കൂറുള്ള ഭക്ഷണങ്ങളിലുമൊക്കെ ഇടിവുണ്ടാകുമല്ലോ, വിക്ടറിനെപ്പോലെ ഒരു തൊഴിലാളി നഷ്ടപ്പെട്ടാൽ എന്ന തരത്തിലുള്ള

വ്യക്തിതാല്പര്യങ്ങളും സ്വാർത്ഥവിചാരങ്ങളും അപ്പോൾ തടസ്സം നിന്നില്ല.

ആകെ മനസ്സിനെ മദിച്ച വിചാരം ഒന്നു മാത്രം - വിക്ടറ് കല്യാണം കഴിക്കണം. കുഞ്ഞിക്കാൽ കാണാനുള്ള വിധി അവനെങ്കിലും ഉണ്ടാവണം.

അന്നേരം വിക്ടറാണെങ്കിലോ, തൊഴിലാളികളുടെ സ്ഥിരം കുനുഷ്ട് ചിന്തയാൽ പാവം കൊച്ചമ്മേ സംശയിച്ചു.

ഫയദോർ മുതലാളിയുടെ ചൂണ്ടയല്ലേ കൊച്ചമ്മയുടെ നാവിൽ നിന്നും പുറത്തേക്കു നീളിച്ചുവരുന്നത് എന്നൊരു അങ്കലാപ്പുണ്ടായി. കള്ളം പിടിച്ച കൊച്ചുകുട്ടിയെപ്പോലെ അവൻ കൊച്ചമ്മയെ നോക്കി.

കൊച്ചമ്മയുടെ കണ്ണുകൾ നീളിച്ച് വില്ലായി; കുലച്ചുകളയുന്ന മാതിരി. ആ ബാണത്തിൽ നോക്കി കള്ളം പറഞ്ഞ് എതിരിടാൻ വിക്ടറിനാവില്ല..

വിക്ടറാകെ തുലഞ്ഞുപോയി. അവൻ സുല്ലിട്ടു.

“കൊച്ചമ്മ പറഞ്ഞത് നേര്. എന്തെങ്കിലും ഒന്ന് തൊടങ്ങണോന്നൊക്കെ മനസ്സിലൊണ്ട്. പക്ഷേ, ഞാൻ കൂട്ടിയാൽ കൂടില്ല കൊച്ചമ്മേ.”

കിണറുപാത്രത്തിൽ പുഴമീനിനെ നിറച്ചു വർക്കുഷോപ്പിലേക്കു മടങ്ങാൻ തുടങ്ങുമ്പോഴാണു കൊച്ചമ്മ ഒരു ചെറിയ പൊതിയെടുത്തു വിക്ടറിന്റെ വലംകൈയിൽ വച്ചുകൊടുത്തത്.

“മടിക്കുത്തിൽ വച്ചാട്ടെ. ആരും കാണരുത്. മുറിയിൽ ചെന്നിട്ടേ തൊറന്നു നോക്കാവൂ.”

ഇതെന്ത് തൊന്തരവാണു കർത്താവേ എന്നാലോചിച്ച് അവൻ വഴി താണ്ടി ഫയദോറ് മുതലാളിയുടെ സമക്ഷത്തിലെത്തി. മടിക്കുത്തിനെ അടക്കിപ്പിടിച്ച്, അനുസരണ പഠിപ്പിച്ച് ഫയദോർ മുതലാളിയുടെ വിശ്വാസ വീണ്ടെടുപ്പിൽ അണിചേർന്നു.

രാത്രിയേറെ വൈകി മുറിയിലെത്തി. മടിക്കുത്തിലെ വിയർപ്പു തളിച്ച പൊതിയെടുത്തു തുറന്നു. കണ്ണ് മഞ്ഞളിച്ചുപോയി. മഞ്ഞ ലോഹത്തിന്റെ പളപളപ്പ്, തികതികപ്പ്. കൂടെ ഒരു കുറിപ്പും. “വിറ്റു തുലച്ചേക്കരുത്. പണയംവെച്ച് ഇഷ്ടം സഫലമാക്കൂ; നല്ലകാലത്ത് തിരിച്ചെടുത്തു തന്നാൽ മതി.”

വിക്ടറിന്റെ ‘ഉണ്ണിയേശു’ വർക്ക്ഷോപ്പിന്റെ ഉദ്ഘാടനം നിർവ്വഹിക്കേണ്ടത് ഫയദോർ മുതലാളിയായിരുന്നു. എല്ലാ അർത്ഥങ്ങളും ഒന്നിച്ചിട്ടിളക്കിയാലും അതാണതിന്റെ നേരും നെറിയുമെന്ന് വിക്ടറിനു തോന്നി. കൂട്ടുകാർ അങ്ങനെ ചിന്തിക്കുകയും നാട്ടുകാർ പ്രചരിപ്പിക്കുകയും ക്ലാരകൊച്ചമ്മ ഉറപ്പിക്കുകയും ചെയ്തു. പക്ഷേ, ഫയദോർ മുതലാളിക്ക് മാത്രം തോന്നിയില്ല. തോന്നാൻ പറ്റുകേലാ. അത്രമേലുള്ള കൊടും വിശ്വാസവഞ്ചനയാണല്ലോ വിക്ടർ കാട്ടിയത്. ‘പൂച്ചയെപ്പോലെയിരുന്ന് പുലിയെപ്പോലെ ചാടിയ കുറുക്കാ, നിന്നെ ഞാൻ വെറുതെ വിടില്ലെടാ.’

ഫയദോർ മുതലാളി അവസരം പാർക്കുന്ന വയസ്സൻ സിംഹമായി ചാരായം കുടിച്ച് ഉള്ളുവേവ് തണുപ്പിച്ചുകൊണ്ടിരുന്നു.

ക്ലാരക്കൊച്ചമ്മയാണ് വിക്ടറിനു വാക്കു തന്നിരിക്കുന്നത്. ഫയദോർ മുതലാളി പറഞ്ഞ സമയത്ത് പറഞ്ഞിടത്ത് എത്തിയിരിക്കും.

ഫയദോർ മുതലാളിയുടെ നരത്തുള്ളികൾ പറ്റിക്കിടന്ന മുടിത്തുമ്പുകളെ, മീശക്കുരുപ്പുകളെ തഴുകിത്തലോടി ക്ലാരക്കൊച്ചമ്മ ആശ്വസിപ്പിച്ചു.

"വിക്ടറ് നമ്മുടെ ചെക്കനല്ലേ, നമ്മളിത്തിരി മുടിഞ്ഞാലും അവൻ നന്നാവട്ടെ."

പട്ടാളം വാസുവിന്റെ വീട്ടിൽനിന്നും ക്ലാരക്കൊച്ചമ്മ തന്നെ വാങ്ങിക്കൊണ്ടുവന്ന മിലിട്ടറി ക്വാട്ട, അവളുതന്നെ പൊട്ടിച്ചൊഴിച്ച് പരമാനന്ദരസത്തെ പ്രാണനാഥന് പകർന്നുനല്കി. അതുവരെ മഞ്ഞുമലകളിൽ നിദ്രപൂകിക്കിടന്ന ധീരജവാൻ അതോടെ ചാടി എഴുന്നേറ്റ് ക്ലാരക്കൊച്ചമ്മയെ സലാം വെച്ചു. അതും പോരാഞ്ഞ് ടച്ചിങ്സായി പൊള്ളിച്ച താറാവിൻ കാലെടുത്ത് കടിച്ച്, അതിന്റെ തുണ്ടത്തെ പല്ലോട് പല്ല് കൊരുത്തു നല്ല പാതിയുടെ വായിലേക്ക് ഇറക്കിവെച്ചു. ഇറച്ചിത്തുണ്ടങ്ങളിറങ്ങി അന്നനാളത്തിലൂടെ ആമാശയത്തിലേക്കും, നാരങ്ങാനീരുപോലെ അവറ്റകളിൽ ലയിച്ചുചേർന്ന പ്രണയം ഒഴുകി ഹൃദയത്തിലേക്കും പതിച്ചു. ഫയദോർ മുതലാളിയുടെ ഹൃദയം പ്രണയത്താൽ പൊറുതിമുട്ടി.

"ക്ലാരേ, പൊന്നേ... നെനക്കങ്ങനെയൊരു പൂതിയുണ്ടെങ്കില് അതങ്ങനെ തന്നെ നടക്കട്ടെ."

ധീരതയും പ്രണയവും ഒന്നിച്ചുചേർന്നാൽ ഏത് ബഡുക്കൂസും സാഹസികനായിപ്പോകും.

ഉണ്ണിയേശുവിന്റെ തിരുപ്പിറവി മുൻധാരണ പ്രകാരം തന്നെ നല്ല ഭംഗിയായി കലാശിച്ചു. നാട മുറിച്ചതും ആദ്യ ചുറ്റോലി അടി അടിച്ചതും ഫയദോർ മുതലാളി. ഒടുവിൽ രണ്ട് നല്ലവാക്കുകളിൽ അദ്ദേഹം ഇങ്ങനെ കൂടി ഓർമ്മിപ്പിക്കുകയുണ്ടായി.

"കർമ്മഫലമാണു മനുഷ്യരുടെ വിധി നിശ്ചയിക്കുന്നത്. അത് വിക്ടറിലും സംഭവിക്കുമെന്ന് എനിക്ക് ഉറപ്പുണ്ട്. അവൻ വിതച്ചത് അവൻ തന്നെ കൊയ്യും. വിക്ടറിനെയും ഉണ്ണിയേശുവിനെയും പിതാവും പരിശുദ്ധാത്മാവും ചേർന്നു കാത്തുകൊള്ളട്ടേ...!!!"

തിരുപ്പിറവിക്കുശേഷം ഉടനെ ഏവരേയും ഞെട്ടിച്ചും അമ്പരപ്പിച്ചും കൊണ്ട് ഉണ്ണിയേശു വളരാൻ തുടങ്ങി. കണ്ണുപൊട്ടനും മുടന്തനും ബധിരനും കൈക്കുരുടനുമൊക്കെ കുരച്ചും വ്രണിതപ്പെട്ടും ഉണ്ണിയേശുവിന്റെ സവിധത്തിലെത്തുകയും വളരെ വേഗത്തിൽ സൗഖ്യം പ്രാപിച്ചു മുമ്പെങ്ങുമില്ലാത്ത ഓജസ്സോടെ മടങ്ങിപ്പോകുകയും ചെയ്തു. ഉണ്ണിയേശുവിന്റെ അത്ഭുതം നാട്ടിലെങ്ങും പാട്ടായി.

ഇതേസമയം, മേരിമാതായ്ക്കു വയസ്സായി, വാർദ്ധക്യസഹജമായ അസുഖങ്ങളാൽ വലയാൻ തുടങ്ങി. നല്ലകാലത്ത് കൂടെനിന്നവരിൽ

ചിലർ ഉണ്ണിയേശുവിലേക്കും മറ്റു ചിലർ പല കൊമ്പുകളിലേക്കും കാട്ടു കുരങ്ങന്മാരെപ്പോലെ ചാടിച്ചാടി അകന്നുപോയി. പൊളിയുന്ന മേരി മാതായും അതിന്റെ വികാരിയച്ചനായ ഫയദോർ മുതലാളിയും കടുത്ത ഏകാന്തതയിലേക്ക് ആണ്ടുപോയി.

ഫയദോർ മുതലാളിയുടെ ഇപ്പോഴത്തെ ദുഃസ്ഥിതിയിൽ നാട്ടുകാരൊക്കെ പുറമേ സഹതാപം പ്രകടിപ്പിച്ചെങ്കിലും ഉള്ളിന്റെയുള്ളിൽ നിഗൂഢമായ ഒരു ആനന്ദം അവർ ആഘോഷിച്ചുകൊണ്ടിരുന്നു.

"പ്ലാന്തോട്ടത്തുകാർക്ക് അങ്ങനെ തന്നെ വേണം. വെട്ടിപ്പിടിച്ചതെല്ലാം പെരുമഴയിൽ ഒഴുകിപ്പോകും."

'ജന്മിത്തത്തിന്റെ അന്ത്യവും മുതലാളിത്തത്തിന്റെ ആരംഭവും ഇരിങ്ങന്നൂരിൽ' – പ്രതിസന്ധിയെ പ്രാദേശിക ചരിത്രകാരന്മാർ അങ്ങനെയാണ് വിവക്ഷിച്ചത്. ആ ക്രൂരമായ ചരിത്രഫലിതത്തിൽ ദുഃഖിതനായ ഫയദോർ മുതലാളി തന്റെ പത്തുപറ കണ്ടം കൂടി വിറ്റ്, കുടിച്ച് നാട്ടിടവഴികളിലൂടെ ഒരു ഭ്രാന്തനെപ്പോലെ അലറിവിളിച്ചു നടന്ന് തന്റെ നയം വ്യക്തമാക്കി.

"വെറുമൊരു മൊതലാളിയാമെന്നെ
ഫ്യൂഡലെന്നു വിളിക്കരുതേ
ഒരു ഫ്യൂഡലെന്നു വിളിക്കരുതേ"

ഫയദോർ മുതലാളിക്ക് കുടി കുറച്ചൊക്കെ മറവി നല്കുമെന്നു പറയാം. മേരി മാതായ്ക്കോ...? അത് നല്ലകാലത്തു പൂത്ത വിളകളുടെ മാധുര്യവും പേറി ഒരു ഓർമ്മക്കോലമായി മഴയിലും വെയിലിലും അങ്ങനെ നിന്നു. തിരസ്ക്കരിക്കപ്പെട്ട ഒരു പ്രാർത്ഥന പോലെ...

തികഞ്ഞ വിശ്വാസിയായ വിക്ടർ എന്തെല്ലാം തിരക്കുണ്ടെങ്കിലും ഞായറാഴ്ച പള്ളിയിൽ പോകുന്നത് മുടക്കില്ല. പള്ളിയിലെ പ്രാർത്ഥന കഴിഞ്ഞു പുറത്തേക്ക് വരുമ്പോഴായിരുന്നു പടിക്കെട്ടിൽ, സാരിത്തുമ്പ് ശിരോവസ്ത്രമായണിഞ്ഞ് ക്ലാരക്കൊച്ചമ്മ നില്ക്കുന്നതു കണ്ടത്.

ക്ലാരക്കൊച്ചമ്മ ശിരോവസ്ത്രത്തെ തെല്ലു പിറകോട്ടു തെന്നിച്ച് വിക്ടറിന്റെ മുമ്പിൽ മുഖം കാട്ടി. ക്ലാരക്കൊച്ചമ്മയുടെ കണ്ണുകളിൽ തെളിയുന്ന വില്ലിനു മീതെ കണ്ണീരൊഴുകിയ ചാല് കണ്ടു. പോളകളിൽ പറ്റിച്ചേർന്നു കിടക്കുന്ന ചായം തേക്കാത്ത ദുഃഖത്തിന്റെ കറുപ്പ് കണ്ടു. രണ്ടുപേരും ഒന്നും ഉരിയാടിയില്ല.

ഉരുകുന്ന ചൂടിൽ ക്ലാരക്കൊച്ചമ്മയ്ക്കു പറയാനുള്ളത് ആവിയായി പ്പൊന്തി വിക്ടറിന്റെ മുകളിൽ ചുമടായി വന്നിരുന്നു

ചുമട് അവിടിരുന്ന് തണുത്ത് സങ്കടമഴയായി അവന്റെ മേലെ പെയ്തു.

"മേരിമാതാ പൂട്ടാൻ പോകുവാ വിക്ടറെ. ഇച്ചായനാണെങ്കിൽ മുടിഞ്ഞ കുടിയും. സർവ്വനാശത്തിനും കാരണക്കാരി ഞാനാണെന്ന പഴിപറച്ചിൽ. എനിക്കാണെങ്കിൽ സങ്കടം പറയാൻപോലും ആരുമില്ല. ഒരു കുഞ്ഞുപോലും..."

വിക്ടർ പിറ്റേന്നു സന്ധ്യക്ക് ടൗണിലുള്ള ബ്ലേഡുകാരൻ പാപ്പിയുടെ അടുത്തെത്തി കുറച്ചു പണം കടം വാങ്ങി. ബാക്കി കൈയിലുണ്ട്. അർദ്ധ രാത്രിവരെ പ്രവർത്തിക്കുന്ന 'ശ്രീഭഗവതിവിലാസം' ബാങ്കിൽനിന്നും പണയമെടുത്തു. ഇത്രയും നാൾ ഒരു ബന്ധനത്തിന്റെ നൂൽവണ്ണംപോലുമില്ലാതെ വിശ്വസിച്ചുതന്നിട്ട് മുതല് മാത്രം തിരിച്ചേല്പിക്കുന്നത് തരവഴിത്തരമാണെന്ന് വിക്ടറിനറിയാം. പണമായിട്ടു കൊടുത്താൽ മേടിക്കേലാ, എന്തെങ്കിലും ഉരുപ്പടിയായിട്ട് കൊടുക്കണം.

ചാറ്റൽമഴ വിക്ടറിനെ ഒന്നു നനയിച്ചു. അത് വകവയ്ക്കാതെ ജുവലറിയിലേക്ക് ഓടിക്കയറി. മാലയും വളയും മോതിരവും ഒക്കെ കൊച്ചമ്മയ്ക്കുണ്ട്. ആഭരണപ്പൊതി തുറന്ന്, അതിലൂടെ കണ്ണുപായിച്ചു വിക്ടർ ഊഹിച്ചു.

'ഇല്ലാത്തതായി ഒന്നുണ്ട്. അതോ കാണാത്തതോ! എന്തെങ്കിലും ആകട്ടെ.' ക്ലാരക്കൊച്ചമ്മയുടെ അരവണ്ണം മനസ്സുകൊണ്ട് ഒരു ടേപ്പളക്കം നടത്തി ഒരു അരഞ്ഞാണം വാങ്ങി. നീളൻ ഞാത്തുള്ള, ഒടുവിൽ ചുട്ടിക്കൊമ്പുള്ള ഒരു അരവട്ടം.

എല്ലാം കഴിഞ്ഞു മഴയും ഒടുങ്ങിയതിനുശേഷം ഫയദോർ മുതലാളിയുടെ പ്ലാന്തോട്ടത്തിൽ എത്തുമ്പോൾ സമയം രാത്രി പത്ത്.

ഫയദോർ മുതലാളി വെളിവില്ലാതെ, ഒന്നും മറയ്ക്കാനില്ലാതെ വെളിമ്പ്രദേശമായി തളത്തിലെ മൊസേക്കു തറയിൽ മലർന്നു കിടപ്പുണ്ടായിരുന്നു. ടി വിയിൽ നേർത്ത ഒച്ചയിൽ *പഞ്ചവടിപ്പാലം* സിനിമ. വിക്ടർ തന്റെ സാന്നിദ്ധ്യത്തെ ഒരു ചുമപ്പെടുത്തലിലൂടെ ഉണർത്തിച്ചപ്പോൾ കിടപ്പറയിൽനിന്നും ഒരു വിളിയുണ്ടായി.

"ആരാ... വിക്ടറാ..."

അങ്ങനെയൊരു ചുമ അകത്തളം പ്രതീക്ഷിച്ചിരുന്നതുപോലെ.

മറുപടി പൂർത്തിയാക്കുന്നതിനുമുമ്പേ ഇറങ്ങി വന്ന ക്ലാരക്കൊച്ചമ്മയുടെ കൈയിൽ വിക്ടർ പൊതി സമ്മാനിച്ചു. ക്ലാരക്കൊച്ചമ്മയുടെ കണ്ണിലേക്കവൻ കൃതജ്ഞതയോടെ നോക്കി. ക്ലാരക്കൊച്ചമ്മയുടെ കണ്ണുകളിൽ അപ്പോൾ രണ്ട് നക്ഷത്രങ്ങൾ ഉദിച്ചുവന്നു. ദുഃഖത്തിന്റെ പഴയ കറുത്തവാൽ ഒരു തക്കിടിമുണ്ടിത്താറാവായി രൂപാന്തരപ്പെട്ട്, കണ്ണീർച്ചാൽ നീന്തിക്കയറി കുണുങ്ങിച്ചിണുങ്ങി വിക്ടറിലേക്ക് അടുക്കുന്നതുപോലെ!

പൊതി അഴിച്ചുനോക്കുന്നതിനായി ക്ലാരക്കൊച്ചമ്മ കിടപ്പറയിലേക്കു പോയപ്പോൾ, മണിയനീച്ചകൾ വേട്ടക്കിറങ്ങുന്ന ഫയദോർ മുതലാളിയുടെ അബോധമേനിയിലേക്ക് അവൻ അറപ്പോടെ നോക്കി. മുതലാളി ഒരു ഉൾവിളിയെന്നോണം പൃഷ്ഠം പൊക്കി ഒരു വലിയ ഒച്ചയോടെ പ്ർർർ..... വിട്ടു. സ്വസ്ഥതയോടെ പിന്നെയും തന്റെ താവളമായ അബോധത്തിലേക്കു തന്നെ മടങ്ങി. വിക്ടറാകെ നാറിപ്പോയി.

കുമിഞ്ഞ നാറ്റത്തെ വിക്ടർ കർച്ചീഫുകൊണ്ട് മൂക്കിൽനിന്നും തുരന്നെടുത്തു കളയുമ്പോഴാണ് അകത്തളത്തിൽനിന്നുള്ള അന്വേഷണം

തലനീട്ടിയത്.

"ഞാൻ തരാത്ത ഒരെണ്ണം കൂടി ഉണ്ടല്ലോ"

"അത്... എന്റെ ഒരു സമ്മാനമാ കൊച്ചമ്മേ..."

നഖം ഇറിഞ്ഞ് വിക്ടറിന്റെ ചൂണ്ടുവിരലിൽ ചോര കണ്ടു.

"സമ്മാനമാണെങ്കില് അത് ആരും കാണാതെ കിഴിക്കെട്ടിലാക്കി തരുന്നതാണോ അതിന്റെ ശരി."

"പിന്നേ...?"

"ഒന്നുകിൽ കൈയേൽ തരണം. അല്ലെങ്കില് അണിയിക്കേണ്ടിടത്ത് അണിയിച്ചുതരണം."

എൺപതുകളിലെ മലയാള സിനിമയിൽനിന്നും ഒരു സീൻ കടം കൊണ്ടു കയറി വന്നതുപോലെ, മുറ്റത്തുനിന്ന ഒരു കവുങ്ങ് ശക്തിയായി അടിച്ച കാറ്റിൽ മറിഞ്ഞ് സ്റ്റേക്കമ്പിയിൽ വീണു. വൈദ്യുതബന്ധം തക രാറിലായി. *പഞ്ചവടിപ്പാലം* അപ്രത്യക്ഷമായി. ചുറ്റിലും ഇരുളിന്റെ ഒരു കൂമ്പാരം പൊഴിഞ്ഞുവീണു.

വിക്ടർ ഇരുട്ടിൽ തപ്പിത്തടഞ്ഞ് ക്ലാരക്കൊച്ചമ്മയുടെ അടുത്തെത്തി.

മണ്ണെണ്ണവിളക്കിന്റെ അരണ്ടവെളിച്ചം വിറച്ചുനിന്നു.

ഫയദോർ മുതലാളിയുടെ ഉടലിൽനിന്നും ഒരു വാൾ കൂടി ഉതിർന്നു വീഴുന്ന ശബ്ദം, സാക്ഷ തിരുകുന്ന കിരുകിരുപ്പ് ഒച്ചയെ വെട്ടിക്കൊന്നു.

സമ്മാനിതമാകേണ്ട ക്ലാരക്കൊച്ചമ്മയുടെ ഉടൽപ്രദേശം വിക്ടറിന്റെ ഉള്ളംകൈയിൽ...!!!

മാറി നിന്ന മഴപെയ്യുവാൻ തുടങ്ങി. ഇരിങ്ങന്നൂരിനെ ഞെട്ടിക്കുന്ന രീതിയിൽ, ഒരിക്കലും തോരാത്തമാതിരി മഴ പെയ്തുകൊണ്ടിരുന്നു.

ഇരിങ്ങന്നൂരിന്റെ ചരിത്രത്തിലെ ഏറ്റവും വലിയ മഴ!!!

മഴ മാറി വേനൽ വന്നിട്ടും ക്ലാരക്കൊച്ചമ്മയുടെ വയറ്റിൽ ഒരു ഉണ്ണി കുരുത്തിട്ടും ഫയദോർ മുതലാളി കുടി നിർത്തിയില്ല. ക്ലാരക്കൊച്ചമ്മ യുടെ വയറു വീർത്തു വരുന്നതിനനുസരിച്ച് കുടിയുടെ അളവും കൂടി ക്കൂടി വന്നു. അടിയും തൊഴിയും പ്രാക്കുമൊക്കെ ക്ലാരക്കൊച്ചമ്മയുടെ മേലെ ഇടിവെട്ടി പെയ്തു. ധൂർത്തും നോട്ടപ്പിശകും മേരിമാതായെ കുത്തുപാളയെടുപ്പിച്ചു. പക്ഷേ, ക്ലാരക്കൊച്ചമ്മ എല്ലാം സഹിച്ചു. പൊറു ത്തു. എല്ലാം ഒന്നേ ഒന്നിനുവേണ്ടി മാത്രം. കുഞ്ഞിക്കാൽ കാണണം! പിന്നെ മരിച്ചാലും വേണ്ടീല!

ഒരിക്കലും പെറില്ലെന്ന് ഒരുപക്ഷേ, ഫയദോർ മുതലാളിയെങ്കിലും വിചാരിച്ചിരുന്ന, ക്ലാരക്കൊച്ചമ്മ പെറ്റ വൈകുന്നേരം ഫയദോർ മുതലാളി മരിച്ചു. തടി കയറ്റിവന്ന ഒരു നീളൻ ലോറിയാണ് ഫയദോർ മുതലാ ളിയേയും മുതലാളിയുടെ ലാമ്പ്രട്ടായേയും ഒരിക്കലും തിരിച്ചുവരാൻ വഴികളില്ലാത്ത മരണത്തിന്റെ ചുടുകാട്ടിലേക്ക് എടുത്തുകൊണ്ടു പോയത്. ഫയദോർ മുതലാളിയുടെ മരണം പൊടുന്നനെ അനാഥമാ ക്കിയ ക്ലാരചേച്ചി എല്ലാം വിറ്റുപെറുക്കി കൈക്കുഞ്ഞുമായി അപ്രത്യ

ക്ഷമായി. കുറച്ചുകാലം കഴിഞ്ഞ്, ഒരു കാരണവുമില്ലാതെ നല്ലരീതിയിൽ പ്രവർത്തിച്ചിരുന്ന ഉണ്ണിയേശുവിനെയും കെട്ടിപ്പെറുക്കി വിക്ടർ മുതലാളി എങ്ങോട്ടോ ലോറിയിൽ പാഞ്ഞുപോയി. അതോടെ 'ഫയദോർ മുതലാളിയുടെ ഭാര്യ വിശ്വസ്തയായിരിക്കണം' എന്നുള്ള ചുമരെഴുത്തുകൾ എന്നന്നേക്കുമായി ഇരിങ്ങന്നൂരിൽനിന്നും മാഞ്ഞുപോയി.

വർഷങ്ങൾക്കുശേഷം

മാവിലാങ്കര എന്ന മറ്റൊരുദേശത്തെ ഓൺലൈൻ ചുമരെഴുത്തുകൾ കഥയെ ഉപസംഹരിച്ചത് ഇപ്രകാരമായിരുന്നു

"മാവിലാങ്കരയുടെ വികസനചരിത്രത്തിൽ ഒരു കറുത്ത ദിവസമായി പര്യവസാനിക്കേണ്ടതായിരുന്നു ഈ ദിനം. എവിടെനിന്നോ മാലാഖമാരെപ്പോലെ പറന്നുവന്ന് നമ്മുടെ നാടിനെ മോഹിപ്പിക്കാൻ പഠിപ്പിച്ച വിക്ടർ മുതലാളിയും ക്ലാരക്കൊച്ചമ്മയും അവരുടെ മൂന്നു മക്കളും ടിപ്പർലോറിയിലിടിച്ച് അവസാനിക്കേണ്ടതായിരുന്നു. വിക്ടർ മുതലാളിയുടെ പുതിയ സംരംഭവും ക്ലാരക്കൊച്ചമ്മയുടെ അഭിലാഷവുമായ 'ഏദൻ' ബ്യൂട്ടിപാർലറിന്റെ ഉദ്ഘാടനവും കഴിഞ്ഞ്, പള്ളിവഞ്ചിയിൽ നേർച്ചയുമിട്ടു 'ലംബോർഗിനിയിൽ' വരുന്ന വഴിക്കായിരുന്നു മരണം അവരെ തട്ടിയെടുക്കാൻ പദ്ധതിയിട്ടത്. എന്നാൽ ആൾദൈവങ്ങളെന്ന് ആക്ഷേപിക്കപ്പെടുന്ന, മാതാ കന്യാവനത്തിന്റെയും കുട്ടിയപ്പൻ പുണ്യാളന്റെയും അനുഗ്രഹങ്ങൾ ആ കുടുംബത്തിനുമേൽ ആവോളമുണ്ടായിരുന്നു. മണ്ണിലെ ദൈവങ്ങളുടെ അനുഗ്രഹാശിസ്സുകൾ കരത്തോട് കരം ചേർത്ത് ഒരുമിച്ച് ഒരു പിടി പിടിച്ചു ദൈവീകശിക്ഷയെ കാലപുരിയിലേക്ക് എടുത്തെറിഞ്ഞു. വിക്ടർ മുതലാളിയും കുടുംബവും മരണത്തിൽനിന്നും രക്ഷപ്പെട്ടെങ്കിലും അവർ അനുഭവിച്ച മനോവിഷമം ദുർബ്ബലചിത്തരായ മാവിലാങ്കര നിവാസികൾക്ക് സഹിക്കാവുന്നതിനുമപ്പുറമാണ്. അതിനാൽ നാളെ നമ്മുടെ നാടിന് ഹർത്താൽ. നാട്ടിലുള്ള സർവ്വ പാർട്ടികളും മതസംഘടനകളും ഐകകണ്ഠ്യേന പ്രഖ്യാപിച്ച ദുഃഖാചരണം.

വിക്ടർ മുതലാളിയുടെയും ക്ലാരക്കൊച്ചമ്മയുടെയും വികസന സ്വപ്നങ്ങൾ ഈ മണ്ണിൽ തന്നെ നൂറുനൂറ് പൂക്കളായി വിടരാൻ അനുവദിച്ചാലും... ആശീർവദിച്ചാലും..."

പഴയനിയമത്തിലെ രണ്ടുപേർ

ഗബ്രിയേൽ ഒറ്റയ്ക്ക് ഒരു നഗരത്തെ കൈപ്പിടിയിൽ ഒതുക്കി നഗരപിതാവായ ദിവസമായിരുന്നു ശിബിമോൻ ഗബ്രിയേലിന്റെ ഗ്രാമമായ മഞ്ഞപ്പാറയിൽ അവതരിച്ചത്.

നഗരപിതാവിന്റെ സത്യപ്രതിജ്ഞയ്ക്ക് മുമ്പും പിമ്പും നഗരത്തിലും ചെറുപട്ടണങ്ങളിലും ജന്മസ്ഥലത്തും ആഘോഷങ്ങൾ പലവിധ മാനങ്ങളിൽ അരങ്ങ് തകർത്തുകൊണ്ടേയിരുന്നു. കൊടിതോരണങ്ങളായും പടക്കംപൊട്ടലുകളായും മദ്യക്കുപ്പി തുറപ്പുകളായും ആഹ്ലാദത്തിമിർപ്പുകൾ പൊടിപൊടിച്ചു.

പകലൊടുങ്ങിയതിനു ശേഷമായിരുന്നു കരിങ്കുടം പോലെയിരുന്ന ആകാശം പൊട്ടിയൊലിച്ചത്. അങ്ങനെ നീണ്ടുനിന്ന വേനലറുതിക്കും ആഘോഷത്തിനും ഒരേപോലെ പരിസമാപ്തിയായി.

മഞ്ഞപ്പാറയുടെ മണ്ണിലൂടെ ചേതനവും അചേതനവുമായ അനവധി വസ്തുക്കൾ ആ മഴയിലൂടെ ഒഴുകിവന്നു. അധികവും ഏറെനാളായി മെല്ലിച്ചുകിടന്ന മേദിനിയാറ് തടിച്ചുകൊഴുത്ത് പുഷ്ടിയാൽ വരുതിയിലാക്കി മഞ്ഞപ്പാറയുടെ മണ്ണിലേക്ക് നിക്ഷേപിച്ചതായിരുന്നു. ശിബിമോനെയും മേദിനിയാറ് വശീകരിച്ച് കൊണ്ടുവന്നതെന്ന് തീർച്ചപ്പെടുത്താനാകില്ല.എങ്കിലും നനഞ്ഞുകുതിർന്ന ദുർഗ്ഗന്ധം വമിക്കുന്ന ജീൻസും ചേറുമേഞ്ഞ വെളുത്ത കുർത്തയും എസ്തപ്പാനെയും ഭാര്യ റാഹേലിനെയും ബോദ്ധ്യപ്പെടുത്തിയത് അങ്ങനെതന്നെയായിരുന്നു. മെഴുകുതിരിയുടെ ഇത്തിരി വെട്ടവട്ടത്തിന്റെ ദൃശ്യപരതയിലേക്ക് കടന്നുവരുമ്പോൾ ശിബിമോൻ ബോധരഹിതനായി പടിഞ്ഞാറേ ഉമ്മറപ്പടിയിലായിരുന്നു. നവജാതശിശുവിനെ നെഞ്ചോടു ചേർത്തുവച്ചതുപോലെ ഒരു ഗിറ്റാറും.

തോരാതെ മഴ തിമർത്തു പെയ്തുകൊണ്ടിരുന്നു. അനവദ്യ സുന്ദ

രമായ ഒരു മൺസൂണിനാൽ പ്രകൃതി കോരിത്തരിച്ചു. ശിബിമോൻ അറയ്ക്കൽ തറവാട്ടിൽ അഭയാർത്ഥിയായ വിവരം കാലവർഷ കവചങ്ങളെയും ഭേദിച്ച് നഗരപിതാവിന്റെ കാതുകളിലും ഇതിനകം എത്തിച്ചേർന്നിരുന്നു. അയാളെ സംബന്ധിച്ച് എസ്തപ്പാനും റാഹേലും തന്റെ പ്രജകൾ മാത്രമല്ലല്ലോ. പിതാവിന്റെ ജ്യേഷ്ഠനും ജ്യേഷ്ഠപത്നിയുമാണല്ലോ. വിശാലമായ അവരുടെ പറമ്പുകളുടെയും പാടങ്ങളുടെയും ഒസ്യത്ത് അവകാശികൂടിയായിരുന്നല്ലോ ഗബ്രിയേൽ. ആകയാൽ അപരിചിതനായ ഒരു മനുഷ്യൻ തങ്ങളുടെ ജീവിതത്തിൽ ഉണ്ടാക്കാൻപോകുന്ന പൊല്ലാപ്പുകളെക്കുറിച്ചുള്ള തന്റെ ആകുലതകളും ഉപദേശങ്ങളും പേരപ്പനോടും പേരമ്മയോടും പങ്കുവയ്ക്കുന്നതിൽ ഗബ്രിയേൽ തെല്ലും ഉദാസീനത കാട്ടിയില്ല.

ശിബിമോന്റെ മൊഴികളും പ്രവൃത്തികളും ഒരു മൊസാർട്ടിയൻ സംഗീതംപോലെ എസ്തപ്പാനെയും റാഹേലിനെയും നവീകരിക്കുകയും പരിഷ്കരിക്കുകയും ചെയ്തു. ശിബിമോന്റെ കരങ്ങളാലും ഉത്സാഹത്തിനാലും ഏറെനാളായി മനുഷ്യന്റെ വിയർപ്പും ആയുധത്തിന്റെ മൂർച്ചയുമറിയാത്ത എസ്തപ്പാന്റെ പുരയിടങ്ങൾ എളുപ്പത്തിൽ മുറിഞ്ഞുപോയി. വിണ്ണിൽ നിന്നിറങ്ങി വരുന്ന ദാഹനീർ കുടിച്ചും മൂവരും കൃതാർത്ഥരായി നല്കുന്ന ജൈവവളങ്ങൾ ഭക്ഷിച്ചും പാടങ്ങളും പറമ്പുകളും ഏദൻ പരിവേഷത്തിലേക്ക് ആടയാഭരണങ്ങൾ അണിയുവാൻ തുടങ്ങി.

മന്ദീഭവിച്ചു കിടന്ന ധമനികളിലും അസംഖ്യമായ ഞരമ്പുവേരുകളിലേക്കും നവയൗവനത്തിന്റെ ഉല്ലേഖങ്ങൾ ഒഴുകുകയാണെന്ന് എസ്തപ്പാൻ റാഹേലിനോട് അടക്കംപറഞ്ഞു.

“അതെ. എന്തൊക്കെയോ തിരിച്ചു കിട്ടിയതുപോലെ...” നെൽച്ചെടികളുടെ മേനിയിൽ പറ്റിപ്പിടിക്കുന്ന പുച്ചികളെ തപ്പിയെടുക്കുന്നതിനിടയിലും ഒരു ചെറുനോട്ടം തന്റെ പുഷ്പിക്കാതെ പോയ അടിവയറിലേക്കെറിഞ്ഞ് റാഹേൽ സ്വയം സാന്ത്വനപ്പെടുകയും ഭർത്താവിനെ ആശ്വസിപ്പിക്കുകയും ചെയ്തു.

ആദ്യ വിദേശപര്യടനം സ്വിറ്റ്സർലന്റിൽ പൂർത്തിയാക്കിയതിനു ശേഷം നഗരപിതാവ് ജന്മനാട്ടിൽ തിരികെ എത്തിയ ദിവസമായിരുന്നു അത്. പേരപ്പന്റെയും പത്നിയുടെയും ജീവിതത്തെക്കുറിച്ചുള്ള ഓർമ്മ ഒരു വെസൂവിയസ് പൊട്ടിത്തെറിപോലെ അയാളെ നിദ്രയിൽ നിന്നുമുണർത്തി. ഓഡിയിൽ അറയ്ക്കൽ തറവാട്ടിലേക്ക് ഓടിച്ചെല്ലുവാൻ പ്രേരിപ്പിച്ചു.

എസ്തപ്പാനും റാഹേലും ശിബിമോനും കാര്യക്കാരനായി കൂടിയ കാടൻ കോരനുമപ്പോൾ പാടത്തായിരുന്നു. ഗബ്രിയേൽ തന്റെ ഓഡി കാർ ചരൽ നിറഞ്ഞ മുറ്റത്തേക്ക് കേറ്റിയിട്ട് ചായ്വാനമിറങ്ങി.

“അവിടെ നിന്നോ ഞാനങ്ങോട്ട് വരാം പേരപ്പാ.”

ഗബ്രിയേൽ അനുസരണയുള്ള കുട്ടിയെപ്പോലെ ഉച്ചരിച്ച്, പൂവൻ വാഴയുടെ ഒരു കൈയേൽ പിടിച്ച് വരമ്പിലേക്ക് ചാടി.

വളർത്തുമകന്റെ ഉയർച്ചയിൽ സന്തുഷ്ടരായ മാതാപിതാക്കൾ ചേർ പുരണ്ട വസ്ത്രമെന്നോ വിയർപ്പിൽ പൊതിഞ്ഞ ഉടലെന്നോ വക വയ്ക്കാതെ ഗബ്രിയേലിനെ വാരിപ്പുണർന്നു. കാടൻ കോരൻ അപ്പോൾ നാവ് ശീലിച്ച ഒരു നാടൻപാട്ട് കണ്ഠത്തിൽനിന്നും അണമുറിച്ചുവിട്ടു. ശിബിമോൻ വരമ്പിൻമീതേ ഷർട്ടിന്റെ മേൽ വിരാജിച്ച ഗിത്താറിനെ പൊക്കി ഉയർത്തി നാടൻപാട്ടിന് ശീല് പകർന്നു. ഏതോ വിലയേറിയ സംഗീതവിരുന്നിൽ പ്രശോഭിക്കപ്പെടുന്ന പ്രത്യേകക്ഷണിതാവാണ് താനെന്നപ്പോൾ ഗബ്രിയേൽ വിചാരിച്ചുപോയി. ഏറെനേരം ആ സന്തോഷം ബുൾഗാൻ താടിക്കുമീതെ ദീർഘവൃത്താകൃതിയിൽ വിസ്തൃതി ഏറ്റിക്കൊണ്ടേയിരുന്നു. പക്ഷേ, അയാൾ അപ്പോഴും തന്റെ കാഴ്ചയുടെ ഒരു റഡാർ ശിബിമോനിലേക്ക് തിരിച്ച് വയ്ക്കാതിരിക്കാൻ മാത്രം നിഷ്കളങ്കനായിരുന്നില്ല.

പേരപ്പനേയും പേരമ്മയേയും, അവരുടെ ഏക്കറുകണക്കിനുള്ള പറമ്പുകളെയും പാടങ്ങളെയും പുതുവർണ്ണങ്ങളാലും നവസുഗന്ധങ്ങളാലും കൂടുതൽ ചെറുപ്പമാക്കിയ അത്ഭുത യുവാവിന് ഗബ്രിയേൽ ഹസ്തദാനം നല്കി. ശേഷം നിർമ്മലമായ ഹൃദയത്തോടെ ഉയരത്തിലേക്ക് ചാടിക്കയറി ഗബ്രിയേൽ യാത്രയായി.

ആ രാത്രിയിലായിരുന്നു ശിബിമോനെ അവർക്ക് നഷ്ടമായത്. എങ്ങുനിന്നോ വന്നവൻ എങ്ങോട്ടോ പോയി – എന്നുള്ള നിസ്സാരമായ വ്യഖ്യാനത്തിലേക്ക് തങ്ങൾക്കുണ്ടായ വ്യഥയെ ലഘൂകരിച്ചെടുക്കാൻ വൃദ്ധദമ്പതികൾക്കാകുമായിരുന്നില്ല. എനിക്ക് നീയും നിനക്ക് ഞാനുമെന്നുള്ള വിശ്വാസപ്രമാണത്തിൽ ഭേദഗതി വരുത്തി ജീവിതത്തെ ഒരു വലിയ ക്യാൻവാസിലേക്ക് വിപുലീകരിച്ച നന്മനിറഞ്ഞ ചിത്രകാരനെ അവർക്ക് അത്രവേഗമൊന്നും മറവിയുടെ ശവക്കല്ലറയിലേക്ക് അടക്കുവാൻ കഴിയുമായിരുന്നില്ല.

“ഒന്നുരണ്ടാഴ്ചയ്ക്കുള്ളിൽ വിതച്ചതു കൊയ്യാം.”

കാടൻ കോരന്റെ അനുഭവ പരിജ്ഞാനത്തിന് നൂറിൽ നൂറു കൊടുത്തുകൊണ്ട് അന്നത്തെ അദ്ധ്വാനം പൂർത്തിയാക്കി, വൈകുന്നേരം എല്ലാവരും വാസസ്ഥാനത്തേക്ക് മടങ്ങിപ്പോയി.

ആ രാവിൽ എസ്തപ്പാന് തെങ്ങിൻകള്ള് കുടിക്കണമെന്ന് തോന്നി. വലിയ ആഹ്ലാദങ്ങൾ സമ്മാനിച്ച ദിനത്തെ ലഹരി വിമുകതമായി കൈയൊഴിയുന്നതിൽ കാടൻ കോരനും താല്പര്യമുണ്ടായിരുന്നില്ല.

ആറ്റിൻകര ഷാപ്പിലെ പൊടിയും പേസ്റ്റും ചേരാത്ത തെങ്ങിൻകള്ള് തറവാടിന്റെ വാർപ്പ് മണ്ടേൽ വരാൻ പിന്നെ അധികസമയമൊന്നും വേണ്ടി വന്നില്ല. മണ്ണിന്റെ കാന്തിക പ്രഭാവലയത്തിൽ അകപ്പെട്ടതിനാൽ ബിപിയും കൊളസ്ട്രോളും ഷുഗറുമൊക്കെ കുറച്ചുനാളായി എസ്തപ്പാനിൽ നിന്നും അകന്നുനിന്നു. അതിനാൽ റാഹേൽ മറുത്തൊന്നും പറഞ്ഞില്ല.

ശിബിമോനും റാഹേലും ഓടിപ്പോയി ഓടാമ്പൽ വലിച്ചുതുറന്ന് കൂട്ടിൽനിന്നും രണ്ട് മുഴുത്ത താറാവുകളെ കഴുത്തേൽ പിടിച്ചുകൊണ്ടു

വന്ന്. മപ്പാസടിച്ചു. കുറച്ച് തുണ്ടങ്ങളെടുത്ത് വറ്റലുമുളകും ഇഞ്ചിയും പുരട്ടി വെട്ടിത്തിളങ്ങുന്ന എണ്ണയിലേക്കെടുത്തിട്ടു വറുത്തുകോരി.

കാലത്ത് പാടത്തുവച്ച് മുറിഞ്ഞുപോയ നാടൻ പാട്ട് തെങ്ങേപ്പാട്ടിന്റെ ഒച്ചയിൽ സ്വാഗതഗാനമെന്നപോലെ വീടിന്റെ ശിരസ്സിൽനിന്നും പൊഴിഞ്ഞുവീണു.

"ദാ എത്തിപ്പോയേ..."

ശിബിമോനും റാഹേലും കരങ്ങളിൽ വിഭവങ്ങളേന്തി പടികൾ കയറി. പകലിന്റെ കനലിപ്പുകളുടെ തപ്തനിശ്വാസങ്ങൾ കുടികൊള്ളുന്ന സിമന്റ് തറയിലേക്ക് ചന്തികൊണ്ടു വച്ചു.

കാടൻ കോരന്റെ കഠോര ശബ്ദത്തിലൂടെയും ശിബിമോന്റെ മാന്ത്രിക സ്പർശമുള്ള ഗിറ്റാർ വാദനത്തിലൂടെയും സമയസൂചികൾ സഹർഷം മുന്നോട്ടുപോയി. കുടിയും തീറ്റയും ആവോളം നടന്നുകൊണ്ടിരുന്നു. പുരുഷന്മാരായിരുന്നു അതുവരെ കുടത്തിലൊളിപ്പിച്ച കള്ളിനെ പുറത്തെക്കൊഴിച്ച് ഉള്ളിലേക്കാവാഹിച്ചത്. അവരെ ഞെട്ടിച്ചുകൊണ്ടായിരുന്നു ഒന്നെനിക്ക് ഒഴിക്കെടാ ശിബിമോനെയെന്ന് റാഹേൽ ആജ്ഞാപിച്ചത്. അന്തിച്ച് ഉന്തിച്ചു നില്ക്കുന്ന പുരുഷകേസരികളുടെ കണ്ണുകളിലേക്ക് കടുക് വറുക്കുന്ന ഒരു നോട്ടം പൊട്ടിച്ചിട്ട് കണ്ണാടിഗ്ലാസിലേക്ക് കള്ള് പകർന്നു.പിന്നെ ഒറ്റയിരിപ്പിന് അടിച്ചുതീർത്ത് 'ആഹ്' മുഴക്കി റാഹേൽ ചിറി തുടച്ചു.

കാടൻ കോരൻ വേഗത്തിൽ ഭക്ഷിക്കുകയും പാനം ചെയ്യുകയും ചെയ്യുന്ന പ്രകൃതക്കാരനാണ്. ശീലങ്ങൾക്ക് യാതൊരു വിഘ്നവും വരുത്താതെ മുൻധാരണപ്രകാരമെന്നോണം സിമന്റ് തറയിലേക്ക് തല ചായിച്ചു. പിന്നെ ഉടൽ തിരിച്ച് കാൽകളും കൈകളും നീട്ടി വച്ച് ക്രൂശിതനായ ക്രിസ്തുവായി.

കറക്കുപമ്പരത്തെപ്പോലെ ആരോ എടുത്തെറിഞ്ഞ പടവുകളിലേക്ക് ഒറ്റയോട്ടം. പിന്നെ ഝടുതിയിലുള്ള പടിയിറക്കം. ശിബിമോൻ അങ്ങനെ ചെയ്യുമ്പോൾ എസ്തപ്പാനും റാഹേലിനും ധ്യാനബുദ്ധന്മാരാകാൻ കഴിയില്ലല്ലോ. അവർ പുതു ആകാശഗംഗകൾ തേടുന്ന വാൽനക്ഷത്രങ്ങളെപ്പോലെ ശിബിമോന്റെ പിറകെ വിട്ടു.

ശിബിമോൻ വടക്കുവശത്തെ ചാമ്പക്കൂട്ടിൽ ചെന്ന് കരിക്കട്ടകൾ ശേഖരിച്ച് തറവാടിന്റെ പൂമുഖത്തെത്തി. അപ്പോഴേക്കും ധൃതികൂട്ടി നെഞ്ചിൽനിന്നും പറപറക്കുന്ന നിശ്വാസങ്ങളെ മുകളിലോട്ടും താഴോട്ടുമായി സമാധാനിപ്പിച്ചുകൊണ്ട് എസ്തപ്പാനും റാഹേലുമെത്തി.

ചിത്രകാരൻ തന്റെ ബ്രഷിനെ എത്രമാത്രം ശ്രദ്ധയോടെയാണോ വിരലുകളിലേക്ക് തുന്നിച്ചേർക്കുന്നത് അതേ ഗൗരവത്തിൽ ശിബിമോൻ ഒരു നീളൻ കരിക്കട്ടയെടുത്തു. മഞ്ഞനിറം പൂശിയ ചുമർഭിത്തിയിൽ ഒരു അപ്പനെ വരച്ചു. യൗവനത്തിന്റെ തിളപ്പുള്ള, ആകാര സൗഷ്ഠവമുള്ള ഒരപ്പനെ. അപ്പന് എസ്തപ്പാന്റെ ഛായയായിരുന്നു.

–"ഓ.... അങ്ങനെ...."

കരികലയുടെ നിൽപും നൽപും തിരിഞ്ഞ എസ്തപ്പാൻ പ്രാണവായുവിനെ കരിക്കട്ടയിലേക്ക് ഊതിവിട്ടു. ഷാരോണിലെ പനിനീർപ്പൂവ് വിടർന്നതുപോലെയുള്ള ഒരു നാരിയെ സൃഷ്ടിച്ചു. അതിന് "റാഹേൽ" എന്നുപേർ വിളിച്ചു.

എസ്തപ്പാനും റാഹേലിനുമിടയിൽ എസ്തപ്പാൻ മനഃപൂർവ്വം അപൂർണ്ണതയുടെ ഒരിടം ഒഴിച്ചിട്ടു. റാഹേലിനുള്ള ചലഞ്ച്!

റാഹേൽ ചലഞ്ച് ഏറ്റെടുത്തു.

"അത്രയേയുള്ളോ?" - അപൂർണ്ണമായ ഇടത്തിലേക്ക് വള്ളിനിക്കറുള്ള ശിബിമോനെ റാഹേൽ പ്രസവിച്ചു നിർത്തി.

പൊടുന്നനെ പുല്ലുമേഞ്ഞ ഭവനം അപ്പനും അമ്മച്ചിക്കും പുത്രനും മീതേ ഉയർന്നുവന്നു. വിത്തുകളുള്ള വൃക്ഷങ്ങളും പൂവുകളുള്ള ചെടികളും വിത്തില്ലാത്ത സിന്ധുമാവും വേരില്ലാത്ത സാൽവീനിയയും വീടിന് ചുറ്റുമായി ഒരു ഹരിതാവരണം തീർത്തു. അപ്പോഴേക്കും മുൻവശത്തെ ഭിത്തി ചിത്രങ്ങളാൽ നിറഞ്ഞു കവിഞ്ഞു.

തറവാടിന്റെ ആന്തരികവും ബാഹ്യവുമായ സകല ചുമരുകളിലേക്കും പ്രപഞ്ചം, ചരാചരങ്ങൾ കറുത്ത വരകളാൽ പുനരവതരിച്ചു. കക്കൂസിന്റെ ചുമർഭിത്തികളിലായിരുന്നു അറബിക്കടൽ അലറിവിളിച്ചത്. കിണറിന്റെ ആൾമറയിൽ ഒളിംപസ് പർവ്വതവും മഞ്ഞപ്പാറയിലെ എളിയൻ കുന്നും സ്പർദ്ധകളില്ലാതെ ഒരു സ്വപ്നത്തിന്റെ സാക്ഷാത്ക്കാരമെന്നപോലെ കൈകോർത്തു നിന്നു.

ഭൂമി തീർന്നുപോയതിനാൽ സ്രഷ്ടാക്കൾ ഉല്പത്തി പ്രക്രിയയിൽ നിന്നും നിവൃത്തി നേടി വിശ്രമിക്കുവാൻ തീരുമാനിച്ചു. അന്തരീക്ഷമാകെ പൗർണ്ണമിയുടെ പാൽക്കടലിൽ മുങ്ങികിടക്കുകയായിരുന്നു. എസ്തപ്പാനും റാഹേലും അവരുടെ ഉടലുകളുടെ മദ്ധ്യത്തായി ശിബിമോനെ കിടത്തി. വാർദ്ധക്യം ചുളിപ്പിച്ച ബാഹുബന്ധനത്താൽ ഉറക്കത്തിലേക്ക് പുതച്ചുവച്ചു. തുറന്നുകിടന്ന പൂമുഖ വാതിലിലൂടെ പൗർണ്ണമിയുടെ ചെറുതിരകൾ ഇരച്ചുകയറി നിദ്രപൂകിയവർക്ക് വെള്ളിപ്പുതപ്പായി.

നാഷ്ട്യരായ എസ്തപ്പാനും റാഹേലും ഏഴുപകലും ആറു രാവും കൊണ്ട് ശിബിമോൻ കുഴിച്ചിട്ട ശൂന്യതയുടെ ആഴമെത്രയെന്ന് സ്മരണയുടെ തോതുകൊണ്ട് അളന്നുകൊണ്ടേയിരുന്നു. അന്വേഷണങ്ങൾ ധൃതഗതിയിൽ പുരോഗമിക്കുന്നുണ്ട്. നഗരപിതാവിന്റെ താങ്ങും തണലും അന്വേഷണത്തെ കാലവിളംബവും നിഷ്ക്രിയതയും തീണ്ടാതെ സംരക്ഷിക്കുവാൻ പ്രാപ്തമായിരുന്നു. എങ്കിലും പൂർണ്ണമായും ഒരു പേരോ, ഊരോ, എന്തിന് ഒരു പാസ്പോർട്ട് സൈസ് ഫോട്ടോപോലും ശേഷിപ്പിച്ച് വയ്ക്കാനാകാതെപോയ ബുദ്ധി ശൂന്യതയ്ക്ക് എങ്ങനെയാണ് പ്രായശ്ചിത്തം ചെയ്യുക! അതോർത്ത് എസ്തപ്പാനും റാഹേലും പരസ്പരം കയർത്തു.

ഏഴാം രാവിൽ പരസ്പരമുള്ള പഴിചാരലും ശകാരങ്ങളും അതിന്റെ മൂർദ്ധന്യത്തിലെത്തി. രണ്ടുപേരുടെയും ശരീരമാകെ പനിക്കുവാൻ

തുടങ്ങി. പിച്ചുംപേയും പുലമ്പിപ്പോകുന്ന ഉന്മാദാവസ്ഥയിലേക്കുപോലും എടുത്തുചാടിപ്പോകുമോയെന്ന് ബോധത്തിലേക്ക് മടങ്ങിവരുന്ന ഇടവേളകളിൽ അവർ സംശയിച്ചു. കർത്താവ് തമ്പുരാന്റെ ദയയ്ക്കായി ഇരന്നു. കള്ളുമോന്താൻ തോന്നിപ്പിച്ച ദുഷിച്ച പന്നഗദോഷം തങ്ങളെ ഇപ്പോഴും വിടാതെ പിന്തുടരുന്നല്ലോ എന്ന് വിലപിച്ച് ഗീവർഗ്ഗീസ് പുണ്യാളനെ നോക്കി കുമ്പിട്ടുനിന്നു. രണ്ടുപേരും അത്താഴം കഴിച്ചില്ല. രാവിലെ ചോറും വാഴയ്ക്ക മെഴുക്കുപുരട്ടിയതും തേങ്ങാച്ചമ്മന്തിയും റാഹേൽ പാകം ചെയ്തിരുന്നു. അത് ഭോജ്യകളെത്തേടി അടുക്കളയിൽ തന്നെയിരുന്ന് അസ്തിത്വദുഃഖത്താൽ ജീർണ്ണിക്കുവാൻ തുടങ്ങി.

ചുമരുകളിലെ ചിത്രങ്ങൾക്ക് ജീവൻ വെച്ചും വിളകൾക്ക് കാൽമുളച്ചും തങ്ങളെ വെട്ടിക്കൊല്ലാൻ വരുന്നെന്ന് എസ്തപ്പാനും റാഹേലും ഭയപ്പെട്ടു. ഞങ്ങളുടെ നാഥൻ എവിടെ? അവറ്റകളുടെ നിലവിളികൾ തമ്പേറൊച്ചകളായി കാതുകളിൽ പ്രകമ്പനം കൊണ്ടു. ശിബിമോനെ തേടിയുള്ള പ്രയാണത്തിലാണ് തങ്ങളുമെന്ന് ഒരുവിധം പറഞ്ഞൊപ്പിച്ച് സമാധാനചിത്തരായി പറഞ്ഞുവിടാൻ പണിപ്പെട്ടു.

ഒരു മിന്നായംപോലെ ശിബിമോൻ ചിലപ്പോൾ സ്മരണകളുടെ പൂഴിമണ്ണിലൂടെ പിച്ചവെച്ചുകൊണ്ട് 'തൊട്ടേ' എന്ന് സാറ്റുവിളിക്കും. പിന്നെ ചിലപ്പോൾ മോണകാട്ടി ചിരിക്കും. അതുകഴിഞ്ഞ് ചിലപ്പോൾ മുട്ടുകാലേൽ എഴുന്നേറ്റ് ഓടുവാൻ വെമ്പും. ഒരുവേള 'എന്റെ കുഞ്ഞേ' എന്നൊരു ആന്തൽ റാഹേലിൽനിന്നും തൊള്ള തുറന്ന് വീടിനെയാകെ കുലുക്കിമറിക്കുന്ന സ്ഥിതിവരെയുണ്ടായി. പക്ഷേ, എസ്തപ്പാന് അത് കേൾക്കുവാൻ കഴിഞ്ഞില്ല. അയാളപ്പോൾ ശിബിമോന്റെ പിഞ്ചുകരത്തിൽനിന്നും വേർപെട്ടുപോയ നൂലറ്റ പട്ടത്തെ തേടി സോദോം പട്ടണത്തിലേക്ക് പോയതായിരുന്നു.

ശിബിമോന്റെ പിന്നാലെ പാഞ്ഞ റാഹേലും നൂൽ മുറിച്ച പട്ടത്തെ അനുനയിപ്പിച്ച് കൂടെ കൂട്ടാൻ പോയ എസ്തപ്പാനും ഉറക്കത്തിന്റെ പൊട്ടക്കിണറ്റിൽ ചെന്നുചാടി. എസ്തപ്പാനാകട്ടെ, അവിടെയും നിന്നില്ല. വഴുക്കലിൽ കാൽ വഴുതി ഒരു സ്വപ്നത്തിലേക്ക് മലർന്നടിച്ചു വീണു.

സമീകരിക്കാൻ ശ്രമകരമായ ദൗത്യം ഏറെ ആവശ്യമുള്ള ഒരു വൻ പ്രഹേളികപോലെ വളർന്നു നില്ക്കുന്ന മൊട്ടക്കുന്നിന് ഏറ്റവും മുകളിലായി സ്ഥിതിചെയ്യുകയായിരുന്നു ലുപ്പ്ച് വൃക്ഷം. ഒറ്റമരത്തിന്റെ തണലിന് എന്നത്തേക്കാളും പരപ്പും കുളിർമ്മയുമുണ്ടായിരുന്നു. വളർന്നു പന്തലിച്ച ആ വിശാലതയുടെ സാന്ത്വനത്തിൻ കീഴിൽ നിർവൃതനായി പ്രതീക്ഷയോടെ കാത്തുനിൽക്കുകയായിരുന്നു എസ്തപ്പാൻ. എസ്തപ്പാനരുകിലായി, അപ്പോൾ പറിച്ചുവെച്ച ഫലമൂലങ്ങളുടെ ശേഖരമടങ്ങിയ ഗോഫർ തടിയിൽ തീർത്ത ഒരു പെട്ടകവും കാഴ്ചയിലേക്ക് ഒഴുകിച്ചേർന്നു.

അനന്തതയിൽനിന്നും ഒരു വെള്ളരിപ്രാവ് പറന്നുവന്നു. അതിന്റെ വക്രാകരകൊക്കിൽ ഒരു പച്ച ഒലിവില അടയാളമെന്നപോലെ തിരശ്ചീ

നതലത്തിൽ നിലകൊണ്ടു. കാറ്റിന്റെ ശക്തിയിൽ ഇളക്കമുള്ള നരച്ചമുടിയിലേക്ക് അത് തിരുകിവെച്ച ശേഷം ഗോഫർ പെട്ടകത്തിൽനിന്നും ശതാവരിക്കിഴങ്ങിൽ ഒന്നിനെ കൊത്തി. പിന്നെ അതുപേക്ഷിച്ച് മറ്റൊന്നിനെയും കൊക്കേൽ കൊരുത്തുകൊണ്ട് കപോതം വിദൂരതയിലേക്ക് പറന്നുപോയി.

അനന്തരം ആകാശത്തിന്റെ ഗോപുരവാതിലുകൾ മലർക്കെ തുറന്നു. കറുത്തമേഘങ്ങൾ ഉള്ളിൽനിന്നും ചുരന്നൊഴുകുന്ന വെളിച്ചത്താൽ നിഷ്പ്രഭരായി വഴിയൊതുക്കി മാറിനിന്നു. ശുഭ്രവസ്ത്രധാരികളായ, അരയന്നങ്ങളുടെ ചിറകുകളുള്ള രണ്ട് മാലാഖമാർ എസ്തപ്പാനെ ഉന്നംവെച്ച് ലൂപ്ച് മരത്തിന്റെ ചുവട്ടിലേക്ക് താഴ്ന്നുവന്നു. എസ്തപ്പാൻ ഉപചാരപൂർവ്വം നേദിച്ച കാഴ്ചദ്രവ്യങ്ങളിലൂടെ പട്ടുതൂവലുകളാൽ തലോടിയിട്ട് എന്തോ രഹസ്യം വെളിപ്പെടുത്താനുണ്ടെന്നറിയിച്ചു. എസ്തപ്പാന്റെ കാതുകൾക്ക് വലിപ്പം വർദ്ധിക്കുകയും അവറ്റകൾ മാലാഖമാരുടെ ചുണ്ടുകളിലേക്ക് ചേർന്നിരിക്കുകയും ചെയ്തു.

കല്പന കേട്ടയുടനെ, സെഞ്ചുറിയടിച്ചതിനുശേഷം സച്ചിൽ ടെൻഡുൽക്കർ ഒരുനിമിഷംകൊണ്ട് ഉന്നതിയിലേക്ക് ഉല്ക്കർഷിച്ച് തൊട്ടടുത്ത നിമിഷം മണ്ണിനെ കുമ്പിടുന്നതുപോലെയുള്ള പ്രാർത്ഥനാപൂർണ്ണമായ ഒരു പ്രവൃത്തി എസ്തപ്പാനിൽനിന്നും ഉടലാകൃതിയായി.

ഉണർവ്വിലേക്ക് വടം കയറിവന്ന എസ്തപ്പാൻ റാഹേലിനെ തട്ടിയുണർത്തി. എടിയേ വിളി പലതവണ വ്യത്യസ്തമായ തരംഗദൈർഘ്യങ്ങളിലും ആവൃത്തികളിലും സംഭവിച്ചതിനുശേഷം മാത്രമായിരുന്നു 'എന്തോന്നാ മനുഷ്യാ' എന്നൊരു മറുപടി പറച്ചിലുണ്ടായത്. പിന്നെ ഒട്ടും വച്ചു താമസിപ്പിക്കുവാൻ എസ്തപ്പാനായില്ല. മാലാഖമാർ കാതുകളിലേക്ക് പകർന്നൊഴിച്ച സ്വപ്നത്തിന്റെ മുന്തിരിച്ചാറിനെ എസ്തപ്പാൻ ഒറ്റത്തുള്ളിപോലും ചോർന്നുപോകാതെ റാഹേലിന് മുഴുവനായി പകർന്നൊഴിച്ചു. അവിശ്വസനീയതയുടെ ഒരു കൂടാരം റാഹേലിന്റെ വദനത്തിനുമീതേ തമ്പടിച്ചു.

"ഇനി ഈ പ്രായത്തിലോ നമുക്ക് സന്തതികൾ?"

എസ്തപ്പാൻ മേശപ്പുറത്തിരുന്ന സത്യവേദപുസ്തകം അവൾക്കായി തുറന്നു. അതിലെ ചുവന്ന നാട ഉല്പത്തി പുസ്തകത്തിൽ കാട്ടിക്കൊടുത്തു: സ്ത്രീകളുടെ പതിവ് തെറ്റിയിട്ടും വാർദ്ധക്യത്തിലെ നിഷ്കാമാവസ്ഥയിലേക്ക് കൂപ്പുകുത്തിയിട്ടും സന്താനോല്പാദനത്തിന് യഹോവയുടെ കാരുണ്യത്താൽ നിയോഗം ലഭിച്ച സാറയെ!

ആകാശത്ത് ഒരു വലിയ ഇടി പൊട്ടി. ചാട്ടവാർപോലെ മിന്നലുകൾ സ്ഫുരിക്കുകയും കെടുകയും ചെയ്തുകൊണ്ടിരുന്നു. വൈദ്യുതി വെളിച്ചം നിലച്ചു.

എസ്തപ്പാൻ കത്തിച്ചുവെച്ച മെഴുകുതിരിയുടെ വെളിച്ചത്തിൽ പേർത്തും പേർത്തും ഇരുപേരും ആ വാക്യങ്ങൾ തന്നെ ഉരുവിട്ടുകൊണ്ടിരുന്നു. വൃദ്ധാധരങ്ങൾ പൊഴിച്ചിടുന്ന മർമ്മരങ്ങൾ പാരിനെയാകെ

പടർന്നുപിടിച്ച ഇരുട്ടിന്റെ ക്ലാവിനെ ഉരച്ച് ഉരച്ച് നേരത്തെ വെളുപ്പിച്ചു കൊണ്ടേയിരുന്നു.

പ്രഭാത കൃത്യങ്ങൾക്കുശേഷം പുതിയ ചട്ടയും മുണ്ടും ധരിച്ച് എസ്തപ്പാനും റാഹേലും ഗബ്രിയേൽ എന്ന നഗരപിതാവിനോട് ആവലാതി പറയുവാൻ പോയി. വാഴകൾ ഒടിഞ്ഞുവീണെന്നോ, പഴുത്തുപാകമായ നെൽക്കതിരുകൾ നിലംപറ്റിയെന്നോ അപ്പോൾ അവർക്ക് കാണാൻ കഴിഞ്ഞിരുന്നില്ല. ഇടവഴിയിലാകെ ഒടിഞ്ഞ വൃക്ഷത്തലപ്പുകളും ചിതറിയ പച്ചിലകളും തലേന്ന് രാത്രിയിൽ ആഞ്ഞടിച്ച കൊടുങ്കാറ്റിന്റെ ബാക്കിപത്രങ്ങളാണെന്ന് അവർ അറിഞ്ഞതേയില്ല. പാത്രീഭൂതമാകുന്ന പുത്രഭാഗ്യത്താൽ അവരുടെ കണ്ണുകൾ നിരത്തിലെ കുഴികളിൽ ചെളിവെള്ളം കെട്ടിക്കിടക്കുന്നതുപോലെ തിമിരം ബാധിച്ചതായിരുന്നു.

ഗേറ്റ് കടക്കുമ്പോൾ ഗബ്രിയേലിന്റെ മാളികയുടെ ലോണിൽ ആളുകളുടെ ഒരു ചെറു കൂട്ടമുണ്ടായിരുന്നു. ഒ ബി വാനുകൾ സർവ്വ സന്നാഹത്തോടെ എന്തിനും പോന്ന രീതിയിൽ സജ്ജമായി നിന്നിരുന്നു. നഗരപിതാവ് കാർപോർച്ചിൽ പൂക്കളം തീർക്കുന്ന ദൃശ്യം ക്യാമറകൾ ഒപ്പിയെടുത്തു. അതിനുശേഷം തക്കത്തിലും തഞ്ചത്തിലും അടുത്തുചെന്ന് ബൈറ്റുവപ്പിക്കാനുള്ള തത്രപ്പാടിലായി.

“ക്രിസ്ത്യാനികൾ പൂക്കളമിടുമോ.”

റാഹേലിന്റെ ദുഷ്ചിന്തയ്ക്ക് അവൻ വലിയ മനുഷ്യനാടീ റാഹേലേ എന്ന് ആരും കാണാതെ മാറ്റിനിർത്തി എസ്തപ്പാൻ ശാസിച്ചു. ഭാഗ്യത്തിന് ടി വി ക്കാരോ, പത്രക്കാരോ അത് ചൂണ്ടുവാൻ ഇടവന്നില്ല. നഗരപിതാവ് അവരെ അപ്പോഴേക്കും മഹാബലി ചരിതത്തിലേക്ക് ചവുട്ടിത്താഴ്ത്തി കളഞ്ഞിരുന്നു.

വളരെ വേഗത്തിൽ ടി വിക്കാരേയും പത്രക്കാരേയും മാളികയിൽ നിന്ന് ടെലിക്കാസ്റ്റ് ചെയ്തിട്ട് ഗബ്രിയേൽ പേരപ്പനേയും പേരമ്മയേയും ബെഡ്റൂമിലേക്കു കൊണ്ടുപോയി. ഗബ്രിയേലിന്റെ വിശ്വസ്ത ഭൃത്യൻ ഏലിയാസ് ചുക്കും ഏലയ്ക്കായും സമത്തിൽ പൊടിച്ച് മിശ്രീകരിച്ച കാപ്പി നല്കി അതിഥികളെ ഊഷ്മളമാക്കി. കാപ്പി ഊതിയൂതി കുടിച്ചു കൊണ്ട് എസ്തപ്പാൻ തനിക്കുണ്ടായ വെളിപാടിനെക്കുറിച്ചും മനസ്സിനെ മദിപ്പിക്കുന്ന ഇച്ഛയെക്കുറിച്ചും ഗബ്രിയേലിനോട് വാചാലനായി.

ബിസിനസ് അഡ്മിനിസ്ട്രേഷനിൽ മാസ്റ്റർ ബിരുദവും പ്രായോഗിക രാഷ്ട്രീയത്തിന്റെ ചാണക്യസൂത്രങ്ങൾ ഹൃദിസ്ഥമെങ്കിലും എസ്തപ്പാൻ ചുരുൾ നിവർത്തിയ ജീവശാസ്ത്ര സമസ്യക്ക് ഗബ്രിയേലിന്റെ പക്കൽ ഉത്തരമില്ലായിരുന്നു. ടെസ്റ്റ്യൂബ് ശിശു, ക്ലോണിങ് തുടങ്ങിയവയെക്കുറിച്ചുള്ള ആർട്ടിക്കിളുകളിലൂടെ കണ്ണോടിച്ചുപോയിട്ടുള്ള വകയിൽ കിട്ടിയ ജ്ഞാനതന്മാത്രകളൊന്നും പോരല്ലോ വൃദ്ധദമ്പതികൾ കൊളുത്തിവിട്ട ഈ യജ്ഞത്തിന് കളമൊരുക്കാൻ. ഗബ്രിയേലിൽ ആദ്യം ഉരുവംകൊണ്ട അമ്പരപ്പ് ഒന്ന് അടങ്ങിയപ്പോൾ യുക്തിയെ വീണ്ടെടുത്ത്

ഡോക്ടർ അഭിനവ് ഗുപ്തയെ കോൺടാക്ട് ചെയ്തു. ഇന്ത്യയിലെ തന്നെ ഏറ്റവും പ്രശസ്തനായ ഗൈനക്ക് ഭിഷഗ്വരനാണ് ഡോക്ടർ അഭിനവ് ഗുപ്ത. ഔദ്യോഗിക ആവശ്യങ്ങൾക്കായി അദ്ദേഹം നാളെ ഉച്ച വരെ തിരുവനന്തപുരത്തുണ്ട്.

സുഹൃദ്ബന്ധത്തിന്റെ പൂനിലാവും നഗരപിതാവിന്റെ ലേബലിലുള്ള സൂര്യപ്രഭയും ഒരു കോക്ടെയിലായി ഒഴുക്കിവിട്ടപ്പോൾ ഒരു അപ്പോയ്മെന്റ് സാധിച്ചെടുത്തു.

വെയിൽ വിഴുങ്ങി, തടിച്ചുകൊഴുത്ത ഒരു ഉരഗജീവിയായിരുന്നു പകൽ. അതിന്റെ രക്തമാംസാദികൾ ശുഷ്കിച്ച്, മെലിയുന്നതുവരെ എസ്തപ്പാനും റാഹേലും ഗബ്രിയേലിന്റെ സ്നേഹനിർഭരമായ അതിഥിസൽക്കാരത്തിൽ പങ്കുചേർന്നു.

യാത്രയ്ക്കുവേണ്ടിയിട്ടുള്ള ബ്രഷ്, പേസ്റ്റ്, തോർത്ത്, രാസ്നാദിപ്പൊടി, കാച്ചിയ എണ്ണ തുടങ്ങിയ അവശ്യവസ്തുക്കൾ ഇതിനകം സ്യൂട്ട്കെയ്സിൽ നിറച്ച് ഗബ്രിയേലിന്റെ പരിചാരകർ അംബാസിഡർ കാറിന്റെ ഡിക്കിയിൽ അടക്കം ചെയ്തിരുന്നു. അംബാസിഡർ കാറിലെ യാത്രയായിരുന്നു എസ്തപ്പാനും റാഹേലിനും ഏറെ പ്രിയം. അതറിയാവുന്ന ഗബ്രിയേൽ തന്റെ ആഡംബരകാറുകളെ ഒഴിവാക്കി ഒരെണ്ണത്തെ വാടകയ്ക്ക് വരുത്തുകയായിരുന്നു. എന്തിനും ഏതിനും കൂടെയുള്ള കരുത്തുള്ള കരങ്ങളെ ചുംബിച്ചുകൊണ്ട് എസ്തപ്പാനും റാഹേലും ഇഷ്ടശകടത്തിലേക്ക് കയറി. അപ്പോൾ മാളികയുടെ പിന്നാമ്പുറത്തുള്ള ഒഴിഞ്ഞുകിടക്കുന്ന കോഴിഫാമിന്റെ ഷെഡ്ഡിലേക്ക് കുറുക്കൻ കൂവൽ പോലെയുള്ള ഒരു ഏമ്പക്കം നൂഴ്ന്നു കയറിപ്പോയി. ശിബിമോനെ നഷ്ടമായ പ്രഭാതത്തിൽ രാമേശ്വരത്ത് സന്ന്യസിക്കാൻ തീവണ്ടി കയറിയ കാടൻ കോരൻ കോഴിബിരിയാണി അകത്താക്കിയതിനുശേഷമുള്ള തൊള്ളതുറപ്പായിരുന്നു അത്.

പ്രതീക്ഷയുടെ അനേകം വിത്തുകൾ ചുണ്ടുകളിലും കണ്ണുകളിലും പാകി ഒളിപ്പിച്ച എസ്തപ്പാനേയും റാഹേലിനേയുംകൊണ്ട് വെളുത്ത അംബാസിഡർ പൂർവ്വകാലത്തിലെ കുതിപ്പുകളെ അയവിറക്കി കിതപ്പോടെ ചലിച്ചുകൊണ്ടിരുന്നു.

ഭൂഗർഭാറയിലെ സ്റ്റീൽ അലമാരയിൽനിന്നും എസ്തപ്പാൻ എഴുതിയ നൽകിയ ഒസ്യത്തവകാശം പുറത്തേക്കെടുത്ത് ഒരുവട്ടം കൂടി ഗബ്രിയേൽ വായിച്ചുറപ്പാക്കി. പിന്നെ അതിനെ നെഞ്ചോടു ചേർത്തുവച്ച് ആശ്വാസത്തോടെ ഒരു ദീർഘനിശ്വാസം വലിച്ചുവിട്ടു. തന്റെ ശ്വാസത്തിന്റെ ചൂട് ചോർന്നുപോകാതെ അതിനെ സ്റ്റീൽ അലമാരയിൽ തന്നെ ഭദ്രമാക്കിവെച്ച് കിടപ്പറയിലേക്ക് പോയി. ഏലിയാസ് നൽകിയ പാലിൽ കാച്ചിയ ഓട്സ് കുടിച്ച് കുരിശുവരച്ച് കിടക്കയിലേക്കമർന്നു. പെട്ടെന്ന് എന്തോ ഓർമ്മയിൽ കൊളുത്തിവലിച്ചതുപോലെ ഡോർ ചാരി പുറത്തേക്കിറങ്ങിയ വിശ്വസ്തനെ തിരികെ വിളിപ്പിച്ചു. "ഏലിയാസ്, ഉറങ്ങരുത്; ഫോണിന്റെയരുകിൽ തന്നെ നീ ഉണ്ടാകണം."

ഏലിയാസ് അതുകേട്ടതോടെ ഒന്നു നടുങ്ങി. നടുക്കത്തിന്റെ ഭാവങ്ങളൊന്നും ഒട്ടുമേ വെളിവാക്കാതെ തന്റെ സ്വതസിദ്ധമായ നിർവ്വികാരതയിലേക്ക് അവയെല്ലാം കുഴിച്ചുമൂടി സ്വീകരണമുറിയിലേക്ക് പോയി. എങ്കിലും അയാളുടെ കണ്ഠത്തിൽ ഒരു ഗദ്ഗദം തടംകെട്ടി കിടന്നിരുന്നു. മരിച്ചുപോയവരുടെ സ്മരണകൾ ഭാണ്ഡങ്ങളേറി ഒട്ടകപ്പുറത്ത് തന്റെ നേർക്ക് പാഞ്ഞുവരുന്നതുപോലെ ഏലിയാസിനു തോന്നി. ഗബ്രിയേൽ സാറിന്റെ ഭാര്യ റോസന്ന മാഡം, രാഷ്ടീയ ഗുരു കുര്യൻജി, സന്തത സഹചാരിയും, ബിസിനസ് പാർട്ണറുമായ ദേവേട്ടൻ....

മൃതരായവരുടെ സെൻസസ് പ്രക്രിയയിലേക്ക് തലച്ചോർ പിന്തിരിയുന്നതിൽ ഏലിയാസ് അസ്വസ്ഥനായി. ശിരോഭാരം ഒന്നു കുറയ്ക്കാൻ വേണ്ടി വിനീത വിധേയനായ ഒരു കാവൽമൃഗത്തെപ്പോലെ ചടഞ്ഞുകൂടിയിരിക്കുന്ന ലാൻഡ് ഫോണിനരുകിലേക്ക് ശിരസ്സ് ചരിച്ചുവച്ചു. മഞ്ഞപ്പാറയെ കണ്ണീരിൽ കുതിർക്കുന്ന ദുരന്തവൃത്താന്തങ്ങളുടെ ആദ്യത്തെ കേൾവിക്കാരനാകാൻ തന്നെ ശപിച്ചുവിട്ട വിധിയെ പഴിച്ചുകൊണ്ട്.

പഠനം

കഥയുടെ താക്കോൽ പഴുത്

ഡോ. പി ആർ ജയശീലൻ

ഇതുവരെ മലയാള ചെറുകഥ കണ്ടെടുക്കാത്ത കഥാപാത്രങ്ങളിലൂടെയും അതിലും വ്യത്യസ്തമായ മനുഷ്യബന്ധങ്ങളിലൂടെയും ജീവിതത്തിന്റെ പൊരുൾ ആരായുക തന്നെയാണ് അനൂപ് അന്നൂർ ചെയ്യുന്നത്. നിലവിലുള്ള സാമ്പ്രദായിക രീതികളിലൂടെ സഞ്ചരിക്കാൻ കഥാകൃത്തോ, കഥാപാത്രങ്ങളോ ഒരുക്കമല്ല. കഥാപാത്രങ്ങൾ ഒരിക്കലും കഥാകൃത്തിന്റെ വരുതിയിൽ നില്ക്കാൻ കല്പിച്ചല്ലല്ലോ കഥയിലേക്ക് ഇറങ്ങിപ്പുറപ്പെടുന്നത്. അത് അതിനപ്പുറം എഴുത്തുകാരന്റെ തന്നെ അബോധത്തിലെ നീതി കല്പനകൾക്കും രാഷ്ട്രീയ സമസ്യകൾക്കും സവിശേഷമായ രീതിയിൽ അർത്ഥാന്തരന്യാസം തേടുകയാണല്ലോ....

മലയാളത്തിലാണ് കഥ എഴുതുന്നതെങ്കിലും കേസരി ബാലകൃഷ്ണപിള്ള തകഴിയോട് ആവശ്യപ്പെട്ടത് മോപ്പസാങ്ങിന്റെ കഥ വായിക്കാൻ മാത്രമല്ല, നിലവിൽ ലോകസാഹിത്യം എവിടെ എത്തി നില്ക്കുന്നു എന്ന അവബോധം ആർജ്ജിക്കാനുമാണ്. അത് എഴുത്തിന്റെ മാതൃകകൾ കിട്ടാൻ വേണ്ടിയും അല്ല. നിലവിൽ ചെറുകഥയിൽ ഉണ്ടായിട്ടുള്ള പുതിയ സമീപനങ്ങളെയും പ്രവണതകളെയും മനസ്സിലാക്കാനും ഒപ്പം മലയാളമെന്ന ചെറു ഭാഷയിലാണെങ്കിൽപോലും അനന്യമായ ചില സൃഷ്ടികൾ നടത്താൻ കഴിയുമെങ്കിൽ അതിനുമായിരുന്നു.

ഇത് പറയാൻ കാരണം അനൂപിന്റെ വായനയ്ക്കും എഴുത്തിനും അത്തരത്തിൽ ഒരു മാനമുണ്ട് എന്നുള്ളതാണ്. ലോക കഥാസാഹിത്യത്തിലെ പുതുപ്രവണതകളെ തന്റെ കഥയിൽ ബോധപൂർവ്വം കൊണ്ടുവരാനുള്ള ഒരു ശ്രമമല്ല അനൂപ് നടത്തുന്നത്. മറിച്ച് തന്റേതുമാത്രമായ ഒരെഴുത്തിന് മറ്റെവിടെയുമില്ലാത്ത രൂപഭാവങ്ങൾ കൂടി കൊണ്ടുവരി

കയാണ്. അത് ഭാഷയിലും സംഭവിപ്പിക്കാൻ സാധിക്കുന്നുണ്ട് എന്നാണ് ഈ കഥകളിലൂടൊക്കെയും കടന്നുപോകുമ്പോൾ മനസ്സിലാക്കാൻ സാധിക്കുന്നത്. എന്നാൽ എഴുത്തിൽ വായനയുടെയും അന്വേഷണത്തിന്റെയും നവീനമായ ഭാവുകത്വം കാണാനാകുന്നുമുണ്ട്.

വായന തികച്ചും ബോധപൂർവ്വമായ ഒരു പ്രക്രിയയാണ്. എഴുത്ത് അബോധപൂർവ്വമായ ഒരു പ്രക്രിയയും. അതുകൊണ്ടാണ് എം എൻ വിജയൻമാഷ് ചങ്ങമ്പുഴ അർദ്ധരാത്രി വരെ പാശ്ചാത്യ സാഹിത്യം വായിക്കുകയും രാവിലെ എഴുന്നേറ്റ് അതേ ചങ്ങമ്പുഴ തന്നെ മഞ്ഞത്തെച്ചിപ്പൂങ്കുല പോലെ എന്നെഴുതുകയും ചെയ്തു എന്നു പറഞ്ഞത്. നിങ്ങൾ വായിക്കുന്നതൊന്നുമല്ല നിങ്ങൾ എഴുതേണ്ടത് എന്ന ചിന്തയും അതിലുണ്ട്.

ഇതുപോലെയല്ലെങ്കിൽ പോലും വായനയും എഴുത്തും അനൂപിൽ രണ്ട് പ്രതിഭാസങ്ങൾ തന്നെയാണ്. രണ്ടും രണ്ട് അന്വേഷണങ്ങൾ തന്നെയാണ്. വായനയിലൂടെ നിങ്ങൾ അന്വേഷിച്ചു പോകുന്നതല്ല, എഴുത്തിൽ നിങ്ങൾ കണ്ടെടുക്കാൻ ശ്രമിക്കുന്നത്. കവിതാവായന കണ്ടുപിടുത്തമാണ് കവിതയെഴുത്ത് കണ്ടുകിട്ടലും... എന്നു പറഞ്ഞത് കവിത എന്നതിൽ തളച്ചിടേണ്ടതില്ല എന്നു തോന്നുന്നു.

വായനയും എഴുത്തും തമ്മിലുള്ള ബന്ധവിചാരണ തന്നെയാണ് ഫ്ളോർ ഡി റോക്ക എന്ന കഥ. താമരാങ്കുളത്തെ വായനശാലയിൽനിന്ന് കഥാപാത്രങ്ങൾ സ്വതന്ത്രരായി തെരുവിലേക്കിറങ്ങുന്ന കാഴ്ച. കഥാപാത്രമാണ് വായനശാല കത്തിച്ചത് എന്ന് സംശയിക്കുന്ന പൊലീസ്. മനുഷ്യനെ നശിപ്പിക്കാം പക്ഷേ, തോല്പിക്കാനാവില്ല എന്ന ഹെമിങ്‌വേ കഥാപാത്രത്തിന്റെ മനസ്സാണ് കഥയ്ക്കും കഥയിലെ കഥാപാത്രങ്ങൾക്കും.

കഥാപാത്രം ഇറങ്ങിയോടുമ്പോഴും നാരായണപിള്ളയുടെ കള്ളന് അതിന്റെ ആവശ്യമില്ലല്ലോ എന്ന് ആത്മഗതമെന്നോണമുള്ള ഒരു വാക്യം കഥയിലുണ്ട്. കള്ളൻ എന്ന കഥയും അതുപോലെ അതിലെ കള്ളൻ എന്ന കഥാപാത്രത്തെയും ചിത്രീകരിച്ച നാരായണപിള്ള അന്ന് ആ കഥ എഴുതാൻവേണ്ടി ചെയ്തത് നിലവിലുള്ള മലയാള കഥകളെല്ലാം വായിക്കുകയും അതൊന്നും അല്ലാത്ത ഒരു കഥ രചിക്കുകയും ചെയ്തതാണെന്ന് പറഞ്ഞ് കേട്ടിട്ടുണ്ട്. ഈ ഒരു കാര്യത്തിന് അനൂപിന്റെ സർഗ്ഗസപര്യയിൽ പ്രത്യേക സാംഗത്യം ഉണ്ടെന്ന് തോന്നുന്നു.

ഫ്ളോർ ഡി റോക്ക പോലെ കഥാപാത്രങ്ങൾ രചനയ്ക്കകത്തുനിന്ന് സ്വതന്ത്രരായി പുറം ലോകത്തേക്ക് പ്രവേശിക്കുന്ന കഥയും നാടകവും ഒന്നും ഉണ്ടായിട്ടില്ല എന്നല്ല പറയുന്നത്. മറിച്ച് അത്തരം രചനകളുടെ വായനയിൽനിന്നു മാത്രം രൂപംകൊണ്ട ഒരു എഴുത്ത് മാത്രമായി അനൂപിന്റെ കഥയെ കാണാൻ സാദ്ധ്യമല്ല. അതിനകത്ത് ലോക ശ്രദ്ധ

പിടിച്ചുപറ്റിയ രചനകളിലെ കഥാപാത്രങ്ങളും ഒപ്പം ബഷീറും വി കെ എന്നും ഒ വി വിജയനും അവരുടെ ഭാഷയും കഥാപാത്രങ്ങളും ഒക്കെ മറ്റൊരു രീതിയിൽ കടന്നുവരുന്ന അനുഭവം ഉണ്ടെങ്കിലും മലയാള കഥ ഇതുവരെ ആർജ്ജിച്ച അനുഭവത്തിൽ നിന്നുമൊക്കെ വ്യത്യസ്തമാകുന്നുണ്ട്. കഥയിൽ അനവധി ചിത്രങ്ങൾ വന്നു നിറയുന്നു. ഇതിന് ആകെ ഒരു സാമ്യത സൂചിപ്പിക്കാവുന്ന ഒരു കഥാകൃത്ത് വി എം ദേവദാസ് ആണ് എന്നു തോന്നിയിട്ടുണ്ട്. ഇവിടെ ഇതുവരെ സൂചിപ്പിച്ച വ്യത്യസ്തതകളെ കഥയ്ക്കകത്ത് കൊണ്ടുവന്ന എഴുത്തുകാരായി അനൂപിനേയും ദേവദാസിനേയും തോന്നിയിട്ടുണ്ട്. ദേവദാസ് കുറച്ചുകൂടി സീനിയർ ആണെങ്കിലും ഇവർക്കിരുവർക്കും മലയാളകഥ ഇതുവരെ ദർശിച്ചിട്ടില്ലാത്ത കഥാപാത്രങ്ങളിലൂടെ,കഥാചേരുവകളിലൂടെ ഇനിയും ഏറേ മുന്നോട്ട് പോകാനുണ്ട്.

അനൂപിന്റെ സർഗ്ഗപ്രക്രിയഘട്ടത്തിലെ സവിശേഷമായ രചനകളിലൂടെ മാത്രം കടന്നുപോവുകയാണ്. അതാതിന്റെ പ്രസിദ്ധീകരണവേളയിൽ ആ കഥകളെക്കുറിച്ച് ചിലത് അറിയാതെ എഴുതിപ്പോയ ഒരാളാണ് ഞാൻ. പ്രത്യേകിച്ച് സമാഹാരത്തിന്റെ പേരു തന്നെയായി മാറിയ *രാമരാജ്യത്തിലെ പുലി*. സമകാലിക ഇന്ത്യൻ ജീവിതത്തിൽ ഒരുപാട് രാഷ്ട്രീയ അർത്ഥങ്ങൾ വഹിക്കുന്ന കഥ.

'വാസനാവികൃതി' മുതലുള്ള മലയാള കഥാലോകം വൈവിദ്ധ്യപൂർണ്ണവും സമ്പന്നവുമാണ്. ഏകകേന്ദ്രീകൃതവും ഏകഭാവവും ഒരു കാലം വരെ കഥയുടെ അടിസ്ഥാന മുദ്ര തന്നെയായിരുന്നു. അവിടെ നിന്നൊക്കെ കഥ മുന്നോട്ട് സഞ്ചരിച്ചു ഇന്നെവിടെ എത്തിനില്ക്കുന്നു എന്നുള്ളതാണ്.

സാധാരണ മനുഷ്യരായ നാം തലമുറകളായി എഴുതിപ്പോന്നിട്ടുള്ള കഥകളുണ്ട്. അതിൽ മനുഷ്യ കഥകളും ഒപ്പം മൃഗകഥകളും ഉണ്ട്. ആധുനിക കഥയിൽ മൃഗങ്ങൾ കഥാപാത്രങ്ങളായി വരുന്ന ചില കഥകൾ തകഴിയുടെ 'വെള്ളപ്പൊക്കത്തിൽ', പൊൻകുന്നം വർക്കിയുടെ 'ശബ്ദിക്കുന്ന കലപ്പ', ലളിതാംബികാ അന്തർജ്ജനത്തിന്റെ 'മാണിക്യൻ', ബഷീറിന്റെ 'ടൈഗർ', ടി പത്മനാഭന്റെ 'ശേഖൂട്ടി' എന്നിവയൊക്കെയാണ്. പുതിയ തലമുറക്കാരുടെ കഥകളിൽ തികച്ചും വ്യത്യസ്തമായി മൃഗങ്ങൾ കഥാപാത്രമായി വരുന്നുണ്ടാകാം.

കൂടുതലും വളർത്തുമൃഗങ്ങൾ കഥാപാത്രങ്ങളായി വരുന്ന കഥകളാണ് നമുക്ക് കാണാൻ കഴിയുക. അതിന് കഥാകൃത്ത് തന്നെ കാരണം പറയുന്നുണ്ട്. മനുഷ്യൻ അവർ ജീവിക്കുന്ന ചുറ്റുപാടിന്റെ ഉല്പന്നമാണല്ലോ. ഇനി ഇതിനൊക്കെ മുമ്പുള്ള പഞ്ചതന്ത്രം, ജാതകകഥകൾ, കഥാസരിത്സാഗരം എന്നിവയിൽ കാട്ടിലെ കുറുക്കനും പുലിയും സിംഹവും എല്ലാം കഥാപാത്രങ്ങളായി വരുന്നത് കാണാം. ഇത്തരം കഥ

കളിലും ഏറിയ കൂറും മൃഗങ്ങൾക്ക് മനുഷ്യസ്വഭാവം ആരോപിക്കപ്പെടുകയാണ്. സൂത്രശാലിയായ കുറുക്കൻ, ക്രൂരസ്വഭാവമുള്ള സിംഹവും പുലിയും ശാന്തസ്വഭാവിയായ മാനും മുയലും. ഇതെല്ലാം മനുഷ്യാരോപിത കഥകളാണ്. അതിലെല്ലാം സൂക്ഷ്മവായനയിൽ നമുക്കൊരു കാര്യം ബോദ്ധ്യപ്പെടും. മൃഗങ്ങളുടെ അബോധത്തിലെ കാടിന്റെ സ്വത്വത്തോട് ചേർന്ന് ജീവിക്കാനുള്ള പ്രവണതയോ അവരുടെ സ്വതസിദ്ധമായ സ്വഭാവവിശേഷങ്ങളോ,അല്ല കാടും കാട്ടിലെ മൃഗങ്ങളും കഥാപാത്രങ്ങളായി വരുന്ന കഥകളിൽ അവതരിപ്പിക്കപ്പെടുന്നത്. അതായത് ഇതെല്ലാം മനുഷ്യർ പറഞ്ഞ അല്ലെങ്കിൽ എഴുതിയ മൃഗകഥകളാണ്. മനുഷ്യർ എഴുതിയ മൃഗകഥകളുടെ പരിമിതി; ആധുനിക മനുഷ്യൻ ഒരു ഗ്രാമത്തിന്റെയോ, അതിലേറെ ഒരു നഗരത്തിന്റെയോ ഉല്പന്നമാണ് എന്നുള്ളതാണ്. മൃഗങ്ങളിൽ മനുഷ്യർ ആരോപിക്കുന്നത് അവരുടെ ബോധങ്ങളോ, ബോദ്ധ്യങ്ങളോ ആണ്.

എന്നാൽ കാട്ടിലെ ഒരു മൃഗം മനുഷ്യരെ വായിച്ചാലോ? വായിച്ചാലോ എന്നു ചോദിച്ചാൽ ഒരു കഥയിലൂടെ വ്യവഹരിച്ചാലോ എന്നാണ്. അങ്ങനെ വ്യവഹരിക്കുമ്പോൾ അവന്റെ ലോകം,അവന്റെ ഇണയോടുള്ള പെരുമാറ്റം, അധികാരരൂപങ്ങൾ, ചരിത്രം, ഇതിഹാസം, രാഷ്ട്രീയ ബോദ്ധ്യങ്ങൾ എന്നിവ എത്രത്തോളം പീഡനപരവും അന്തസ്സാരശൂന്യവുമാണെന്ന് മനസ്സിലാവുന്നത്. ഇത്രയൊക്കെ പുരോഗമിച്ചു പൗരനായി എന്നു പറയുന്ന അവന്റെ മനസ്സിൽ കുടികൊള്ളുന്ന നാടുവാഴിത്തവും ജന്മിത്തവും ഇപ്പോഴും എത്രകണ്ട് ശക്തമായി ഉണ്ടെന്നാണ് മനസ്സിലാവുന്നത്. മണ്ണിനോടും പെണ്ണിനോടും ഉള്ള അവന്റെ പെരുമാറ്റം എത്രകണ്ട് അധഃപതിച്ചതും അപലപനീയവുമാണെന്ന് മനസ്സിലാവുന്നു. മനുഷ്യനേക്കാൾ നിന്ദ്യനായ ഒരു മൃഗവും ഭൂമിയിലില്ല എന്നും കഥ വായിച്ച് കഴിയുമ്പോൾ നമുക്ക് ബോദ്ധ്യമാകും. ചിരിക്കാനും ചിന്തിക്കാനും കഴിവുള്ള മൃഗം എന്ന വിശേഷണം പോലും അപലപനീയം തന്നെ.

തികച്ചും അത്ഭുതകരമായ കൈയൊതുക്കവും കഥാപരതയും ഒപ്പം രാഷ്ട്രീയവും *രാമരാജ്യത്തിലെ പുലി* പ്രദർശിപ്പിക്കുന്നുണ്ട്.

രാമരാജ്യത്തിലെ പുലി രാമരാജ്യത്തിലെ പുലിയല്ല. അവൻ കാട്ടിൽ നിന്നും ഉലകംതറയിലേക്ക് വന്നവനാണ്. ഉലകംതറയും കാടും രണ്ടാണ് എന്നിടത്താണ് കഥ കഥയാകുന്നത്. അശാന്തമായ ഒരു പകൽ കൂടി അവസാനിക്കുകയാണ്. കാടിന് ഇത് ഭീതിയുടെ കാലമാണ് എന്ന തുടക്കത്തിൽ നിന്നാണ് കഥ. അങ്ങിനെ കാട്ടിൽ നിന്ന് പുലിയിറങ്ങുന്ന സമയത്തുതന്നെ ഉലകന്തറയിലെ ചീതമ്മയുടെ കണവൻ കുഞ്ഞിരാമൻ പുലിവേട്ടയ്ക്കായി കാട്ടിലേക്ക് ഇറങ്ങുന്നു. ചീതമ്മ തുളസിത്തറയിൽ വിളക്ക് വെച്ച് കാത്തിരിക്കുന്നു. ഒരു നിയോഗമെന്നോണം പുലി എത്തിച്ചേർന്നത് ചീതമ്മയുടെ വീട്ടിലാണ്. പിന്നെ നടക്കുന്ന സംഭവങ്ങൾ നാം

ഇതുവരെ കാണാത്തതും കേൾക്കാത്തതും തന്നെയാണ്. പുലിയെ കണ്ട് ബോധം കെട്ടുവീണ ചീതമ്മയെ പുലി തന്നെ മുഖത്ത് വെള്ളം തളിച്ച് എഴുന്നേല്പിക്കുന്നു.

പുലിക്ക് വല്ലാതെ വിഷമമായി. ചീതമ്മയ്ക്ക് ശ്വാസം ശരിയായി വീണപ്പോഴാണ് പുലിക്ക് സമാധാനമായത്. ചീതമ്മയാകട്ടെ പുലിയെ തന്നെ നോക്കിയിരിക്കുകയാണ്. തന്റെ നല്ല പ്രായത്തിൽ വല്ലതും കണ്ടിരുന്നെങ്കിൽ പ്രണയം തോന്നുമായിരുന്നു. ഒരു വല്ലാത്ത ഉൾപ്പുളകം ചീതമ്മയുടെ മനസ്സിലൂടെ കടന്നുപോകുന്നു. പുലിക്ക് ചീതമ്മ കാപ്പി അനത്തിക്കൊടുക്കുന്നു. അവർ തമ്മിൽ ധാരാളം സംസാരിക്കുന്നു. സന്ധ്യയായിട്ടും അവന് തിരിച്ചുപോകാൻ ഭാവമില്ല.

അതിനിടയിലെപ്പഴോ ചീതമ്മയ്ക്ക് അവനെ ചെറിയ സംശയം തോന്നുന്നു. രാത്രിയിൽ ഇവനെങ്ങാനും തന്നെ...അത്തരമെന്തോ ഒന്ന് ചീതമ്മയിൽ അവിശ്വാസമായി വരുന്നുണ്ടെന്ന് മണത്തറിയുന്ന പുലിയുടെ ഭാവത്തിൽ വന്ന വ്യത്യാസം ചീതമ്മയെ ശരിക്കും ഭയപ്പെടുത്തി.

പിന്നീട് പുലി സമാധാനിപ്പിക്കുന്ന വിധം അടിവരയിട്ട് വായിക്കേണ്ടതാണ്- ഓരോ മനുഷ്യനും അവൻ ജീവിക്കുന്ന ചുറ്റുപാടുകളുടെ ഉല്പന്നമാണ്. ജീവികളിൽ (വ്യത്യസ്ത കുലത്തിൽ പെട്ടതായാൽപോലും) ഒരാൺ ജാതിയും മനുഷ്യസ്ത്രീയുമായി കുറച്ചുനിമിഷങ്ങൾ സംഭാഷണത്തിലേർപ്പെട്ടാലോ, ഒരു രാത്രി കഴിഞ്ഞുകൂടാനിടവന്നുപോയാലോ; അത്തരം സാഹചര്യങ്ങളെല്ലാം രതിയിൽ കലാശിക്കുമെന്ന സദാചാരപാഠമാണല്ലോ കുട്ടിക്കാലം മുതലേ ആണിനെയും പെണ്ണിനെയും മുതിർന്നവർ പഠിപ്പിച്ചുവിടുന്നത്.

അന്നു രാത്രി ചീതമ്മയുടെ കഞ്ഞിയും കറിയും കഴിച്ച്, അവൾ കൊടുത്ത ഓലപ്പായയിൽ ഉമ്മറത്ത് പുലി ഉറങ്ങാൻ കിടക്കുന്നു. തിരിഞ്ഞും മറിഞ്ഞും കിടന്നിട്ടും ഉറക്കം വരാത്ത ചീതമ്മ ഒന്നു മയങ്ങി. ഉറക്കത്തിൽനിന്നും ഞെട്ടിയുണർന്നപ്പോൾ കണ്ടത്, മുറ്റത്ത് നാടുവാഴിയുടെ നെഞ്ചിന് മുകളിൽ കയറിനില്ക്കുന്ന പുലിയെയാണ്. എന്താണ് കാര്യം എന്ന് മനസ്സിലാക്കാൻ ചീതമ്മയ്ക്കോ വായനക്കാർക്കോ ഒട്ടും വിഷമമുണ്ടാവില്ല. അങ്ങനെ ആ രാത്രി നാടുവാഴിക്ക് വഴങ്ങിക്കൊടുക്കേണ്ടതിന്റെ അപമാനമോ അപരാധമോ ഏറ്റുവാങ്ങാതെ ചീതമ്മ സുഖമായി ശിഷ്ടസമയം കിടന്നുറങ്ങി. ഇത്തരത്തിൽ കുഞ്ഞിരാമന്മാരെ പുലിവേട്ടയ്ക്കായി കാട്ടിൽ വിടുന്ന നാടുവാഴികളും യജമാനന്മാരും എന്തിനാണ് അത്തരമൊന്ന് ചെയ്യുന്നത് എന്നും കഥയിൽനിന്ന് വായിച്ചെടുക്കാം. കഴിഞ്ഞില്ല, കുഞ്ഞിരാമൻ വരുന്നതുവരെ പുലി സംരക്ഷകനായി ആ വീട്ടിൽ തന്നെ വാഴുന്നു. കുഞ്ഞിരാമൻ തിരിച്ചു വരുമ്പോൾ വിവരങ്ങളെല്ലാം കേട്ടു. വീട്ടിൽ ചീതമ്മയ്ക്ക് കൂട്ടായ പുലിയെ അവിശ്വസിക്കുകയും അവനു നേരെ വെടിയുതിർക്കുകയും ചെയ്യുന്നു.

നാടുവാഴിയുടെ ആളുകൾ പറ്റിക്കാനായി കുഞ്ഞിരാമനു കൊടുത്ത ആ തോക്കിലെ വെടിയുണ്ടയ്ക്ക് ഒരു പുലിയെ പോയിട്ട് ഒരു മുയലിനെപ്പോലും കൊല്ലാനാവില്ലായിരുന്നു. പുലിക്ക് ഒന്നും സംഭവിച്ചില്ല എന്നു മാത്രമല്ല കുഞ്ഞിരാമൻ പുലിയുടെ കൈയിൽനിന്നും ഭാഗ്യംകൊണ്ട് മാത്രമാണ് ജീവിതത്തിലേക്ക് തിരിച്ചുവന്നത്. പുലിയുടെ കൂടെ വീട്ടിൽ പാർത്ത ചീതമ്മയോടുള്ള അവിശ്വാസം ഒരഗ്നി പരീക്ഷയിൽ പരിഹരിക്കാനാവാതെ കുഞ്ഞിരാമൻ വീണ്ടും കാട്ടിലേക്ക് തിരിച്ചുപോയി.

പിന്നീട് ചീതമ്മ പുലിയോടൊപ്പം ദാമ്പത്യം അനുഷ്ഠിക്കുന്നു. പുലിഭർത്താവ് പണിക്ക് പോകുന്നു. ചീതമ്മയും അന്തിയാവോളം പണിയെടുക്കും. അവരുടെ ദാമ്പത്യവല്ലരിയിൽ മൂന്ന് കുഞ്ഞുങ്ങൾ ഉണ്ടാകുന്നു. അയ്യപ്പനും മെയ്യപ്പനും കുട്ടിമാളുവും. അയ്യപ്പനേയും മെയ്യപ്പനേയും പഠനസമയമാകുമ്പോൾ പുലിപ്പുറത്തേറ്റി ബാഹുലേയൻ പിള്ള ഹെഡ്മാഷായ സ്കൂളിൽ ചേർക്കുന്നു. സംഭവബഹുലമായ അത്തരം അവസ്ഥകൾക്കു ശേഷം ഒ വി വിജയന്റെ *കടൽത്തീരത്ത്* എന്ന കഥയിലെ വെള്ളായിപ്പന്റെയും നീലിയുടെയും മൗന സ്നേഹസംവാദം പോലൊന്നിൽ പുലിയേ എന്ന വിളി ചീതമ്മയിൽനിന്നും പുറത്തുവരുന്നു. പരിണാമത്തിന്റെ രണ്ടവസ്ഥകൾക്കിടയ്ക്കുള്ള മൗനവ്യാപിയായ വിനിമയം.

കഥയിലുടനീളം കഥയും പുലിയും മനുഷ്യനോട് കാണിക്കുന്ന ഔചിത്യപൂർണ്ണമായ പെരുമാറ്റം കഥയിൽ ചിലയിടങ്ങളിലെ ചില പരാമർശങ്ങൾ എടുത്ത് പറയാതിരിക്കാനാവില്ല. – കാട് ഫീസില്ലാത്ത ഏറ്റവും നല്ല കൗൺസിലിങ് സെന്റർ ആണ്.

കാലങ്ങളായി നാടുവാഴിയും കരപ്രമാണിമാരും കാട്ടുന്ന തള്ളയില്ലായ്മകൾക്ക് ഒരറുതി വരുത്തണമെന്ന് കാട് നിശ്ചയിച്ചു കൂട്ടിവെച്ചിട്ട് നാളുകൾ ഏറെയായി. ചിലപ്പോഴൊക്കെ ചില ഓർമ്മപ്പെടുത്തലുകൾ അടയാളങ്ങളായി ഉരുൾപൊട്ടിവീഴ്ത്താറുമുണ്ടായിരുന്നു. നീതിയുടെയും ന്യായത്തിന്റെയും അർത്ഥഭൂമികയാണല്ലോ ആരണ്യകം. എഴുത്തുകാരന് പൗരാണികവും ഒപ്പം ആധുനികവുമായ ഭാഷയോടുള്ള അടുപ്പം ശ്രദ്ധേയമാണ്. ഇടയ്ക്കൊക്കെ ട്രോൾ എന്ന സാങ്കേതികസാദ്ധ്യതയേയും കഥ മനസ്സാ വരിക്കുന്നു. ആക്ഷേപഹാസ്യത്തിന് പൊട്ടിച്ചിരിയേക്കാൾ ഊറിച്ചിരിയുടെ സാന്ദ്രത കൈവരുന്നു.

മനുഷ്യനിപ്പോഴും കണ്ടാൽ ശത്രുവായി വെടിവെച്ചിടുന്ന പുലി; കഥയിൽ പറയുന്ന കാര്യങ്ങൾ ഈ കഥയ്ക്ക് നല്കുന്ന പാരിസ്ഥിതികമാനം അളക്കാവുന്നതിനുമപ്പുറമാണ്.

പരിണാമത്തിന്റെ ഇങ്ങേത്തലയിൽനിന്ന് ഗർവ്വിഷ്ഠനാകുന്ന മനുഷ്യൻ എന്ന ജീവിയുടെ നിസ്സാരതയും അന്തസ്സാരശൂന്യതയും ഇതിനേക്കാൾ ശക്തമായി ആവിഷ്കരിക്കുന്ന ഒരു കഥ വായിച്ചിട്ടില്ല എന്നുതന്നെ

പറയാം.

പുരാണത്തിലൂടെ, സംസ്കൃതത്തിലൂടെ, കാളിദാസനിലൂടെ, അക്ഷരശ്ലോകത്തിലൂടെ ഒക്കെ ആക്ഷേപഹാസ്യത്തിന്റെ കനത്ത വെടിയുണ്ട പായിച്ചുകൊണ്ട് കഥ വിജയ കൊടിക്കൂറ പായിക്കുന്നു. വി കെ എൻ, എം പി നാരായണപിള്ള എന്നീ എഴുത്തുകാർക്കൊപ്പം നില്ക്കുന്ന ഒരു ഭാഷാനിർമ്മിതിയും ഒപ്പം അപനിർമ്മിതിയും കഥയ്ക്ക് സാദ്ധ്യമാകുന്നു.

രണ്ടു മനുഷ്യജീവിതങ്ങളിലൂടെ എക്കാലത്തുമുള്ള സ്നേഹരാഹിത്യത്തിന്റെ കഥ പറഞ്ഞ ഒ വി വിജയൻ എന്ന കഥയുടെ മാതൃകപറ്റി വെള്ളായിയപ്പനിൽനിന്ന് പുലിയച്ചനിലേക്ക് പരിണമിക്കുന്ന കഥ എഴുത്തുകാരൻ അവസാനിപ്പിക്കുന്നതിങ്ങനെ - "കടൽത്തീരത്തു പ്രതീക്ഷയുടെ പൊതിച്ചോറു നിവരുന്നു.

പുലി വാലുപൊക്കി ഒരു ഓട്ടം വെച്ചുകൊടുത്തു.

കുട്ടിമാളുവിനെ കോരിയെടുത്ത് ആകാശത്തേക്കുയർത്തി. പിന്നെ ആ കുഞ്ഞു മുഖത്തെ തന്റെ കണ്ണുകളോടു ചേർത്തുവെച്ചു നെറുകയിൽ ചുംബിച്ചു. പുലി വെമ്പൽകൊണ്ടു

"മോളേ..., കുട്ടിമാളു ഒന്നൂടെ വിളിച്ചേ, ഞാനൊന്ന് കേട്ടോട്ടെ...!"

കുട്ടിമാളു അവളുടെ സർവ്വശക്തിയുമെടുത്തുവിളിച്ചു.

"പുലിയച്ഛൻ."

ആ പെൺ ശബ്ദം നാടും കാടും കടലും ചോലയും ഒരു ഉടലിൽ സൂക്ഷിക്കുന്ന ഉലകമാകെ പ്രതിദ്ധ്വനിച്ചു.

"പുലിയച്ഛൻ." കഥയവസാനിക്കുമ്പോൾ എൻ എസ് മാധവൻ ഹിഗ്വിറ്റയിലെ ഗീവർഗ്ഗീസച്ചൻ ജബ്ബാറിനെ അടിച്ച അടി ഓർമ്മ വരുന്നു.

പുലിയച്ഛൻ - എന്ന പെൺശബ്ദത്തിന്റെ വിളിയിൽ ഗീവർഗ്ഗീസച്ചന്റെ അടിയുടെ കരുത്ത്. മനുഷ്യന്റെ സകലവിധ ദുഷ്ച്ചെയ്തികൾക്കും എതിരെയുള്ള അടിയാകുന്നു.

അനൂപിന്റെ ഒട്ടുമിക്ക കഥകളിലും കാടും നാടും അഥവാ കാടും നഗരവും തമ്മിലുള്ള സംഘർഷം നടക്കുന്നുണ്ട്. അത് ഒരു കേവല സംഘർഷമല്ല. പ്രതീകവല്ക്കരണവുമല്ല. മറിച്ച് കാട് അഥവാ വന്യത, ജൈവീകത എന്നിവ കഥാപാത്രങ്ങളുടെ മാനസികഭാവമാകുന്നുണ്ട്. ശരിതെറ്റുകളെ, നന്മതിന്മകളെ വിശകലനം ചെയ്തെടുക്കാനോ അതിലൂടെ കഥയിലൂടെ ഒരു മൂല്യബോധം സ്ഥാപിച്ചെടുക്കുവാനോ ആദർശവല്ക്കരണത്തിന്റെ സ്വരം കേൾപ്പിക്കാനോ ഒന്നുമല്ല കഥാകൃത്ത് ശ്രമിക്കുന്നത്. അതിന് ഉത്തമ മാതൃകയാണ് ഫ്ളോർ ഡി റോക്ക എന്ന കഥ. യാതൊരു ആദർശബോധവുമില്ലാതെ കഥയിൽ നിന്നു ചാടിപ്പോന്ന കഥാപാത്രം കണ്ടുമുട്ടുന്നതും, അവന് തുണയാകുന്നതും ഒരു വേശ്യയെയാണ്. അവളിൽനിന്നു അവളുടെ ശാരീരിക അദ്ധ്വാനത്തിന്റെ

മൂല്യം കൈപ്പറ്റുമ്പോൾ അവന്റെ എല്ലാ ധൈഷണികതയും അവൾക്കു മുമ്പിൽ അവൻ സമർപ്പിക്കുന്നുണ്ട്. അവനെ പൊലീസുകാരിൽ നിന്നു രക്ഷപ്പെടുത്തുന്നതും ആ മറിയാമ്മ തന്നെ.

കഥയിൽനിന്നും ചാടിപ്പോന്ന കഥാപാത്രം തന്റെ എഴുത്തുകാരന്റെ മുഖച്ചിത്രം ഒരു വാരികയുടെ കവറിൽ അടിച്ചുവന്നത് കാണുന്നുണ്ട്. എഴുത്തുകാരൻ ചത്തുപോയോ എന്നവൻ സംശയിക്കുന്നു. അവന് തിരുവനന്തപുരത്തേക്കും മറിയാമ്മയ്ക്ക് കോട്ടയത്തേക്കുമാണ് പോകേണ്ടത്. എന്നാൽ അവൻ മറിയാമ്മയ്ക്കൊപ്പം കോട്ടയത്തേക്ക് വണ്ടികയറുന്നു. പൈങ്കിളിയിൽനിന്നും ഉത്തരാധുനികതവരെ വീളുന്ന ഭാവുകത്വ മാറ്റങ്ങളിൽ, ജീവിതപരിസരങ്ങളിൽ മലയാളിക്ക് സംഭവിച്ച അമളികൾ പലതും കഥയിലൂടെ അനാവരണം ചെയ്യപ്പെടുന്നു.

ഓരോ മനുഷ്യരിലുമുള്ള പകയുടെ വൈരത്തിന്റെ കണക്ക് എത്രയുണ്ടെന്ന് പാതാളപ്പിടപ്പ് വായിക്കുമ്പോൾ അറിയാം. അതിലെ വാവാച്ചണ്ണൻ എന്ന കഥാപാത്രത്തെ നിർണ്ണയിക്കാനാവാതെ കഥയിലൂടെ കുഴങ്ങി സഞ്ചരിക്കുമ്പോഴാണ് അതിലും വലിയ നിർണ്ണയം വേണ്ടിവരുന്നത്. വാവാച്ചണ്ണന്റെ മകൾ അപകടപ്പെട്ട് ആശുപത്രിയിലാണ്. മകൻ കഞ്ചാവ് കച്ചവടത്തിലും. അതേ മകന്റെ വഴിവിട്ട പെരുമാറ്റമാണ് മകളെ ഇത്തരം ഒരു അപകടത്തിലെത്തിച്ചത്. വാവാച്ചണ്ണനാകട്ടെ ഒരു കൊലപാതക കേസിലെ പ്രതിയായി ജയിലിലായിരുന്നു. ശിക്ഷ കഴിഞ്ഞ് നാട്ടിലെത്തിയ വാവാച്ചണ്ണനോട് നായയെ രക്ഷപ്പെടുത്തി തരാൻ പറഞ്ഞു ഒരു തള്ള കടന്നുവരുന്നു. പക്ഷേ, കിണറ്റിലിറങ്ങി വെറും കൈയോടെ പകുതി കയറിയ വാവാച്ചണ്ണൻ കണ്ടത് നായയേയും പകുതി അറുത്തു വെച്ച വടത്തേയുമായിരുന്നു. പകയുടെ പരലോകം കണ്ട് വാവാച്ചണ്ണന്റെ കണ്ണുതള്ളി. പെറ്റവയറിന്റെ കൊട്ടേഷനാടാ... പെറ്റവയറിന്റെ... എന്നൊരു അലർച്ചയോടെ തള്ള വടത്തിൽ ആഞ്ഞൊരു വെട്ടുകൂടി കൊടുത്തു. വാവാച്ചണ്ണന്റെ ഒച്ച കിണറിന്റെ പാതാളക്കുഴിയിൽ തലയിടിച്ച് പൊട്ടിച്ചിതറി കിണറിനെ ഉലച്ചു. വാവാച്ചണ്ണന്റെ പാതാളക്കുഴിയിലെ അലയൊലിക്ക് നാം കല്പിക്കാത്ത രാഷ്ട്രീയാർത്ഥങ്ങൾ കൈവരുന്നു.

നഗരവല്ക്കരണത്തിന്റെ കഥാപാത്രങ്ങളല്ല കഥയിലൊന്നും. പകരം പലതിനെയും ബോധപൂർവ്വം മറക്കാൻ ശ്രമിക്കുന്ന കഥാപാത്രങ്ങൾ. പക്ഷേ, ഓർമ്മകളൊന്നും അവരെ വിട്ടൊഴിഞ്ഞു പോകുന്നുമില്ല. അതെല്ലാം കനത്ത ഭാരമായി അവരിൽത്തന്നെ അവശേഷിക്കുന്നു.

'വയൽ മണമുള്ള വീട്' എന്ന കഥയിലെ റിച്ച ചെറിയേലക്കാരുടെ പ്രിയപ്പെട്ട ഗംഗാധരേട്ടന്റെ മകനാണ്. ഗംഗാധരേട്ടന്റെ മരണത്തിനു ശേഷം റിച്ച ജീവിതത്തിൽ ഏറെ ബുദ്ധിമുട്ടി. കഥയിൽ ഒരിടത്ത് അത് വ്യക്തമാക്കപ്പെടുന്നുണ്ട് – "മറ്റുള്ളവർക്കെന്നപോലെ എനിക്കും അച്ഛൻ അന്ന് ഒരു ആവേശമായിരുന്നു. അച്ഛൻ മരിച്ച് ഒരുവർഷം തികഞ്ഞിട്ടി

ല്ല. വീട്ടിൽ ദാരിദ്ര്യം അതിന്റെ ഏറ്റവും ഉച്ചത്തിൽ കാഹളധ്വനിയുണർത്തി പെരുമ്പറകൊട്ടുന്നു. അന്നൊരു പഠിപ്പുമുടക്കു ദിവസമായിരുന്നു. പതിവുപോലെ ഞാൻ മുന്നിൽ തന്നെയുണ്ട്. എത്രയും പെട്ടെന്ന് സമരം വിജയിപ്പിച്ച് സ്കൂൾ വിട്ട് വീട്ടിലെത്തണം. അവിടെ മൂന്നാല് ഒഴിഞ്ഞവയറുകൾ കാത്തിരിപ്പുണ്ട്. ഔസേപ്പുമാപ്പിളയുടെ തൊടിയിലെ കപ്പയ്ക്ക് ചുരണ്ടി കൂട്ടിയിട്ടിട്ടു വേണം കാശുമേടിച്ച് റേഷൻ കടയിലെത്താൻ. അതായിരുന്നു സമരത്തിന്റെ മുന്നണിപ്പോരാളിയുടെ തലയിൽ കൊടിയുയർത്തിനിന്ന ചിന്ത. എല്ലാം പൊളിച്ചില്ലേ ആ വലിയ മനുഷ്യൻ! എന്റെ മനസ്സ് അദ്ദേഹത്തിനു നല്ലതുപോലെ വായിക്കാൻ കഴിഞ്ഞു. ഇടവഴിയിലൂടെ പുസ്തകക്കെട്ടുമായി വെടികൊണ്ട പന്നിയെപ്പോലെ പാഞ്ഞ സമരനായകനെ പോറ്റിസാർ കരവലയത്തിലൊതുക്കി. സ്നേഹത്തിന്റെയും സംരക്ഷണത്തിന്റെയും മിശ്രീകരിക്കപ്പെട്ട നിശ്വാസം എന്റെ മുഖത്തേക്ക് ചിതറിവീണു. മഠത്തിൽ കൊണ്ടുപോയി കോലായിലിരുത്തി വയർ നിറയെ പാൽക്കഞ്ഞി വിളമ്പിത്തന്നു. കഞ്ഞികുടിപ്പും കഴിഞ്ഞ് വീട്ടിലേക്ക് പോകാൻ അനുവാദം അപേക്ഷിച്ച ശിഷ്യന്റെ ശിരസ്സിൽ ഒരു സഞ്ചി നിറയെ കുത്തരിയും അതിനു മുകളിൽ കുറച്ച് പുരാണകഥകളും പ്രതിഷ്ഠിച്ചുകൊണ്ട് അനുഗ്രഹിച്ചു.

“കുഞ്ഞേ നീ പകലുകളിൽ കുത്തരിക്കഞ്ഞി കുടിക്കണം, രാവുകളിൽ ഈ പുസ്തകങ്ങളും വായിക്കണം. നന്നായി വരും”

“പിന്നെയത് ഒരു പതിവായി. പക്ഷേ, അതുകൊണ്ടൊന്നും അവസാനിക്കുന്നതല്ലല്ലോ വീട്ടിലെ അവസ്ഥ!”

വയൽ മണമുള്ള വീട് ആരംഭിക്കുന്നത് ഉത്തരേന്ത്യയിൽനിന്നും തിരിച്ചെത്തിയ റിച്ചയ്ക്ക് ഒരു വീട് വേണം എന്നു പറഞ്ഞുകൊണ്ടാണ്. അവിടെയുള്ള കമ്പനിയിൽ ജോലി ചെയ്യുന്ന സമയത്ത് ഒരു അപകടത്തിൽ പെട്ട് റിച്ചയുടെ ഒരു കാൽ മുറിച്ച് മാറ്റുന്നുണ്ട്. അതിനുമുമ്പ് തന്നെ ഒരു സഹപ്രവർത്തകയെ വിവാഹം കഴിക്കുന്നുണ്ട്. കാൽ മുറിച്ച് മാറ്റിയ റിച്ച പിന്നീട് പൊയ്ക്കാലിന്റെ സഹായത്തോടെയാണ് ബുദ്ധിമുട്ടി നടക്കുന്നത്. ആരെങ്കിലും സഹായിക്കാൻ ചെന്നാൽ അയാൾ പറയും, വേണ്ട ഞാൻ ഒറ്റയ്ക്കു നടക്കാൻ ശീലിക്കട്ടെ എന്ന്. അതുപോലെ റിച്ച മറ്റൊരു കാര്യം കൂടി ചെയ്തു. റിച്ച എന്ന തന്റെ അച്ഛനിട്ട പേര് മാറ്റി; പകരം സ്മാരകശിലകൾ പോലെ ചില അക്ഷരങ്ങൾ നിലനിർത്തി, നാലുകെട്ടു പോലെയുള്ള ഒരു പേരായി റിന്നവേറ്റ് ചെയ്തു. അച്ചൻ തറവാടിത്ത ഘോഷണത്തിന്റെ വാലു വെട്ടിയപ്പോൾ മകനത് തുന്നിച്ചേർത്തു.

അതുപോലെ കഥയിലെ മെയിൻ ഇഷ്യു വീടാണ്. നാട്ടിൽ തിരിച്ചെത്തിയ റിച്ചയ്ക്കു പറ്റിയൊരു അധികം പഴക്കമില്ലാത്ത ഒതുങ്ങിയ വീട് തപ്പി കണ്ടുപിടിച്ചു കൊടുത്ത ദിവാകരേട്ടനോട് റിച്ച പറയുന്നു.

വീടിന് ഒരു വല്ലാത്ത ചേറ്റുമണമാണ്, അതുകൊണ്ട് വേണ്ടെന്ന്...

വയൽ മണമുള്ള വീട് ഒരു സി വി ശ്രീരാമൻ കഥയെ ഓർമ്മിപ്പിക്കുന്നുണ്ടെങ്കിലും ഇവിടെ പഴയ ഓർമ്മകൾകൊണ്ട് സമ്പന്നമാകുന്ന സാമാന്യ ഗൃഹാതുരത സങ്കല്പമല്ല റിച്ചയെ മുന്നോട്ട് നയിക്കുന്നത്. അതുതന്നെയായിരിക്കും വയൽ മണമുള്ള വീടിനെ മറ്റു കഥകളിൽ നിന്നും മാറ്റിനിർത്തുന്ന ഒരു ഘടകം.

റിച്ചയുടെ അച്ഛൻ ഗംഗാധരേട്ടന്റെ ഒളിവു ജീവിതവും വിപ്ലവ ചിന്തയും സമഭാവനയും വർഗ്ഗരഹിത വീക്ഷണവും ചെറിയേലക്കാർക്ക് പഥ്യവും ഊടുറ്റ ഓർമ്മകളും ആണെങ്കിൽ മകനത് ഒട്ടും അങ്ങനെയല്ല. എന്നാൽ ഇത് റിച്ചയിൽ കുടിയേറിയ നഗരകേന്ദ്രീകൃത വീക്ഷണത്തിന്റെ ഫലമല്ല. പിതൃനിഷേധവുമല്ല. ഇതൊന്നുമല്ലാത്ത ചിലതുകൂടി അനൂപിന്റെ കഥകൾ ഉൾവഹിക്കുന്നു. കഥ ഇതുവരെയില്ലാത്ത ചില ചൊരുക്കുകളിൽ നമ്മളെ പെടുത്തുന്നു. ഇതു മറ്റൊരു രീതിയിൽ പാതാളപ്പിടപ്പിലും കാണാം. മനുഷ്യന്റെ ചില ആധികൾക്കും വൈരങ്ങൾക്കും ധർമ്മസങ്കടങ്ങൾക്കും പ്രത്യേക കാരണങ്ങൾ തിരഞ്ഞുപോകുന്നതിനേക്കാൾ അതിൽത്തന്നെ പടർന്നു കിടക്കുകയും ആഴ്ന്നുപോകുകയും ചെയ്യുന്ന ചില വേരുകളുണ്ട്. അതിലേക്കുള്ള സൂക്ഷ്മ സഞ്ചാരങ്ങളാവുന്നുണ്ട് കഥകൾ. കഥകൾക്കോരോന്നിനും തനത് വ്യക്തിത്വമുണ്ടാവുന്നത് അങ്ങനെയാണ്.

പ്രപഞ്ചത്തിന്റെ താക്കോലിൽ ദുരൂഹമായ മനുഷ്യബന്ധങ്ങളില്ല. മറിച്ച് പ്രപഞ്ചത്തിൽ ഊറിക്കൂടിയ സ്ത്രീപുരുഷ ബന്ധത്തിന്റെയും അതിലൂടെ കൈവരുന്ന ജീവിതത്തിന്റെ രഹസ്യവുമാണ്. വീടും ഒരു പ്രപഞ്ചമാണ്. ഒരു വീടിനെ ചൊല്ലിയുള്ള നമ്മുടെ ആധികൾ, അനുഭവങ്ങൾ. അനുഭൂതികൾ എല്ലാമുണ്ട്. വീട് ഒരു ഹാബിറ്റാറ്റാണ്. ആധുനികകാലത്തെ വീടുനിർമ്മാണത്തെക്കുറിച്ച് എം എൻ വിജയൻ പറയുന്നുണ്ട്. മൂലധനവും കടവും പലിശയും ചേർത്ത് നാം നമ്മുടെ വികൃതമായ വ്യക്തിത്വം കെട്ടിപ്പൊക്കുന്നു. അതിന് വിശാലമായ സ്വീകരണമുറി ഒരുക്കുന്നു. പുറമേ നിന്ന് ആരെങ്കിലും വരുമ്പോൾ, അതുവരെ ഷർട്ടിടാതിരുന്ന നമ്മൾ വേഗം പോയി ഷർട്ടിടുന്നു. അപ്പോൾ സ്വീകരണമുറിയും ഷർട്ടുമാണ് ഒരാളെ വരവേല്ക്കുന്നത്. നമ്മളല്ല.

അതുപോലെ യഥാർത്ഥത്തിൽ അച്ഛനും മകളും തമ്മിലുള്ള ബന്ധമെന്താണ്? അത് ഒരു മഹാസാഹിത്യത്തിലും എഴുതിപ്പിടിപ്പിക്കേണ്ട കാര്യമില്ല. ഒരിക്കൽ കൊടുങ്ങല്ലൂരെ കരുണയിൽ ചെന്നപ്പോൾ ചിരിയുടെ ഭൗതികമായ ഭക്തിപ്രസാദം പ്രസരിപ്പിച്ച് വിജയൻ മാഷ്! രാവിലത്തെ ഭക്ഷണം തന്ന കൂട്ടത്തിൽ മാഷ് പറഞ്ഞു: വീട്ടിൽ മകളുടെ അച്ഛനാണ്. നാട്ടിൽ ഗുണ്ടയുമാണ്. എന്നിട്ട് കാറ്റുമ്മ പോലെ മാഷ് ചിരിച്ചു. മാഷ് ചിരിക്കുമ്പോൾ ഒരു നേർത്ത ശബ്ദം ഉണ്ടാവും.

കരുണപോലൊന്ന് കാറ്റിൽ...

പ്രപഞ്ചത്തിന്റെ താക്കോൽ അതിലളിതമായ ജീവിത സമവാക്യമോ അതിലേറെ കഥയുടെ പ്രപഞ്ചഗണിതമോ ആണ്. അലിമാഷ്,മസ്നവി; പിതാവും പുത്രിയുമാണ്. മസ്നവിയുടെ അമ്മയെക്കുറിച്ച് കഥയിൽ ഒന്നു രണ്ടിടത്തുമാത്രമാണ് പറയുന്നത്. അവർ ഈ പ്രപഞ്ചം വിട്ടൊഴിഞ്ഞിരിക്കുന്നു. മാത്രമല്ല കഥയുടെ തുടക്കത്തിൽ തന്നെ മസ്നവിയും എവിടെയാണെന്ന് അലിമാഷിന് അറിയുന്നില്ല. പക്ഷേ മസ്നവിയുടെ സ്വപ്നമായ വില്ലുപുരം ജങ്ഷനിലെ ലോസ് ഏഞ്ചൽസ് എന്ന ഇന്തോ-അമേരിക്കൻ മാതൃകയിൽ പണിതുയർത്തിയ സൗധം സ്വന്തമാക്കുന്നു. എന്നിട്ട് മസ്നവിക്കായി കാത്തിരിക്കുന്നു. നീ എന്തിനെയാണോ തേടുന്നത്, അത് നിന്നെയും കാത്തിരിക്കുന്നു എന്ന സമവാക്യത്തിന്റെ നിർദ്ധാരണം കൂടിയാണ് കഥ.

പൂർവ്വജീവിതത്തിലെവിടെയോ മസ്നവിയും ലോസ് ഏഞ്ചൽസും തമ്മിലുണ്ടായിരുന്ന ബന്ധത്തെ അലിമാഷ് ഓർക്കുന്നുണ്ട്. അന്നത്തെ അവധിക്കാലങ്ങളിൽ മസ്നവി വരുമ്പോഴൊക്കെ ലോസ് ഏഞ്ചൽസ് കാണാൻ അവൾ നിർബ്ബന്ധം പിടിക്കും. അവർ ഒന്നിച്ചുപോയി അതു കാണുകയും, വീടിന്റെ കാര്യസ്ഥൻ മത്തായി മാപ്പിളയുണ്ടെങ്കിൽ വീടിന്റെ അകം കാണാനുള്ള സൗകര്യം ലഭിക്കുകയും ചെയ്യും. അപ്പോൾ ആ വീട് അനുഭവിച്ചിരുന്ന കടുത്ത ഏകാന്തയും അവളെ വല്ലാതെ ഉലച്ചിരുന്നു. കാലഹരണപ്പെടാൻ പോകുന്ന ഒരു പുരാതനജീവിയോടുള്ള കാരുണ്യവും കരുതലുമായിരുന്നു ആ മനസ്സിലാകെ കൂടുവെച്ചിരുന്നത്. ഓരോ സന്ദർശനത്തിന്റെയും ഒടുവിൽ മസ്നവിയുടെ മനസ്സ് ഇത്തരത്തിൽ ഒരു പല്ലവി ആവർത്തിച്ചിരുന്നു. "ബാപ്പാ, എന്നെങ്കിലും നമ്മടെ സ്വന്തം പേരിൽ ഒരു വീടുണ്ടാകുമെങ്കിൽ അത് ഇതായിരിക്കണം." മസ്നവിയും ആ വീടും തമ്മിലുള്ള ബന്ധമാണ് കഥയുടെ ആദ്യ ഘട്ടം.

കഥയുടെ രണ്ടാം ഭാഗത്തിൽ മസ്നവിയുടെ അഭാവത്തിലും അലിമാഷ് വോളന്ററി റിട്ടയർമെന്റിലൂടെ കിട്ടിയ തുകയും അലിമാഷിന്റെയും ആമിനയുടെയും മുഴുവൻ വസ്തുവകകളും വിറ്റുകിട്ടിയ തുകയും കൊണ്ട് ലോസ് ഏഞ്ചൽസും അത് നില്ക്കുന്ന കാലേക്കർ പുരയിടവും വാങ്ങുന്നു. മകളുടെ ആഗ്രഹം സഫലീകരിക്കുന്ന ഒന്ന് കഥയ്ക്കകത്തുണ്ട്. തന്റെ കൂടെയില്ലാത്ത മകളുടെ ഓരോ പ്രവൃത്തികളും എങ്ങനെയായിരിക്കുമെന്ന് ആ പിതാവ് കണക്ക് കൂട്ടുന്നുണ്ട്. അത്തരം ചിലത് കഥയ്ക്കകത്തുനിന്നും വായിച്ചെടുക്കുമ്പോൾ അതിന് ഒരു പ്രത്യേക ജീവിത ഭംഗിയുണ്ട് - വീട്ടുപേര്! ലോസ് ഏഞ്ചൽസ് ഒരു നിരാശഭരിതമായ പേരാണെന്നതിൽ മസ്നവിക്ക് തെല്ലും സംശയമുണ്ടായിരുന്നില്ല. അവളതിന് ഉചിതമായ ശീർഷകം പണ്ടേ കണ്ടെത്തി ബാപ്പയെ അറി

യിച്ചിട്ടുണ്ടായിരുന്നു. ഓർമ്മയിൽ നിന്നും അത് പകർത്തിയെടുക്കേണ്ട ജോലിയെ അലിമാഷിന് ഉണ്ടായിരുന്നുള്ളു. എല്ലാത്തിനെയും ഉൾക്കൊള്ളുന്ന ഒരു മൂന്നക്ഷരപ്പേര് അതിന്റെ എല്ലാ ലാളിത്യത്തോടെയും വീടിന്റെ മുൻവശത്തെ വെണ്ണക്കൽ ചുമരിൽ സ്ഥാനം പിടിച്ചു. 'പ്രപഞ്ചം.' കഥയക്ക് അകത്തുവരുന്ന ഓരോ വരിയും വാക്കും അതീവ ശ്രദ്ധയോടെയാണ് എഴുത്തുകാരൻ പരിചരിച്ചിരിക്കുന്നത്.

മസ്നവി ജലാലുദ്ദീൻ റൂമിയുടെ കാവ്യാനുഭവം കൂടിയാണ്. സ്വാതന്ത്ര്യത്തിലൂടെ,സ്നേഹത്തിലൂടെ വ്യക്തിത്വത്തിന്റെ സമഗ്രവികസനം കൂടിയാണത്. സ്നേഹം, ബുദ്ധി, കർമ്മം എന്നിവയുടെ പരസ്പര ബന്ധത്തിലൂടെ കൈവരുന്ന സ്ത്രീ–പുരുഷ പാരസ്പര്യമാണ് മസ്നവി. കവിയും മസ്നവിയും തമ്മിലുള്ള ഇഴയടുപ്പം അച്ഛനും മകളും തമ്മിലുള്ള ബന്ധം തന്നെയാണ്. കഥ കാത്തിരിപ്പിന്റേതാണ്. അത് മകളെ കാത്തിരിക്കലാണ്. ആ കാത്തിരിപ്പിന് ഭൗതികവും ആത്മീയവുമായ മാനങ്ങൾ കൈവരുന്നു എന്നിടത്താണ് കഥയ്ക്ക് കവിതയുമായുള്ള ബന്ധം.

കാത്തിരിപ്പ് മനുഷ്യന്റേതായാലും, വീടിന്റേതായാലും, പ്രപഞ്ചത്തിന്റേതായാലും അതിന് സംഭവിക്കുന്ന പരിണാമങ്ങളുണ്ട്. പ്രപഞ്ചത്തിന്റെ പറമ്പാകെ കാടു വളർന്ന് പന്തലിക്കുന്നതും ഒട്ടനവധി ജീവികൾ വിരുന്നുകാരായി എത്തുന്നതും അവരൊക്കെ വീട്ടുകാരായി മാറുന്നതുമായ അവസ്ഥ. കഥ വ്യത്യസ്തമായ അനുഭവരാശികളിലേക്ക് പടരുന്നു. ആ പരിണാമങ്ങളെ കഥാകൃത്ത് ഇങ്ങനെ രേഖപ്പെടുത്തുന്നു.- അലിമാഷിന്റെ ചിന്തയെ ഒരു നിമിഷത്തേക്ക് ഭൂമിയുടെ അവകാശികൾ മസ്നവിയിൽ നിന്നും കൊത്തിക്കൊണ്ടു പോയി. "മനുഷ്യനും ഞങ്ങളെപ്പോലെ ഇത്തിരി അവകാശമൊക്കെയുണ്ട് മാഷെ..."

ഭൂമിയുടെ അവകാശികൾക്ക് രൂപാന്തരണം സംഭവിക്കുന്നുണ്ടിവിടെ. അലിമാഷിന് പറവകളുടെ ഭാഷ തിരിയുന്നു. ആ കാത്തിരിപ്പിൽ പ്രപഞ്ചത്തിന്റെ ഭാഷ മനസ്സിലാവുന്നു. ചരാചരങ്ങളുടെ ഭാഷയിലൂടെ അലിമാഷ് മസ്നവിയെ തിരയുകയായിരുന്നു. ആ അന്വേഷണം ഫലപ്രാപ്തിയിലെത്തുന്നുണ്ട്.

റൂമിയും അലിമാഷും പ്രപഞ്ചവും കവിതയും മസ്നവിയും ഒന്നായി മാറുന്ന ഒരു നിമിഷമുണ്ട് കഥയിൽ. പ്രപഞ്ചത്തിലെ സർവ്വ ജീവജാലങ്ങളുടെയും നാവിൻതുമ്പിൽ മസ്നവി ഇരിപ്പുറപ്പിച്ചു. പലവിധ ശബ്ദങ്ങൾ ഒരുമയോടെ, ഒരു പേര് തന്നെ എല്ലായ്പ്പോഴും ഉച്ചരിച്ച് ഉച്ചരിച്ച് മസ്നവി പ്രപഞ്ചത്തിന്റെ ഒരേ ഒരു കവിതയായി.

ഇനി കഥ അവിടെ അവസാനിപ്പിച്ചാലും ഒട്ടും കുഴപ്പമില്ലെന്ന് വായനക്കാരായ നമുക്ക് തോന്നും. എന്നാലും അതിനു ശേഷവും അനൂപ് കഥ തുടരുന്നുണ്ട്. അത് ഒരച്ഛന്റെ അവസാനിക്കാത്ത ഭൗതികമായ ആഗ്ര

ഹവും കൂടിയാകും. അവിടെ നിന്ന് ആ പിതാവിന് മോചനമില്ല എന്നതു കൂടിയാണ് കഥയുടെ ബാക്കി ഭാഗം. ആ തുടർച്ച വളരെ മെലോഡ്രാമാറ്റിക്കലായി പുതിയ അർത്ഥങ്ങൾ തേടുന്നു. കഥ എന്ന ആമുഖത്തെ മുൻനിർത്തിയുള്ള ചില പരീക്ഷണങ്ങൾ കൂടി നടത്തുന്നു എന്നുള്ളതാണ്. അത് അനൂപിന്റെ കഥകളുടെ ഒരു പ്രത്യേകതയായും പറയാം.

കഥ എന്ന ജീവിതത്തിന് പുറത്തുള്ള ചില ലാഭക്കൊതിയന്മാർക്ക് തീരെ ഉറപ്പില്ലാത്ത ഒന്നായിരുന്നു മസ്നവിയുടെ തിരിച്ചുവരവ്. അവർക്ക് പ്രപഞ്ചത്തിന്റെ വില്പനയായിരുന്നു ആവശ്യം. ശല്യം സഹിക്കവയ്യാതെ മാഷ് എഴുതിവെച്ചു. 'പ്രപഞ്ചം വില്ക്കുന്നില്ല.'

അതിനു പിറകെയായിരുന്നു മസ്നവിയുടെ കത്ത്. തുരുമ്പുവീണ താക്കോൽ മാഷ് കണ്ടെടുത്ത് പ്രപഞ്ചം പൂട്ടി, മസ്നവിയുടെ അടുത്തേക്ക് പുറപ്പെട്ടു. ആഴ്ചകളും മാസങ്ങളും കഴിഞ്ഞിട്ടും മാഷോ, മസ്നവിയോ തിരിച്ചുവന്നില്ല. പ്രപഞ്ചം കൂടുതൽ കരുത്തോടെ സസ്യജന്തു ജീവജാലങ്ങളാൽ മുഖരിതമായി. എങ്കിലും വിഷാദാത്മകമായ ഒരു കൊടും മൗനം പ്രപഞ്ചത്തെ ഭരിച്ചുനിന്നു. ആ മൗനത്തെ ഭഞ്ജിക്കാനെന്നവണ്ണം രണ്ടു കള്ളന്മാർ പ്രപഞ്ചത്തിൽ പ്രവേശിക്കുന്നു. നിധിവേട്ടയ്ക്ക് എത്തിയ കള്ളന്മാർക്ക് മുമ്പിൽ പ്രപഞ്ചം അതിന്റെ ജൈവസ്വരൂപം ഉതിർത്തു. പ്രപഞ്ചം ശൂന്യമാണെന്ന വിധിയെഴുത്ത് ആധുനിക നിയമപാലകർ നടത്തുമ്പോഴും പ്രപഞ്ചത്തിന് വെളിയിൽ നിന്ന് കള്ളന്മാർ ജ്ഞാനികളെപ്പോലെ ആ മുഴക്കം ശ്രവിക്കുന്നുണ്ടായിരുന്നു...

അതെ; നീ എന്തിനെയാണോ തേടുന്നത് ,അത് നിന്നെയും അന്വേഷിക്കുന്നു. അനൂപിന്റെ കഥാന്വേഷണം ഇവിടം കൊണ്ട് അവസാനിക്കുന്നില്ല. ഇനിയും സവിശേഷമായി പഠന വിധേയമാക്കേണ്ട കുറ്റവും രക്ഷയും,പ്ലാമരം ബീറ്റിൽസ്, കരുവാങ്കുന്നിലെ തുന്നൽക്കാരൻ, നാട്ടുവിശേഷം ഡോട്ട് കോം, പഴയനിയമത്തിലെ തുന്നൽക്കാർ എന്നീ കഥകളും ഈ സമാഹാരത്തിലുണ്ട്. അവയോരോന്നും പ്രമേയത്തിലും അവതരണത്തിലും വ്യത്യസ്തം തന്നെ.

അനൂപ് അന്നൂരിന്റെ കഥാ പ്രപഞ്ചം അനവധി വായനകൾ ആവശ്യപ്പെടുന്നു. വായനയുടെ താക്കോൽ ആരുടെയൊക്കെ കൈയിലുണ്ട് എന്നതാണ് കാര്യം.

www.ingramcontent.com/pod-product-compliance
Lightning Source LLC
LaVergne TN
LVHW090426051026
849518LV00006B/2453
* 9 7 8 8 1 1 9 1 3 1 2 3 5 *